AF100031

ഗ്രീൻ ബുക്സ്

മലയാളത്തിന്റെ സുവർണ്ണകഥകൾ

തകഴി (1912–1999)

നോവലിസ്റ്റ്, കഥാകൃത്ത്.
ആലപ്പുഴ ജില്ലയിലെ തകഴി പടഹാരം മുറിയിൽ
1912 ഏപ്രിൽ 17ന് ജനനം.
തിരുവനന്തപുരം ലോ കോളേജിൽനിന്ന്
പ്ലീഡർഷിപ്പ് പരീക്ഷ പാസ്സായശേഷം കുറേക്കാലം കേരള
കേസരി പത്രത്തിൽ ജോലി ചെയ്തു. തുടർന്ന് അമ്പലപ്പുഴ
കോടതിയിൽ പതിനഞ്ച് വർഷത്തോളം വക്കീലായി
സേവനമനുഷ്ഠിച്ചു. പില്ക്കാലത്ത് മുഴുവൻസമയ സാഹിത്യ
പ്രവർത്തനം. കേരള സാഹിത്യ അക്കാദമി, സാഹിത്യ
പ്രവർത്തക സഹകരണ സംഘം എന്നിവയുടെ
പ്രസിഡന്റായിരുന്നു.

കൃതികൾ: *രണ്ടിടങ്ങഴി, കയർ, ചെമ്മീൻ, തോട്ടിയുടെ മകൻ, ഔസേപ്പിന്റെ മക്കൾ, അനുഭവങ്ങൾ പാളിച്ചകൾ, ഏണിപ്പടികൾ, ഒരു എരിഞ്ഞടങ്ങൽ (നോവൽ), തോറ്റില്ല (നാടകം). എന്റെ ബാല്യകാലകഥ, എന്റെ വക്കീൽ ജീവിതം, ഓർമ്മയുടെ തീരങ്ങൾ (ആത്മകഥ). ഘോഷയാത്ര, അടിയൊഴുക്കുകൾ, തിരഞ്ഞെടുത്ത കഥകൾ (കഥകൾ) തുടങ്ങിയവ.*

വിവിധ ഇന്ത്യൻ ഭാഷകളിലും വിദേശ ഭാഷകളിലും തകഴി കൃതികൾ വിവർത്തനം ചെയ്യപ്പെട്ടിട്ടുണ്ട്; ചലച്ചിത്ര രൂപത്തിലും പ്രകാശിതമായിട്ടുണ്ട്.

പുരസ്കാരങ്ങൾ: *ഇന്ത്യാ ഗവൺമെന്റിന്റെ പത്മഭൂഷൺ പുരസ്കാരം, ജ്ഞാനപീഠ പുരസ്കാരം, കേന്ദ്ര-കേരള സാഹിത്യ അക്കാദമി പുരസ്കാരങ്ങൾ, വയലാർ അവാർഡ്, വള്ളത്തോൾ പുരസ്കാരം, എഴുത്തച്ഛൻ പുരസ്കാരം തുടങ്ങി ഒട്ടേറെ പുരസ്കാരങ്ങൾ. കേന്ദ്ര സാഹിത്യ അക്കാദമിയുടെയും കേരള സാഹിത്യ അക്കാദമിയുടെയും ഫെലോഷിപ്പ് ലഭിച്ചിട്ടുണ്ട്.*

ഭാര്യ: കാത്ത (കമലാക്ഷിയമ്മ).
1999 ഏപ്രിൽ 10ന് തകഴി അന്തരിച്ചു.

മലയാളത്തിന്റെ സുവർണ്ണകഥകൾ
തകഴി

കഥകൾ തിരഞ്ഞെടുത്തത്
വി. രാജകൃഷ്ണൻ

ഗ്രീൻ ബുക്സ്

green books private limited
little road, ayyanthole, thrissur- 680 003
ph: 0487-2361038
website: www.greenbooksindia.com
e-mail: info@greenbooksindia.com

(malayalam)
malayalathinte suvarnakathakal - thakazhi
(stories)
by
thakazhi

compiled by
v. rajakrishnan

first published february 2007
reprinted january 2014
copyright reserved

cover design : rajesh chaode

printed in india
repro knowledgecast limited, thane

branches:
thrissur 0487-2422515
palakkad 0491-2546162
kannur 0497-2763038

isbn : 81-8423-058-3

---

no part of this publication may be reproduced, or transmitted in any form or by any means, without prior written permission of the publisher

മുഖക്കുറി

കഥകൾ ചരിത്ര സ്മാരകങ്ങളായി മാറുന്നു എന്നു തെല്ലു വിസ്മയപൂർവം നാം മനസ്സിലാക്കുന്നത് തകഴിയുടെ കഥകൾ വായിക്കുമ്പോഴാണ്. സാമാന്യജീവിതത്തിന്റെ ന്യായാന്യായതകളിലേക്കാണ് തകഴിയും ചെന്നെത്തുന്നത്. ഫാക്ടറിപ്പണിക്കാരും തെണ്ടികളും കാർഷികവൃത്തി ചെയ്യുന്നവരും നിറഞ്ഞ ഒരു കഥാലോകം. അവിടെ കൊയ്ത്തു കഴിഞ്ഞ പാടവും കാറ്റിരമ്പുന്ന മാഞ്ചുവടും ഒറ്റപ്പെടുത്തുന്ന പ്രളയവും മൺമറഞ്ഞുപോയ ചരിത്രത്തിന്റെ ഭാഗമാകുന്നു. പാർശ്വവത്ക്കരിക്കപ്പെട്ട മനുഷ്യരുടെ ജീവിതങ്ങളാണ് മുഖ്യപ്രമേയം. തന്റെ പേരക്കുട്ടിയെ 'കൊച്ചുപുലയാ' എന്നു ചെല്ലപ്പേരിട്ടുവിളിക്കുന്ന തഹസീൽദാർ പത്മനാഭപിള്ളയുടെ പിതാവ് കേശവശ്ശാരുടെ മനസ്സിന്റെ അന്തർഗതം, നിലവിലുള്ള ജാതിമത സാമൂഹ്യ വ്യവസ്ഥകൾക്കതീതമാണ്. അവരുടെ സാമൂഹ്യമായ പിന്നാക്കാവസ്ഥയിൽ അദ്ദേഹം ഏറെ ദുഃഖിക്കുന്നു. ആ പിന്നാക്കാവസ്ഥ മാറ്റപ്പെടണമെന്ന അന്തർഗതം ഈ കഥകളിലുണ്ട്. കുട്ടനാടൻ പുലയനെ കരുത്തിന്റെയും സൗന്ദര്യത്തിന്റെയും പ്രതീകമായാണ് തകഴി കാണുന്നത്.

സ്വന്തം പിതാവിനെപ്പറ്റി മറുത്തു ചിന്തിക്കുമ്പോഴും അയാൾക്കു കുറ്റബോധത്തോടെ മാത്രമേ അതിനാവുന്നുള്ളു. ഇന്നത്തെ തലമുറയ്ക്കാവട്ടെ സ്വന്തം പിതാവിനെ വൃദ്ധസദനത്തിലേക്കു നിഷ്ക്കരുണം തള്ളിവിടാൻ കഴിയുന്നു. ചരിത്രവിദ്യാർത്ഥികളുടെ വിശകലനങ്ങൾക്കും വിചാര ങ്ങൾക്കും വഴിയൊരുക്കുന്നു തകഴിയുടെ ഈ കഥാലോകം.

കൃഷ്ണദാസ്
മാനേജിങ് എഡിറ്റർ

അവതാരിക 09
പി.കെ. രാജശേഖരൻ

കഥകൾ
വെള്ളപ്പൊക്കത്തിൽ 15
തഹസീൽദാരുടെ അച്ഛൻ 21
മാഞ്ചുവട്ടിൽ 32
അസ്ഥികൂടത്തിന്റെ കഥ 41
പതിവ്രത 50
അവന്റെ സമ്പാദ്യം 58
കൊച്ചൗസേപ്പ് 63
അവൻ തിരിച്ചുവരും 71
കറാച്ചിയിൽനിന്ന് 80
അനാഥമയ്യത്ത് 87
ഇതാണു സന്മാർഗ്ഗി 90
ഒരു കണക്കുതീർക്കൽ 94
അറുപതാം വയസ്സിൽ 102
പട്ടാളക്കാരൻ 111
സാഹസം 119
വെളുത്ത കുഞ്ഞ് 126
ഗാന്ധിജിയുടെ അന്ത്യം 134
കുരുടന്റെ ചാരിതാർത്ഥ്യം 146
ഹാന്റ് ബാഗ് 155

അവതാരിക

പി.കെ. രാജശേഖരൻ

*"**റേ,** ഒരടി! പട്ടിയെ കാണ്മാനില്ല. ഒന്നു കുതിച്ചു താണിട്ട് പശു അങ്ങകന്ന് ഒഴുകിപ്പോയി. ഹൃദയമുള്ള വീട്ടു കാവൽക്കാരൻ പട്ടിയുടെ നിസ്സഹായസ്ഥിതി വെളിപ്പെടുന്ന മോങ്ങൽ പിന്നീടു കേട്ടിട്ടില്ല!"*

"ഭിത്തിയിൽ തൂക്കിയിട്ടിരുന്ന കണ്ണാടിയിൽ സ്വന്തമുഖവും ആത്മാവും പ്രതിഫലിച്ചു മാധവൻ കണ്ടു. അതെന്തു വികൃതമായിരിക്കുന്നു! മൃഗം! ഇതാണു സന്മാർഗി!"

"തെണ്ടിയുടെ മക്കളെങ്കിലും അവർക്കും ആഗ്രഹങ്ങളുണ്ട്. ഈ ഭൂമിയിലെ വിഭവങ്ങൾ അവർക്കു വിധിച്ചിട്ടില്ലെന്നവർക്കറിയാമോ? ജനിച്ചതു കൊണ്ടു തന്നെ അവർക്കും അവകാശപ്പെട്ടതാണ്; അതുകൊണ്ടു തന്നെയായിരിക്കണ മല്ലോ അവർക്കാശയുള്ളത്."

ലളിതമായ വാക്യങ്ങൾ.

ബിംബങ്ങൾ കൊണ്ടുള്ള സാന്ദ്രീകരണമില്ല. ചെത്തിക്കൂർപ്പിക്കലും ചിന്തേരിടലുമില്ല. ഭാഷയിലെ ധ്യാനങ്ങളില്ല. പകരം തുറന്ന വാക്യങ്ങൾ. ഇതാണ് യാഥാർത്ഥ്യം, അനലംകൃതമായ ജീവിതം എന്ന് അവ പറയുന്നു. തകഴി ശിവശങ്കരപ്പിള്ള ചെറുകഥകളിൽ എഴുതിയ ഇത്തരം വാക്യങ്ങൾ എഴുതുക എളുപ്പമാണെന്ന് ഇന്നത്തെ ഏതു വായനക്കാരനും ചെറുകഥാകൃത്തിനും തോന്നാം. എന്നാൽ അവ എഴുതപ്പെട്ട കാലത്ത് അങ്ങനെയായിരുന്നില്ല. കഠിനമായ പരീക്ഷണവ്യഗ്രതയിൽനിന്നു പിറന്ന ഈ വാക്യങ്ങൾ നിലനിന്ന സാഹിത്യ പാരമ്പര്യത്തിൽനിന്നുള്ള വിച്ഛേദത്തിന്റെ ചോര പൊടിക്കുന്ന അതിർത്തിരേഖകളായിരുന്നു. അവയാണ് പില്ക്കാലത്ത് ധ്യാനങ്ങളും ഭാവഗീതങ്ങളും ബിംബങ്ങളുമെല്ലാം കഥയിൽ സാധ്യമാക്കിയത്. അതുകൊണ്ടുതന്നെ ആ കഥകൾ വായിക്കുമ്പോൾ നാം സാഹിത്യചരിത്രവും ഭാവുകത്വചരിത്രവും കൂടിയാണു വായിക്കുന്നത്. പുതിയ സാഹിത്യം സൃഷ്ടിക്കുന്നതിനു വേണ്ടി മുപ്പതുകളിലെയും നാല്പതുകളിലെയും റിയലിസ്റ്റുകളുടെ തലമുറ, അവർ സാഹിത്യ സ്ഥാപനത്തിന്റെയും സാഹിത്യ ചരിത്രത്തിന്റെയും പ്രമാണവത്കരണത്തിനു വിധേയമാവും മുമ്പ് എഴുതിയ കഥകളുടെ മികച്ച പ്രതിനിധാനങ്ങളാണ് ഈ തകഴിക്കഥാസമാഹാരത്തിലുള്ളത്.

യാഥാർത്ഥ്യത്തെയാണ് തങ്ങൾ ആവിഷ്കരിക്കുന്നതെന്ന് തകഴി ഉൾപ്പെടെയുള്ള യഥാതഥ എഴുത്തുകാർ ആത്മാർത്ഥമായും വിശ്വസിച്ചു. സമൂഹഘടനയുടെ താഴേത്തട്ടിന്റെ നിത്യജീവിത യാഥാർത്ഥ്യത്തെയാണ് 'യാഥാർത്ഥ്യം' എന്ന സമഗ്രതയായി അവർ സങ്കല്പിച്ചത്. അക്കാലത്തെ വായനാസമൂഹവും സാഹിത്യ പഠന സമ്പ്രദായവും സംശയലേശമന്യേ അത് അംഗീകരിക്കുകയും ചെയ്തു. യാഥാർത്ഥ്യവും യാഥാതഥ്യവും ഒന്നല്ലെന്നും, യാഥാതഥ്യം യാഥാർത്ഥ്യത്തിന്റെ സാഹിതീയമായ പ്രതീതികളിലൊന്നു മാത്രമാണെന്നും അവർ കണ്ടിരുന്നില്ല. അതുകൊണ്ടുതന്നെ 'വെള്ളപ്പൊക്കത്തിൽ', 'മാഞ്ചുവട്ടിൽ', 'തഹസീൽദാരുടെ അച്ഛൻ', 'പട്ടാളക്കാരൻ', 'ഇതാണു സന്മാർഗി' തുടങ്ങിയ കഥകളോരോന്നും യാഥാർത്ഥ്യത്തിനു നൽകിയ സാങ്കേതികശില്പരൂപങ്ങളാണ്. സമൂഹത്തെ അഭിമുഖീകരിച്ചിടത്തോളം തന്നെ അവ രചനാകാലത്തെ സാഹിത്യ സങ്കല്പ ത്തെയും അഭിമുഖീകരിക്കുകയും ചോദ്യം ചെയ്യാൻ ശ്രമിക്കുകയും ചെയ്യുന്നു. ഈ കഥകൾ വീണ്ടും വായിക്കാൻ കഴിയുന്നത്, അവ ചരിത്രത്തിന്റെ കണ്ണാടി കളായതുകൊണ്ടല്ല, ചരിത്രപുസ്തകങ്ങളോ ആത്മകഥകളോ പത്രവാർത്തകളോ നൽകുന്ന അന്നത്തെ യാഥാർത്ഥ്യചിത്രത്തിനപ്പുറമുള്ള മറ്റൊരു ലോകം തുറക്കു ന്നതുകൊണ്ടാണ്. കേവലമായ ചരിത്രകാലത്തിന്റെ നേർപകർപ്പുകളായല്ല; കാലം, സ്ഥലം, സമൂഹം, സദാചാരം, വ്യക്തിബന്ധങ്ങൾ തുടങ്ങിയ ഒട്ടേറെ സംവർഗ ങ്ങളെ സാഹിത്യം പ്രതിനിധാനം ചെയ്തതിലെ പ്രശ്നങ്ങൾ കൂടി തകഴിയുടെ കഥകൾ പുറത്തുകൊണ്ടുവരുന്നു. അങ്ങനെയാണ്, വളരെ വർഷങ്ങൾക്കു ശേഷമുള്ള ഈ മറുകാലവായന സാധ്യമാകുന്നത്.

പാരമ്പര്യത്തിൽ നിന്നു സ്വയം വേർപെടുത്താനായി മലയാള ചെറുകഥ നടത്തിയ ക്ലേശകരമായ അധ്യയനത്തിന്റെ, ചെറുകഥ എന്ന ജനുസ്സിന്റെ വാസ്തുശില്പ നിയമങ്ങളിൽ തകഴി നടത്തിയ കണക്കുതെറ്റിക്കലുകളുടെ രേഖകളാണ് ഈ സമാഹാരത്തിലെ കഥകൾ. ചെറുകഥയുടെ സൗന്ദര്യശാസ്ത്രപരമായ പൂർണ്ണതയും കരുത്തുംകൊണ്ട് ക്ലാസിക്കുകളിലൊന്നായി മാറിയ 'വെള്ളപ്പൊക്കത്തിൽ' തൊട്ട് കണക്കുപിഴച്ച് ജനിതകഗുണം നഷ്ടപ്പെട്ട 'ഗാന്ധിജിയുടെ അന്ത്യം' വരെയുള്ള കഥകൾ ഇവിടെയുണ്ട്. ചെറുകഥയെ അന്നുവരെ ഉണ്ടായിരുന്ന രൂപത്തിൽനിന്നു മോചിപ്പിക്കാൻ നടത്തിയ യാഥാതഥ്യവിപ്ലവത്തിന്റെ പല ഘട്ടങ്ങളാണവ. കഥയുടെ കർക്കശമായ സൗന്ദര്യനിയമങ്ങൾ ഈ കഥകളിൽ എല്ലാത്തിനും ആനുകൂല്യം നൽകണമെന്നില്ല. എന്നാൽ സാഹിത്യചരിത്രത്തിന്റെ പശ്ചാത്തലത്തിൽ വായിക്കു മ്പോൾ പരാജയപ്പെട്ട കഥകൾ വിമോചനവിപ്ലവത്തിലെ അധ്യയനങ്ങളാണെന്നു മനസ്സിലാകും. മലയാള സാഹിത്യത്തെ ജനകീയമായ ഒരു സ്ഥലത്തേക്കു വിമോചി പ്പിക്കാൻ നടത്തിയ സൗന്ദര്യകലാപത്തിലെ ചെറുപരാജയങ്ങൾ മാത്രമാണവ; ജയത്തിലേക്കുള്ള പാതയിലെ ചെറുവീഴ്ചകൾ. അദ്ഭുതവും തമാശയും അപസർപ്പ കത്വവും സ്ഥായീഭാവങ്ങളായി നിന്ന ഒരു ഭാവുകത്വത്തെ തച്ചുടയ്ക്കുന്നതിൽ ഈ പരാജയങ്ങളും മഹത്തായ പങ്കാണു വഹിച്ചത്. വിജയിച്ച കഥകളാകട്ടെ, മലയാള ചെറുകഥയെ എന്നേക്കുമായി വിമോചിപ്പിച്ചു. പിന്നീടുവന്നവർ ആ വഴിയിൽനിന്നും വിട്ടുപോയെങ്കിലും അതു സാധ്യമാക്കിയത് ആ കഥകളായിരുന്നു.

ഉഴുതുമറിച്ച പുതുമണ്ണുകളില്ലെങ്കിൽ ഒരു വിത്തിടലും പുത്തൻ കൊയ്ത്തും സാധ്യമാവുകയില്ല.

തന്റെ ഭാവുകത്വവിപ്ലവത്തിൽ തകഴിയും മറ്റു റിയലിസ്റ്റുകളെപ്പോലെ കാലത്തിലേക്കും സ്ഥലത്തിലേക്കുമാണ് നോക്കിയത്. സമൂഹവും അതിന്റെ നിയമങ്ങളും അവ നിർവചിച്ചുവച്ച മനുഷ്യസ്ഥാനങ്ങളും തകഴിയുടെയും യഥാതഥകഥയുടെയും ഏറ്റവും പ്രധാനപ്പെട്ട പ്രമേയങ്ങളായത് ആ നോട്ടത്താലാണ്. അങ്ങനെ യാഥാർത്ഥ്യത്തിന് അവർ കഥയിലെ പ്രതീതികൾ നിർമിച്ചു. ഈ കഥകൾ വായിക്കുമ്പോൾ നാം വായിക്കുന്നത് യാഥാർത്ഥ്യത്തിന്റെ സാഹിതീയാവിഷ്കാരമാണ്, യാഥാർത്ഥ്യം എന്ന സമഗ്രതയെയല്ല എന്നോർമ്മിച്ചുകൊണ്ടായിരിക്കണം. കഥ ചരിത്ര പുസ്തകമോ ഔദ്യോഗിക നാൾവഴിയോ അല്ല. യാഥാർത്ഥ്യം കഥയിലെ ഒരു നിർമിതിയാണിവിടെ. സാമൂഹിക യാഥാർത്ഥ്യത്തെ സാഹിത്യത്തിന്റെ യാഥാർത്ഥ്യമായി പരിവർത്തിപ്പിക്കുന്ന യഥാതഥ്യ സങ്കേതം തീർച്ചയായും സമൂഹനിരപേക്ഷമോ ചരിത്രനിരപേക്ഷമോ അല്ല. വലിയൊരു സാമൂഹിക സ്ഥലമായാണ് തകഴി ആ യാഥാർത്ഥ്യത്തെ കഥയിൽ ആവിഷ്കരിക്കുന്നത്.

സ്ഥലത്തിന്റെ കഥാകാരനാണ് തകഴി. ഈ രംഗത്ത് അദ്ദേഹത്തോളം മണ്ണടുപ്പമുള്ള റിയലിസ്റ്റുകൾ ചുരുങ്ങും. തന്റെ കഥകളിലും നോവലുകളിലും തകഴി നിർമ്മിച്ച സാമൂഹികസ്ഥലം അവയുടെ വായനയിൽ സുപ്രധാനമാണ്. സാമൂഹിക യാഥാർത്ഥ്യത്തെ ആ ഭാവനാഭൂപടത്തിൽ ആവിഷ്കരിച്ചപ്പോഴൊക്കെ എഴുത്തുകാരനെന്ന നിലയിൽ തകഴി വിജയിച്ചു. ഭാവനയ്ക്കും സങ്കേതത്തിനുമപ്പുറം യാഥാർത്ഥ്യത്തിന്റെ നേർപകർപ്പായി കഥയെ മാറ്റാൻ ശ്രമിച്ചപ്പോഴൊക്കെ പരാജയപ്പെടുകയും ചെയ്തു. ശരിയായ പ്രതിനിധാനം എന്ന നിലയിൽ ആ രണ്ടുതരം രചനകളും ഈ സമാഹാരത്തിൽ ഉൾപ്പെടുത്തിയിട്ടുണ്ട്. തകഴിയുടെ സ്ഥലഭാവനയുടെ ഉയരവും ആഴവും പരപ്പും വെളിപ്പെടുത്തുന്നു 'വെള്ളപ്പൊക്കത്തിൽ'. ഈ രചനയുടെ മികവിനെപ്പറ്റി വലിയ തർക്കമൊന്നും മലയാളത്തിൽ ഉണ്ടായിട്ടില്ല. ദാസ്യഭക്തിയും യജമാനഭക്തിയും ഉണ്ട ചോറിന്റെ നന്ദിയുള്ള ആ നായയുടെ ദുരന്തം ആഘോഷിക്കപ്പെട്ട ദുരന്തമാണ് മലയാളത്തിൽ. യജമാനഭക്തനായ ദളിത് കർഷകത്തൊഴിലാളിയുടെ/കുടികിടപ്പുകാരന്റെ പ്രതിരൂപമായും ആ നായയെ കാണാം. ജന്തുക്കളിൽ മനുഷ്യവികാരവും രൂപവും അധ്യാരോപിക്കുന്ന ആന്ത്രൊപ്പോപതി(anthropopathy)യുടെ മാതൃകയായും ഈ കഥ വായിക്കാം. (മനുഷ്യൻ എന്നർത്ഥമുള്ള 'ആന്ത്രൊപ്പോസും' കഷ്ടപ്പാട് എന്നർത്ഥമുള്ള 'പാതോസും' ചേർന്നാണ് 'ആന്ത്രൊപ്പോപതി' ഉണ്ടായതു തന്നെ). വേദനയുടെ ഒരു ഇതിഹാസമാണ് 'വെള്ളപ്പൊക്കത്തിൽ' മനുഷ്യനും മണ്ണും തമ്മിലും മനുഷ്യനും മൃഗവും തമ്മിലും ജന്മിയും അടിയാളനും തമ്മിലുമുള്ള ബന്ധങ്ങളുടെ വേദനിപ്പിക്കുന്ന ഇതിഹാസമെന്നതുപോലെ.

നാം പങ്കുവയ്ക്കുന്ന സ്ഥലത്തിന് വ്യത്യസ്തമായ ധർമ്മങ്ങൾ ഉണ്ടെന്നു കൂടി, കുറേക്കൂടി വ്യക്തമായിപ്പറഞ്ഞാൽ സ്ഥലം രാഷ്ട്രീയവും സാമ്പത്തികവും സാമൂഹികവുമായ ശ്രേണീബന്ധങ്ങളുടെ ഉത്പന്നമോ പ്രതീകമോ ആണെന്നു കൂടി 'വെള്ളപ്പൊക്കത്തിൽ' വ്യക്തമാക്കുന്നു. രണ്ടു സ്ഥലങ്ങളാണ് കഥയിൽ

തകഴി അവതരിപ്പിക്കുന്നത്. നാട്ടിലെ പൊക്കം കൂടിയ ക്ഷേത്ര സ്ഥലവും അങ്ങോട്ടു പ്രവേശനമില്ലാത്തതിനാൽ ഒരു രാത്രിയും ഒരു പകലുമായി വെള്ളത്തിൽത്തന്നെ നില്ക്കുന്ന ചേന്നപ്പറയന്റെ സ്ഥലവും. ആ സ്ഥലം കുമാരാനാശാൻ പറഞ്ഞതു പോലെ ഗ്രാമത്തിനു പുറത്ത് ചാമർ നായകൻ വസിക്കുന്ന സ്ഥലമാണ്. ക്ഷേത്ര കേന്ദ്രവും പ്രാന്തവും. കർഷകത്തൊഴിലാളിയായ ദളിതന്റെ ഇടം. അവന്റെ തമ്പുരാൻ മൂന്നുനാൾ മുമ്പേ വെള്ളപ്പൊക്കത്തിൽ നിന്നു രക്ഷപ്പെടാൻ മറുകര പറ്റിയിരുന്നു. ഒടുവിൽ ചേന്നനും രക്ഷപ്പെട്ടു. ഈ സമൂഹശ്രേണിയിലെ കീഴ്ത്തട്ടുകാരനായ പട്ടി മാത്രം ദുരന്തത്തിൽ ചെന്നു പെട്ടു. നായയുടെ ദുരന്തം, തകഴി പ്രശംസി ക്കുകയും ഒരുപാടു വായനക്കാരെ രോമാഞ്ചമണിയിക്കുകയും ചെയ്ത ആ യജമാന ഭക്തി പ്രാന്തീകരിക്കപ്പെട്ട മനുഷ്യന്റെ ദുരന്തം, വിവേകോദയമുണ്ടായ സമൂഹ ത്തിന് അഭിമാനകരമല്ലാത്ത ദുരന്തം മാത്രമാണ്. കേന്ദ്രവും പ്രാന്തവും തമ്മിലുള്ള വ്യത്യാസമാണ് ആ ദുരന്തം സൃഷ്ടിച്ചത്. കേരളത്തിന്റെ സാമൂഹിക വികാസ ത്തിൽ ഇത്തരം ദുരന്തങ്ങൾ ഒരുപാടു തവണ സംഭവിച്ചിട്ടുണ്ട്. അത് ഓർമ്മിപ്പിക്കുക യാണ് ഈ കഥ ചെയ്യുന്നത്. പ്രാന്തങ്ങളിലെ മനുഷ്യജീവിതത്തിന്റെ വേദനിപ്പി ക്കുന്ന ഇതിഹാസമായാണ്, യജമാനഭക്തിയുടെ ഇതിഹാസമായല്ല 'വെള്ളപ്പൊക്ക ത്തിൽ' നില്ക്കുന്നത്. ഈ കഥയിലെ നായയെ മഹത്വീകരിക്കുമ്പോൾ, കേരളീയ സാമൂഹിക ചരിത്രത്തിലെ നിഷ്ഠുരമായ ചില അധ്യായങ്ങളെക്കൂടി നാം അറിയാതെ മഹത്വീകരിച്ചുപോകും. ചരിത്രത്തിലേക്ക് ആത്മനിന്ദയോടെ തിരിഞ്ഞുനോക്കാൻ വായനക്കാരെ പ്രേരിപ്പിക്കുന്നതുകൊണ്ടാണ്, കഥയെന്ന നിലയിലെ ശില്പചാതുരി കൊണ്ടെന്നപോലെ 'വെള്ളപ്പൊക്കത്തിൽ' വീണ്ടും വീണ്ടും വായിക്കപ്പെടുന്നത്.

സന്മാർഗത്തിന്റെ നിയമപുസ്തകങ്ങൾ കീറിക്കളയാൻ തകഴി ഉത്സുകനായിരുന്നു. അംഗീകരിക്കപ്പെട്ട സന്മാർഗത്തിന്റെ പൊള്ളത്തരം ബോധ്യപ്പെട്ടതുകൊണ്ടു മാത്രമല്ല, സന്മാർഗത്തിൽത്തന്നെ അവിശ്വാസമായിരുന്നതുകൊണ്ടു കൂടിയാണത്. മേൽക്കോയ്മാ സമൂഹം അസാന്മാർഗികളെന്നു വിലയിരുത്തിയ ഒരു വംശാവലി തന്നെ തകഴിയും ബഷീറും കേശവദേവും ഉൾപ്പെടെയുള്ള റിയലിസ്റ്റുകളുടെ രചനകളിൽ കടന്നുവന്നിട്ടുണ്ട്. വേശ്യകൾ, തെണ്ടികൾ തുടങ്ങിയ പ്രാന്തീകരി ക്കപ്പെട്ട മനുഷ്യർ. സമൂഹകേന്ദ്രത്തിനു പുറത്തുള്ള പ്രാന്തങ്ങളാണ് അവരുടെ ഇടങ്ങൾ. സാമൂഹിക സ്ഥലത്തിന്റെ ഈ മറുവശങ്ങൾ 'അവന്റെ സമ്പാദ്യം'. 'കൊച്ചൗസേപ്പ്', 'കറാച്ചിയിൽ നിന്ന്', 'പട്ടാളക്കാരൻ', 'ഒരു കണക്കുതീർക്കൽ' തുടങ്ങിയ കഥകളിൽ കാണാം. 'ഇതാണു സന്മാർഗി', 'പതിവ്രത', 'അറുപതാം വയസ്സിൽ', 'കുരുടന്റെ ചാരിതാർത്ഥ്യം' തുടങ്ങിയ കഥകളിൽ മേൽക്കോയ്മാ സമൂഹത്തിലെ തന്നെ സദാചാര സംഘർഷങ്ങളാണ് ആവിഷ്കരിക്കപ്പെടുന്നത്. ഇവയെ യാഥാർത്ഥ്യത്തിന്റെ നേരെഴുത്തുകളായല്ല, അംഗീകൃത യാഥാർത്ഥ്യ ത്തിന്റെ പൊളിച്ചെഴുത്തായാണു കാണേണ്ടത്. യാഥാർത്ഥ്യം എന്ന സമഗ്രത യെയല്ല, എന്നും സാഹിത്യത്തിനു പുറത്തു മാത്രം നില്ക്കുന്ന ആ സമഗ്രതയുടെ ആന്തരിക സംഘർഷങ്ങളെയും വൈരുധ്യങ്ങളെയും ആഖ്യാന സാങ്കേതിക വിദ്യയുടെ മധ്യസ്ഥതയിൽ പ്രകാശിപ്പിക്കുകയാണ് കഥ. യാഥാതഥ്യത്തിലെ യാഥാർത്ഥ്യവാദം പൊളിഞ്ഞു പോകുന്നതിന്റെ കൂടി മാതൃകകളായി ഈ കഥകൾ മാറുന്നത് അങ്ങനെയാണ്.

പ്രാന്തീകരിക്കപ്പെട്ടവരെ മാത്രമല്ല ഉയർന്നു വരുന്ന പുതിയ വർഗങ്ങളെയും തകഴി യുടെ കഥാലോകത്തു കാണാം. 'തഹസീൽദാരുടെ അച്ഛൻ' ഇതിനു മാതൃകയാണ്. തന്റെ കർഷക പൈതൃകസ്മൃതിയിൽ രാത്രിയേറെച്ചെല്ലുമ്പോൾ ചക്രപ്പാട്ടു പാടു കയും സന്തോഷം വരുമ്പോൾ അസംബന്ധ വാക്കുകൾകൊണ്ടു സംബോധന ചെയ്യുകയും ചെയ്യുന്ന ആ ഗ്രാമീണ വൃദ്ധൻ ഉയർന്നുവരുന്ന വിദ്യാസമ്പന്നമായ ഉദ്യോഗസ്ഥ-ധനിക വർഗത്തെ അലോസരപ്പെടുത്തുന്നു. അതുകൊണ്ടാണ് മകന്റെ ബംഗ്ലാവിന്റെ പുറകിലുള്ള ചായ്പിൽ അദ്ദേഹത്തെ താമസിപ്പിക്കുന്നത്. മുമ്പ് ഭൃത്യന്മാർക്കു വിട്ടുകൊടുത്തിരുന്നതാണ് ആ ചായ്പ്. സ്നേഹം മൂത്ത് പേരക്കുട്ടിയെ 'കൊച്ചു പുലയാ' എന്നു വിളിക്കുകയും മുറുക്കാൻ തുപ്പൽ വീഴ്ത്തു കയും ചെയ്യുന്ന വൃദ്ധനെ മകന്റെ ഭാര്യയ്ക്ക് ഇഷ്ടമല്ല. ആ അനിഷ്ടത്തിന്റെ ശക്തി കൊണ്ടാണ് മരുമകൾ കുറ്റങ്ങൾ ഊതിവീർപ്പിച്ച് ഭർത്താവിനെ സ്വപിതാവിൽനിന്ന് അകറ്റിയത്. തന്നെ ഒഴിവാക്കാനുള്ള ശ്രമം തിരിച്ചറിഞ്ഞ് ആ വൃദ്ധൻ തിരോധാനം ചെയ്യുന്നു. അന്നെന്നല്ല ഇന്നും സംഭവിക്കാവുന്ന ഈ കുടുംബകലഹം തകഴി യുടെ കൈയിൽ രണ്ടു വർഗങ്ങൾ തമ്മിലുള്ള വൈരുദ്ധ്യത്തിന്റെയും ഏറ്റുമുട്ടലി ന്റെയും പ്രതിരൂപമാണ്. അതുകൊണ്ടാണ് 'തഹസീൽദാരുടെ അച്ഛൻ' നല്ല കഥ യായതും. പ്രാന്തീകരിക്കപ്പെട്ട മനുഷ്യരുടെ കൂട്ടത്തിലാണ് ഈ കഥയിലെ കേശവ ശ്ശാരും. തകഴി എഴുതുന്നു: "ആ ജീവിതകഥ ചെറുതാണ്. കന്നുകാലിച്ചെറുക്കൻ, ഉഴവുകാരൻ, 200 പറ നിലം കൃഷി ചെയ്യുന്നവൻ, ആയിരപ്പറ നിലത്തിന്റെ കൃഷി ക്കാരൻ, തഹസീൽദാരുടെ അച്ഛൻ... ആ ജീവിതം ഒരു വിജയമായിരുന്നോ? ആ അറുപതുകൊല്ലക്കാലത്തെ കായക്ലേശങ്ങൾക്കു പ്രതിഫലം കിട്ടിയോ? ആ എഴുത്തറിഞ്ഞുകൂടാത്ത മൂപ്പീന്നിനു വിദ്യയുടെ വിലയറിയാമോ?" യഥാർത്ഥ ത്തിൽ ഈ കഥയിൽ നടക്കുന്ന ഏറ്റുമുട്ടൽ രണ്ടു സ്ഥലങ്ങൾ തമ്മിലുള്ളതാണ്. രണ്ടുതരം സാമൂഹിക സ്ഥലങ്ങളുടെ പ്രതിനിധികളായ വ്യക്തികൾ തമ്മിലുള്ള ഏറ്റുമുട്ടൽ. ഉഴവുകാരനും ഉദ്യോഗസ്ഥനും, എഴുത്തറിയാത്തവനും എഴുത്തറിയു ന്നവനും, ചായ്പിൽ പാർക്കുന്നവനും ബംഗ്ലാവിൽ പാർക്കുന്നവനും, ഗ്രാമീണനും നാഗരികനും - അങ്ങനെ വ്യത്യസ്തങ്ങളായ സ്ഥലങ്ങളുടെ പ്രതിനിധികൾ തമ്മിൽ ഏറ്റുമുട്ടുന്നു. ആ ഏറ്റുമുട്ടലിന്റെ വർഗ്ഗവൈരുധ്യങ്ങളും പ്രാന്തീകരിക്കപ്പെട്ട മനു ഷ്യന്റെ വേദനയുമാണ് 'തഹസീൽദാരുടെ അച്ഛനെ' ഒരു കുടുംബകലഹ ക്കഥയുടെ ഏകമാനമായ യാഥാർത്ഥ്യപ്പകർപ്പിൽനിന്നു രക്ഷിച്ചത്. ഒരു നിശ്ശബ്ദ പ്രേമത്തിന്റെ മാങ്ങാച്ചുന മണമുള്ള 'മാഞ്ചുവടിൽ' എന്ന കഥയിലും കേന്ദ്രവും പ്രാന്തവും തമ്മിലുള്ള ഈ ഏറ്റുമുട്ടലിന്റെ കഥയുണ്ട്.

തുറന്ന പ്രസ്താവനകൾ തകഴിയുടെ കഥയിൽ ദുഃശീലമാണ്. യഥാർത്ഥത്തിൽ അതു മലയാളത്തിലെ യഥാതഥകഥയുടെ ദുഃശീലമായിരുന്നു. അത്തരം സന്ദർഭ ങ്ങളിൽ തന്റെ ലളിതവാക്യങ്ങൾ തകഴിയെ പരാജയപ്പെടുത്തി. പ്രസ്താവനകൾക്കു പകരം കാഴ്ചക്കാരനെപ്പോലെ ചിത്രങ്ങൾ നിർമ്മിച്ചപ്പോൾ ആ വാക്യങ്ങൾ മലയാള ചെറുകഥയിലെ ഏറ്റവും വലിയ ആഖ്യാനവിപ്ലവത്തിന്റെയും ഭാവുകത്വ വിച്ഛേദത്തിന്റെയും പതാകകളായി അദ്ദേഹത്തെ വിജയിയാക്കി. രണ്ടും ഈ സമാഹാരത്തിൽ വായിക്കാം.

■

വെള്ളപ്പൊക്കത്തിൽ

നാട്ടിലെ പൊക്കംകൂടിയ സ്ഥലം ക്ഷേത്രമാണ്. അവിടെ, ദേവൻ കഴുത്തറ്റം വെള്ളത്തിൽ നില്ക്കുന്നു. വെള്ളം! സർവ്വത്ര ജലം! നാട്ടുകാരെല്ലാം കര തേടിപ്പോയി. വീട്ടുകാവലിന് ഒരാൾ, വീട്ടിൽ വള്ളമുണ്ടെങ്കിൽ ഉണ്ട്. ക്ഷേത്രത്തിലെ മൂന്നു മുറിയുള്ള മാളികപ്പുറത്ത് 67 കുട്ടികളുണ്ട്. 356 ആളുകൾ, പട്ടി, പൂച്ച, ആട്, കോഴി മുതലായ വളർത്തു മൃഗങ്ങളും. എല്ലാം ഐകമത്യമായി കഴിയുന്നു; ഒരു ശണ്ഠയുമില്ല.

ചേന്നപ്പറയൻ ഒരു രാത്രിയും ഒരു പകലുമായി വെള്ളത്തിൽത്തന്നെ നില്ക്കുന്നു. അവനു വള്ളമില്ല. അവന്റെ തമ്പുരാൻ മൂന്നായി, പ്രാണനും കൊണ്ടു കരപറ്റിയിട്ട്. ആദ്യം പുരയ്ക്കകത്തേക്കു വെള്ളം എത്തിനോക്കിത്തുടങ്ങിയപ്പോഴേ മടലും കമ്പുംകൊണ്ടു തട്ടും പരണും കെട്ടിയിരുന്നു. വെള്ളം പെട്ടെന്നിറങ്ങുമെന്നു കരുതി രണ്ടുദിവസം അതിൽ കുത്തിയിരുന്നു. അവിടെ നിന്നും പോയാൽ അവയെല്ലാം ആണുങ്ങൾ കൊണ്ടുപോകുകയും ചെയ്യും.

ഇപ്പോൾ തട്ടിന്റെയും പരണിന്റെയും മുകളിൽ മുട്ടറ്റം വെള്ളമുണ്ട്. മേൽക്കൂരയുടെ രണ്ടുവരി ഓല വെള്ളത്തിനടിയിലാണ്. അകത്തു കിടന്നു ചേന്നൻ വിളിച്ചു. ആരു വിളികേൾക്കും? അടുത്താരുണ്ട്? ഗർഭിണിയായ ഒരു പറച്ചി, നാലു കുട്ടികൾ, ഒരു പൂച്ച, ഒരു പട്ടി ഇത്രയും ജീവികൾ അവനെ ആശ്രയിച്ചിട്ടുമുണ്ട്. പുരയ്ക്കു മുകളിൽക്കൂടി വെള്ളം ഒഴുകാൻ മുപ്പതുനാഴിക വേണ്ടെന്നും, തന്റെയും കുടുംബത്തിന്റെയും അവസാനമടുത്തുവെന്നും അവൻ തീർച്ചപ്പെടുത്തി. ഭയങ്കരമായ മഴ തോർന്നിട്ടു മൂന്നു ദിവസമായി. കൂരയുടെ ഓല പൊളിച്ചു ചേന്നൻ ഒരുകണക്കിൽ പുറത്തിറങ്ങി. നാലു ചുറ്റിനും നോക്കി. വടക്ക് ഒരു കെട്ടുവള്ളം പോകുന്നു. അത്യുച്ചത്തിൽ ചേന്നപ്പറയൻ വള്ളക്കാരെ കൂകിവിളിച്ചു. വള്ളക്കാർക്കു ഭാഗ്യംകൊണ്ടു കാര്യം മനസ്സിലായി. അവർ വള്ളം കൊട്ടിലിനുനേർക്കു തിരിച്ചു. കിടാങ്ങളേയും, പെണ്ണാളിനേയും, പട്ടിയേയും, പൂച്ചയേയും പുരയുടെ വാരിക്കിടയിൽക്കൂടി ഓരോന്നായി ചേന്നൻ വലിച്ചു വെളിയിലിട്ടു. അപ്പോഴേക്കു വള്ളവും വന്നടുത്തു.

കിടാങ്ങൾ വള്ളത്തിൽ കയറിക്കൊണ്ടിരിക്കയാണ്. “ചേന്നച്ചോ, പൂഹേയ്!” പടിഞ്ഞാറുനിന്നാരോ വിളിക്കുന്നു. ചേന്നൻ തിരിഞ്ഞുനോക്കി. “ഇങ്ങാ വായോ!” അതു മടിയത്തറ കുഞ്ഞേപ്പനാണ്. അവൻ പുരപ്പുറത്തുനിന്നു വിളിക്കയാണ്. ധിറുതിപ്പെട്ടു പെണ്ണാളിനെ പിടിച്ചു വള്ളത്തിൽ പിടിച്ചുകയറ്റി. അത്തക്കത്തിനു പൂച്ചയും വള്ളത്തിൽ ചാടിക്കയറി. പട്ടിയുടെ കാര്യം ആരും ഓർത്തില്ല. അത്, പുരയുടെ പടിഞ്ഞാറെ ചരുവിൽ, അവിടെയും ഇവിടെയും മണപ്പിച്ചു നടക്കുകയാണ്.

വള്ളം നീങ്ങി; അതകലെയായി.

പട്ടി മുകളെടുപ്പിൽ തിരിച്ചുവന്നു. ചേന്നന്റെ വള്ളം അങ്ങകലെയായി ക്കഴിഞ്ഞു; അതു പറന്നുപോകുന്നു. മരണവേദനയോടെ ആ ജന്തു മോങ്ങി ത്തുടങ്ങി; നിസ്സഹായനായ ഒരു മനുഷ്യന്റെ ശബ്ദത്തോടു സാദൃശ്യമുള്ള ശബ്ദപരമ്പരകൾ പുറപ്പെടുവിച്ചു. ആരുണ്ടതു കേൾക്കാൻ! പുരയുടെ നാലു ചരുവുകളിലും അത് ഓടിനടന്നു; ചിലേടമെല്ലാം മണപ്പിച്ചു; മോങ്ങി!

സ്വൈരമായി പുരപ്പുറത്തിരുന്ന ഒരു തവള, അപ്രതീക്ഷിതമായ ഈ ബഹളംകണ്ടു പേടിച്ചു പട്ടിയുടെ മുമ്പിൽക്കൂടി വെള്ളത്തിലേക്കു ‘ധുടീം’ എന്നൊരു ചാട്ടംചാടി. ആ നായ് ഭയപ്പെട്ടു ഞെട്ടി പിന്നിലേക്കു കുതിച്ചു ജലത്തിനുണ്ടായ ചലനത്തെ കുറേനേരം തുറിച്ചുനോക്കി നിന്നു.

ആഹാരം തേടിയാവാം, ആ മൃഗം അവിടെയും ഇവിടെയും ഒക്കെ ചെന്നു ഘ്രാണിക്കുന്നു. ഒരു തവള അവന്റെ നാസാരന്ധ്രത്തിൽ മൂത്രം വിസർജ്ജി ച്ചിട്ടു വെള്ളത്തിലേക്കു ചാടിക്കളഞ്ഞു. അസ്വസ്ഥനായ നായ് ചീറ്റി, തുമ്മി. തല അറഞ്ഞു ചീറ്റി, മുൻകാലുകൾ ഒന്നുകൊണ്ടു മോന്ത തുടച്ചു.

ഭയങ്കരമായ പേമാരി വീണ്ടും ആരംഭിച്ചു. കൂനിക്കൂടി കുത്തിയിരുന്ന് ആ പട്ടി അതു സഹിച്ചു. അതിന്റെ യജമാനൻ അമ്പലപ്പുഴ പറ്റിക്കഴിഞ്ഞു.

രാത്രിയായി. ഒരു ഉഗ്രനായ നക്രം ജലത്തിൽ പകുതി ആണ്ടു കിടക്കുന്ന ആ കുടിലിനെ ഉരസിക്കൊണ്ടു മന്ദം മന്ദം ഒഴുകിപ്പോയി. ഭയാക്രാന്തനായി വാൽ താഴ്ത്തിക്കൊണ്ടു നായ് കുരച്ചു. നക്രം യാതൊന്നുമറിയാത്ത ഭാവ ത്തിൽ അങ്ങൊഴുകിപ്പോയി.

മുകളെടുപ്പിൽ കുത്തിയിരുന്ന് ആ ക്ഷുൽപീഡിതനായ മൃഗം, കാർമേഘാ വൃതമായ, അന്ധകാരഭീകരമായ, അന്തരീക്ഷത്തിൽ നോക്കി മോങ്ങി. ആ നായയുടെ ദീനരോദനം അതിദൂരപ്രദേശങ്ങളിലെത്തി. അനുകമ്പാതുരനായ വായുഭഗവാൻ അതിനേയും വഹിച്ചുകൊണ്ടു പാഞ്ഞു. വീടുകാവലേറ്റിട്ടുള്ള ചില ഹൃദയാലുക്കൾ, അയ്യോ, പുരപ്പുറത്തിരുന്നു പട്ടി മോങ്ങുന്നു, എന്നു പറഞ്ഞുകാണും. കടൽപ്പുറത്ത് അതിന്റെ യജമാനൻ ഇപ്പോൾ അത്താഴം ഉണ്ണുകയായിരിക്കും. പതിവനുസരിച്ച് ഊണുകഴിയുമ്പോൾ ഇന്നും ഒരുരുള ചോറ് അവൻ അതിന് ഉരുട്ടുമായിരിക്കും.

അത്യുച്ചത്തിൽ ഇടവിടാതെ കുറേനേരം ആ പട്ടി മോങ്ങി; ശബ്ദം താണു നിശ്ശബ്ദമായി. വടക്കെങ്ങോ ഒരു വീട്ടിലിരുന്ന് വീട്ടു കാവൽക്കാരൻ രാമായണം വായിക്കുന്നു. അതു ശ്രദ്ധിക്കുംപോലെ, നിശ്ശബ്ദനായി പട്ടി വടക്കോട്ടു നോക്കി നിന്നു. ആ ജീവി തൊണ്ട പൊട്ടുമാറ് രണ്ടാമതും കുറച്ചുനേരം മോങ്ങി.

ആ നിശീഥിനിയുടെ നിശ്ശേഷനിശ്ശബ്ദതയിൽ ശ്രുതിമധുരമായ രാമായണം വായന ഒരിക്കൽക്കൂടി എങ്ങും പരന്നൊഴുകി. നമ്മുടെ ശുനകൻ ആ മാനവശബ്ദം ചെവിയോർത്തു കേട്ട് കുറച്ചധികനേരം നിശ്ചലം നിന്നു. ഒരു ശീതമാരുതപ്രവാഹത്തിൽ ആ ശാന്തമധുരമായ ഗാനം ലയിച്ചു. കാറ്റിന്റെ ഒച്ചയും അലകളിളക്കുന്ന 'ബളബള' ശബ്ദവും അല്ലാതൊന്നും കേൾപ്പാനില്ല.

മുകളെടുപ്പിൽ ചേന്നന്റെ പട്ടി കയറിക്കിടക്കുന്നു. ഘനമായി അതു ശ്വാസോച്ഛ്വാസം ചെയ്തു. ഇടയ്ക്കിടയ്ക്ക് എന്തോ നിരാശനായി പിറുപിറു ക്കുന്നുമുണ്ട്. അവിടെ ഒരു മീൻ തുടിച്ചു; ചാടി എണീറ്റ് നായ് കുരച്ചു. മറ്റൊരിടത്തു തവള ചാടി; അസ്വസ്ഥനായി നായ് മുറുമുറുത്തു.

പ്രഭാതമായി; താണ സ്വരത്തിൽ അതു മോങ്ങിത്തുടങ്ങി; ഹൃദയ ദ്രവീ കരണസമർത്ഥമായ ഒരു രാഗം വിസ്തരിച്ചുതുടങ്ങി! തവളകൾ അവനെ തുറിച്ചുനോക്കി, ജലത്തിൽ ചാടി ഉപരിതലത്തിൽക്കൂടി തെറ്റിത്തെന്നി ചരിച്ചു താഴുന്നത് അവൻ നിർന്നിമേഷം നോക്കിനില്ക്കും.

ജലപ്പരപ്പിൽനിന്നുയർന്നുകാണുന്ന ആ ഓലക്കെട്ടുകളിലെല്ലാം അവൻ ആശയോടെ ദൃഷ്ടിവച്ചു. എല്ലാം വിജനമാണ്. ഒരിടത്തും തീ പുകയുന്നില്ല. ശരീരത്തിൽ കടിച്ചു സുഖിക്കുന്ന ഈച്ചകളെ പട്ടി കടിച്ചുകൊറിക്കും. പിൻകാലുകളാൽ താടി കൂടെക്കൂടെ ചൊറിഞ്ഞ് ഈച്ചയെ പായിക്കും.

അല്പനേരം സൂര്യൻ തെളിഞ്ഞു. ആ ഇളവെയിലിൽ അവൻ കിടന്നു മയങ്ങി. മന്ദാനിലനിൽ ഇളകുന്ന വാഴയിലയുടെ ഛായ പുരപ്പുറത്തങ്ങനെ ചലിച്ചുകൊണ്ടിരുന്നു! അവൻ ചാടി എണീറ്റ് ഒന്നു കുരച്ചു.

കാറുകയറി സൂര്യൻ മറഞ്ഞു. നാടെല്ലാം ഇരുണ്ടു. കാറ്റ് അലകളെ ഇളക്കി. ജലപ്പരപ്പിൽക്കൂടി ജന്തുക്കളുടെ ശവശരീരങ്ങൾ ഒഴുകിപ്പോകുന്നു; ഓളത്തിൽ ഇളകി കുതിച്ചൊഴുകുന്നു. സ്വച്ഛന്ദം അവ എങ്ങും സഞ്ചരിക്കുന്നു; ഭയപ്പെടാതെ നടക്കുന്നു. അതിനെയെല്ലാം കൊതിയോടെ നോക്കി, നമ്മുടെ നായ് മുറുമുറുത്തു.

അങ്ങകലെ ഒരു ചെറുവള്ളം ദ്രുതഗതിയിൽ പോകുന്നു. അവൻ എഴുന്നേറ്റുനിന്ന് വാലാട്ടി, ആ വഞ്ചിയുടെ ഗതിയെ സൂക്ഷിച്ചു. അതങ്ങു തൈക്കൂട്ടത്തിൽ മറഞ്ഞു.

മഴ ചാറിത്തുടങ്ങി. പിൻകാലുകൾ മടക്കി മുൻകാലുകൾ നിലത്തൂന്നി കുത്തിയിരുന്ന്, ആ നായ് നാലുപാടും നോക്കി. അവന്റെ കണ്ണുകളിൽ, ആരെയും കരയിക്കുന്ന നിസ്സഹായ സ്ഥിതി പ്രതിഫലിച്ചിരുന്നു.

മഴ തോർന്നു. വടക്കേവീട്ടിൽനിന്നും ഒരു ചെറുവള്ളം വന്ന് ഒരു തെങ്ങിൻ ചുവട്ടിൽ അടുത്തു. നമ്മുടെ നായ് വാലാട്ടി കോട്ടുവാ വിട്ടു മുറുമുറുത്തു. വള്ളക്കാരൻ തെങ്ങിൽ കയറി കരിക്കടർത്തിക്കൊണ്ടു താഴത്തിറങ്ങി. അയാൾ വള്ളത്തിൽ വച്ചുതന്നെ കരിക്കു തുളച്ചു കുടിച്ചിട്ട് തുഴയെടുത്തു തുഴഞ്ഞങ്ങുപോയി.

അകലെയുള്ള വൃക്ഷക്കൊമ്പിൽനിന്നും ഒരു കാകൻ പറന്നുവന്ന്, ഒരൂക്കൻ പോത്തിന്റെ അഴുകിയൊഴുകുന്ന ശരീരത്തിൽ വീണു. ചേന്നന്റെ പട്ടി കൊതിയോടെ കുരയ്ക്കവേ, കാക്ക ആരെയും കൂസാതെ മാംസം കൊത്തിവലിച്ചുതിന്നു. തൃപ്തിയായി; അതു പറന്നങ്ങുപോയി.

ഒരു പച്ചക്കിളി പുരയ്ക്കടുത്തു നില്ക്കുന്ന വാഴയിലയിൽ വന്നിരുന്നു ചിലച്ചു. പട്ടി, അസ്വസ്ഥനായി കുരച്ചു. ആ പക്ഷിയും പറന്നു പോയി.

മലവെള്ളത്തിൽപ്പെട്ട് ഒഴുകിവരുന്ന ഒരു എറുമ്പിൻകൂട് ആ പുരപ്പുറത്തടിഞ്ഞു. അവ രക്ഷപ്പെട്ടു. ഭോജ്യസാധനമെന്നു നണ്ണിയാവാം നമ്മുടെ നായ് അവയ്ക്കുമ്മകൊടുത്തു. ചീറ്റിത്തുമ്മി അതിന്റെ മൃദുലമായ മോന്ത ചുമന്നു തടിച്ചു.

ഉച്ചതിരിഞ്ഞ് ഒരു ചെറുവള്ളത്തിൽ രണ്ടുപേർ ആ വഴി വന്നു. പട്ടി നന്ദിയോടെ കുരച്ചു; വാലാട്ടി. എന്തൊക്കെയോ മനുഷ്യഭാഷയോട് അടുപ്പമുള്ള ഭാഷയിൽ പറഞ്ഞു. അതു ജലത്തിൽ ഇറങ്ങി വള്ളത്തിൽ ചാടാൻ തയ്യാറായി നിന്നു. "തേ! ഒരു പട്ടി നില്ക്കുന്നു." ഒരുവൻ പറഞ്ഞു. അയാളുടെ അനുകമ്പ മനസ്സിലായെന്നപോലെ, നന്ദിസൂചകമായി അതൊന്നു മോങ്ങി. "അവിടിരിക്കട്ടെ." മറ്റെയാൾ പറഞ്ഞു. എന്തോ നുണഞ്ഞിറക്കുംപോലെ, അതു വായ് പൊളിച്ചടച്ചു ശബ്ദിച്ചു. പ്രാർത്ഥിച്ചു. അതു രണ്ടു പ്രാവശ്യം ചാടാൻ ആഞ്ഞു.

വള്ളം, അങ്ങകലെയായി. ഒന്നുകൂടെ പട്ടി മോങ്ങി. വള്ളക്കാരിൽ ഒരുവൻ തിരിഞ്ഞുനോക്കി.

"അയ്യോ!"

അതു വള്ളക്കാരൻ വിളിച്ചതല്ല. ആ ശ്വാനന്റെ ശബ്ദമായിരുന്നു.

"അയ്യോ!"

പരിക്ഷീണവും ഹൃദയസ്പൃക്കുമായ ആ ദീനരോദനം അങ്ങു കാറ്റിൽ ലയിച്ചു. വീണ്ടും അലകളുടെ ഒടുങ്ങാത്ത ശബ്ദം. ആരും പിന്നീടു തിരിഞ്ഞു നോക്കിയില്ല. ആ നിലയ്ക്കു പട്ടി വള്ളം മറയുംവരെ നിന്നു. ലോകത്തോടന്ത്യയാത്ര പറയുംപോലെ മുറുമുറുത്തുകൊണ്ടതു പുരപ്പുറത്തു കയറി. ഇനി ഒരിക്കലും മനുഷ്യനെ സ്നേഹിക്കുകയില്ല എന്ന് അതു പറയുകയാവാം.

കുറെ പച്ചവെള്ളം നക്കിക്കുടിച്ചു. ആ സാധുമൃഗം മുകളിൽക്കൂടി പറന്നു പോകുന്ന പറവകളെ നോക്കി. അലകളിൽക്കൂടി ഇളകിക്കളിച്ച് ഒരു നീർക്കോലി പാഞ്ഞടുത്തു. നായ് ചാടി പുരപ്പുറത്തു കയറി. ചേന്നനും കുടുംബവും പുറത്തിറങ്ങിയ പഴുതിൽക്കൂടി ആ നീർക്കോലി അകത്തേക്കിഴഞ്ഞു. പട്ടി ആ ദ്വാരത്തിൽക്കൂടി അകത്തേക്കെത്തിനോക്കി. ക്രൂരനായിത്തീർന്ന അതു കുരച്ചുതുടങ്ങി. പിന്നീടും നായ് പിറുപിറുത്തു. ജീവഭയവും വിശപ്പും അതിൽ നിറഞ്ഞിരുന്നു. ഏതു ഭാഷക്കാരനും ഏതു ചൊവ്വാഗ്രഹവാസിക്കും ആശയം മനസ്സിലാകും. അത്ര സർവ്വവിദിതമായ ഭാഷ.

രാത്രിയായി. ഭയങ്കരമായ കൊടുങ്കാറ്റും മഴയും തുടങ്ങി. മേൽക്കൂര അലയടിയേറ്റ് ആടിയുലയുന്നു. രണ്ടുപ്രാവശ്യം ആ നായ് ഉരുണ്ടു താഴത്തു വീഴാൻ തുടങ്ങി. ഒരു നീണ്ട തല ജലത്തിനുമീതെ ഉയർന്നു. അതൊരു മുതല യാണ്. പട്ടി പ്രാണവേദനയോടെ കുരയ്ക്കാൻ തുടങ്ങി. അടുത്തു കോഴികൾ കൂട്ടംകരയുന്ന ശബ്ദം കേൾക്കായി.

“പട്ടി എവിടെയാ കുരയ്ക്കുന്നെ? ഇവിടുന്ന് ആൾ മാറിയില്ലേ?”

പടറ്റിവാഴയുടെ ചുവട്ടിൽ, വയ്ക്കോൽ, തേങ്ങ, വാഴക്കുല ഇവകൊണ്ടു നിറഞ്ഞ ഒരു വള്ളമടുത്തു.

പട്ടി വള്ളക്കാരുടെ നേരെ തിരിഞ്ഞുനിന്നു കുര തുടങ്ങി. കോപിഷ്ഠനായി വാൽ ഉയർത്തിക്കൊണ്ടു ജലത്തിനരികെ നിന്ന് കുരച്ചുതുടങ്ങി. വള്ളക്കാരിൽ ഒരുവൻ വാഴയിൽ കയറി.

“കൂവേ, പട്ടി ചാടുമെന്നാ തോന്നുന്നെ!”

പട്ടി മുന്നോട്ട് ഒരു ചാട്ടംചാടി. വാഴയിൽ കയറിയവൻ ഉരുണ്ടുപിടച്ചു വെള്ളത്തിൽ വീണു. മറ്റെയാൾ അവനെപ്പിടിച്ചു വള്ളത്തിൽ കയറ്റി. പട്ടി ഈ സമയംകൊണ്ടു നീന്തി പുരപ്പുറത്തെത്തി ശരീരം കുടഞ്ഞു കോപിഷ്ഠ നായി കുര തുടർന്നു.

കള്ളന്മാർ കുലയെല്ലാം വെട്ടി. “നിനക്കു വെച്ചിരിക്കുന്നെടാ,” തൊണ്ട തകരുമാറു കുരയ്ക്കുന്ന പട്ടിയോടവർ പറഞ്ഞു. പിന്നീടവർ വയ്ക്കോൽ മുഴുവൻ വള്ളത്തിൽ കയറ്റി. അവസാനത്തിൽ ഒരുവൻ പുരപ്പുറത്തേക്കു കയറി. അവന്റെ കാലിൽ പട്ടി കടിയുംകൂടി. ഒരു വാ നിറയെ മാംസം ആ പട്ടിക്കു കിട്ടി. അയാൾ, അയ്യോ! എന്നു കരഞ്ഞുകൊണ്ടു ചാടി വള്ളത്തിൽ ക്കയറി. വള്ളത്തിൽ നിന്ന ആൾ കഴുക്കോലുവച്ചു പട്ടിയുടെ പള്ളയ്ക്കൊരടി യടിച്ചു. ‘മ്യാവൂ! മ്യാവൂ! മ്യാവൂ!’ സ്വരം ക്രമേണ താണു വെറും അശക്തമായ മൂളലിൽ പര്യവസാനിച്ചു. പട്ടികടിയേറ്റയാൾ വള്ളത്തിൽക്കിടന്നു കരഞ്ഞു. “മിണ്ടാതിരിയെടാ. വല്ലോരും–” എന്നു മറ്റെയാൾ സമാധാനം പറഞ്ഞു. അവർ അങ്ങു പോയി.

ഒട്ടധികനേരം കഴിഞ്ഞു പട്ടി വള്ളം പോയ സ്ഥലം നോക്കി ഉഗ്രമായിക്കുരച്ചു.

പാതിരായോടടുത്തു. ഒരു വലിയ ചത്ത പശു ഒഴുകിവന്നു പുരയിൽ അടിഞ്ഞു. പട്ടി മുകളെടുപ്പിൽനിന്ന് അതു നോക്കിനില്ക്കയാണ്. താഴത്തേക്കിറങ്ങിയില്ല. ആ ശവശരീരം മന്ദംമന്ദം മാറുന്നു. പട്ടി മുറുമുറുത്തു. ഓലമാന്തിക്കീറി, വാലാട്ടി, പിടികിട്ടാത്തമട്ടിൽ അല്പം അകലാൻ അതു തുടങ്ങവേ, പതുക്കെപതുക്കെ പട്ടി താഴേക്കിറങ്ങി കടിയിട്ടു വലിച്ചടുപ്പിച്ചു തൃപ്തിയോടെ തിന്നുതുടങ്ങി. കൊടിയ വിശപ്പിനു വേണ്ടുവോളം ആഹാരം!

'ഠേ'ഒരടി! പട്ടിയെ കാണ്മാനില്ല. ഒന്നു കുതിച്ചുതാണിട്ടു പശു അങ്ങകന്ന് ഒഴുകിപ്പോയി.

അപ്പോൾ മുതൽ കൊടുങ്കാറ്റിന്റെലർച്ചയും തവളകളുടെ തുടിപ്പും അലയുടെ ശബ്ദവും അല്ലാതൊന്നും കേൾപ്പാനില്ല. അവിടമൊക്കെ നിശ്ശബ്ദം! ഹൃദയമുള്ള വീട്ടുകാവൽക്കാരൻ പട്ടിയുടെ നിസ്സഹായസ്ഥിതി വെളിപ്പെടുന്ന മോങ്ങൽ പിന്നീടു കേട്ടിട്ടില്ല. അഴുകിച്ചീഞ്ഞ ശവശരീരങ്ങൾ ആ ജലനിരപ്പിൽ അവിടവിടെ ഒഴുകിപ്പോയി. കാക്ക ചിലതിലിരുന്നു കൊത്തിത്തിന്നുന്നുമുണ്ട്. അതിന്റെ സ്വൈരതയെ ഒരു ശബ്ദവും ഭഞ്ജിച്ചില്ല! കള്ളന്മാർക്കും അവരുടെ വൃത്തിക്കും വിഘാതമുണ്ടായില്ല! എല്ലാം ശൂന്യം.

അല്പസമയം കഴിഞ്ഞപ്പോൾ ആ കുടിൽ നിലത്തുവീണു; വെള്ളത്തിലാണ്ടു. അനന്തമായ ആ ജലപ്പരപ്പിൽ ഒന്നും ഉയർന്നുകാണ്മാനില്ല. യജമാനന്റെ ഗൃഹത്തെ മരണംവരെ ആ സ്വാമിഭക്തിയുള്ള മൃഗം കാത്തു. അവൻ പോയി. അവനുവേണ്ടിയെന്നോണം ആ കുടിൽ അവനെ മുതല പിടിക്കുന്നതുവരെ ജലത്തിനുമീതെ ഉയർന്നുനിന്നു. അതു താണു, പൂർണ്ണമായി ജലത്തിൽ താണു.

വെള്ളമിറക്കം തുടങ്ങി. ചേന്നൻ നീന്തിത്തുടിച്ചു പട്ടിയെ അന്വേഷിച്ചു കൊട്ടിലിലേക്കു വരുകയാണ്. ഒരു തെങ്ങിൻചുവട്ടിൽ പട്ടിയുടെ ശവശരീരം അടിഞ്ഞുകിടക്കുന്നു. ഓളങ്ങൾ അതിനെ മെല്ലെ ചലിപ്പിക്കുന്നുണ്ട്. പെരുവിരൽകൊണ്ടു ചേന്നൻ അതിനെ തിരിച്ചും മറിച്ചും ഇട്ടുനോക്കി. അതവന്റെ പട്ടിയാണെന്നു സംശയംതോന്നി. ഒരു ചെവി മുറിഞ്ഞിരിക്കുന്നു. തൊലി അഴുകിപ്പോയിരുന്നതിനാൽ നിറം എന്തെന്നറിഞ്ഞുകൂടാ.

■

തഹസീൽദാരുടെ അച്ഛൻ

'തൈതൈതോ കർകുതകതത്തൈ
കർകുതിത്തൈ തോതകതൈതകതാം.'

ആ ചക്രപ്പാട്ടു രാത്രിയുടെ നിശ്ശബ്ദതയിൽ അത്യുച്ചത്തിൽ കേൾക്കായി. കുട്ടനാട്ടിലെ പുഞ്ചപ്പാടങ്ങളിൽ വൃശ്ചികം-ധനുമാസങ്ങളിൽ കേൾക്കാറുള്ളതാണത്.

കുഞ്ഞ് ഉണർന്നു കരഞ്ഞു. അതിനെ അമ്മ ശപിച്ചു. 'ഹാ, നാശം' അവർ എഴുന്നേറ്റു താരാട്ടു പാടി. കുഞ്ഞ് ഒന്നുകൂടി ഉച്ചത്തിൽ കരഞ്ഞു. ആ താരാട്ടും കരച്ചിലുമെല്ലാം വൃദ്ധന്റെ പാട്ടിൽ ലയിച്ചുപോയി.

'തൈതൈതോ കർകുതകതത്തൈ
കർകുതിത്തൈ തോതകതൈതകതാം.'

'ഒന്നു നിർത്താൻ പറയണേ!' ഭാനുമതിയമ്മ ഭർത്താവിനോടു പറഞ്ഞു. അവർ ദേഷ്യപ്പെട്ടു കുഞ്ഞിന് ഒരടിയും കൊടുത്തു. ഇതൊന്നും വൃദ്ധനറിയുന്നില്ല.

'ഒന്നു മിണ്ടാതിരിക്കരുതോ? രാത്രിയിൽ കിടന്നു വിളിക്കുന്നത്-' തഹസീൽദാർ പത്മനാഭപിള്ള ചോദിച്ചു. നിദ്രാഭംഗവും, ഭാര്യയുടെ ശാഠ്യവും കുഞ്ഞിന്റെ കരച്ചിലും ഒക്കെക്കൂടി അദ്ദേഹത്തെ വളരെ അസഹ്യപ്പെടുത്തി. പാട്ടു പെട്ടെന്നു നിന്നു.

'ങേ, എന്താ മക്കളേ?' വൃദ്ധൻ ചോദിച്ചു.

'കുഞ്ഞു കരയുന്നതു കേട്ടില്ലേ?' പത്മനാഭപിള്ള പറഞ്ഞു.

'ങ, മോനെ! അച്ഛൻ തന്തോഴംകൊണ്ടങ്ങു പാടിപ്പോയതാ.'

കേശവശ്ശാർക്ക് എഴുപതിൽപരം വയസ്സുണ്ട്. ആ ശരീരമാകെ പൊരിപിടിച്ചതാണ്; അതു ഞൊറിയുകയും ചെയ്തു. ചക്രംചവിട്ടിയും പുലയന്റെ കൂടെ മുങ്ങികുത്തിയും അങ്ങനെയായിത്തീർന്നു. നിർജ്ജീവങ്ങളായ കണ്ണുകളുടെ കോണുകളിൽ പീളയടിഞ്ഞിട്ടുണ്ട്. ആ വയസ്സന്ന് ഒരു കൂനുമുണ്ട്.

ആ ജീവിതകഥ ചെറുതാണ്. കന്നുകാലിച്ചെറുക്കൻ-ഉഴവുകാരൻ-200 പറ നിലം കൃഷിചെയ്യുന്നവൻ- ആയിരപ്പറ നിലത്തിന്റെ കൃഷിക്കാരൻ- തഹസീൽദാരുടെ അച്ഛൻ.

ആ വലിയ ബംഗ്ലാവിന്റെ പുറകിലുള്ള ഒരു ചായ്പാണ് കേശവശ്ശാരുടെ മുറി. ആ ചായ്പ് വൃദ്ധന്റെ വരവിനുമുമ്പു ഭൃത്യന്മാർക്കു വിട്ടുകൊടുത്തിരുന്നു. അതിൽ, ചിലടത്തൂടെ പഞ്ഞി പുറത്തുചാടുന്ന ഒരു മെത്തയുണ്ട്. ഒരിടിയനും കുഴവിയുമുണ്ട്; അതിന്നു സമീപത്ത് ഒരു പാളപ്പൊതിയും.

ആ ജീവിതം ഒരു വിജയമായിരുന്നോ? ആ അറുപതുകൊല്ലക്കാലത്തെ കായക്ലേശങ്ങൾക്കു പ്രതിഫലം കിട്ടിയോ? ആ എഴുത്തറിഞ്ഞുകൂടാത്ത മൂപ്പീന്നിനു വിദ്യയുടെ വിലയറിയാമോ?

ആ മെത്തയുടെ താഴേ തലയ്ക്കൽഭാഗത്തു സ്വർണ്ണനാണ്യങ്ങൾ നിറഞ്ഞ മടിശ്ശീലകളില്ല. അയാളുടെ പേരിൽ വിസ്തൃതങ്ങളായ പാടങ്ങളോ തോപ്പുകളോ ഇല്ല. ചെയ്യേണ്ടതു ചെയ്തു എന്നുവച്ചു മതിമറന്നു പാട്ടു പാടുന്നു.

'തൈതൈതോ കർകുതകതത്തൈ
കർകുതിത്തൈ തോതകതൈതകതാം.'

ചെറുപ്പത്തിൽ പഠിച്ച ആ പാട്ട് ധനുമാസം വന്നപ്പോൾ പരിതഃസ്ഥിതിയറിയാതെ പാടിപ്പോയി. അറുപതുകൊല്ലം പാടിയതാണത്.

ആ വലിയ ബംഗ്ലാവിൽ താമസിക്കുന്നതു കേശവശ്ശാരുടെ മകനാണ്. വലിയ മീശക്കൊമ്പന്മാർ, പ്രവൃത്തിയാരേമാനന്മാർ, പിള്ളയണ്ണന്മാർ ഇവരെല്ലാം പഞ്ചപുച്ഛമടക്കി ഓച്ഛാനിച്ചു 'പപ്പന്റെ' (അങ്ങനെയാണ് കേശവശ്ശാർ മകനെ വിളിക്കുന്നത്) മുമ്പിൽ നില്ക്കുന്നതു കാണുമ്പോൾ- പപ്പൻ വേഷമിട്ട് ആഫീസിലേക്കു പോകുമ്പോൾ- അതെല്ലാം നോക്കിനില്ക്കുന്ന മൂപ്പീന്നിന്റെ കണ്ണുകൾ നിറയും; അയാൾ പറയും: 'എന്റെ ചക്കിയില്ലല്ലോ ഇതു കാണാൻ!'

പത്മനാഭപിള്ളയുടെ ഇളയ കുട്ടി മുറ്റത്തു പിച്ച നടന്നു കളിക്കുകയായിരുന്നു. കേശവശ്ശാർ അതിനെ എടുക്കുവാൻ പിന്നാലെ ഓടി.

ഒടുവിൽ പിടികിട്ടി. അയാൾ അതിനെ വാരിയെടുത്തു. 'കൊച്ചുപുലയാ-' വൃദ്ധൻ പതിനായിരം ഉമ്മ കൊടുത്തു. കുഞ്ഞു കിടുകിടെ ചിരിച്ചുതുടങ്ങി.

'മോളേ! വിളിച്ചേ, അപ്പൂപ്പാന്ന്.'

ആ കുഞ്ഞു ശബ്ദിച്ചു: 'അപ്പുവാ'

വൃദ്ധൻ ആനന്ദംകൊണ്ടു നൃത്തംചെയ്തു. ആ കുഞ്ഞ് കേശവശ്ശാരുടെ മീശ പിടിച്ചുപറിക്കാൻ തുടങ്ങി.

'കൊച്ചുകഴുവേറി–'

ഭാനുമതിയമ്മ ഇതു കേട്ടു; വൃദ്ധൻ ഉമ്മ വയ്ക്കുന്നതു കണ്ടു.

'ഇങ്ങു തരൂ കുഞ്ഞിനെ, അവർ കുഞ്ഞിനെ വാങ്ങിക്കൊണ്ട് അകത്തേക്കു പോയി. കേശവശ്ശാരുടെ ശ്മശ്രുക്കളിൽ തൂങ്ങിനിന്നിരുന്ന രണ്ടു തുള്ളി ചുവന്ന തുപ്പൽ കുഞ്ഞിന്റെ ഉടുപ്പിൽ വീണിരുന്നു. അകത്തുനിന്ന് ഒരു സംസാരം വൃദ്ധൻ കേട്ടു.

'എടാ നാണൂ! കുഞ്ഞിനെ ഒന്നു കുളിപ്പിക്ക്. അതിനെ ശവംപോലെ നാറുന്നു!' ഇതിനെത്തുടർന്നു കുഞ്ഞു കരയുന്നതും കേട്ടു.

'ഇനി പോകുമോ?' എന്നു ചോദിച്ചു തള്ള കുഞ്ഞിനെ ഒരു നുള്ളു കൊടുത്തു.

കേശവശ്ശാർ ചോദിച്ചു: 'എന്റടുത്തു വരുമോ എന്നാണോടീ?'

'അതിന്റെ ഉടുപ്പത്രേം തുപ്പലായി.'

'നാറുന്നതു ഞാൻ എടുത്തിട്ടാണോ? അവൾ എന്റെ മകന്റെ മകളാ.'

'ഈ കുഞ്ഞുങ്ങളെ ചീത്ത വിളിക്കുന്നതെന്തിനാ?'

'ഊം.' വൃദ്ധൻ ഒന്നു മൂളുകമാത്രം ചെയ്തു.

അടുത്തദിവസം– അന്നും തഹസീൽദാർ അവിടെ ഉണ്ടായിരുന്നില്ല. കേശവശ്ശാർ തഹസീൽദാരുടെ ശയ്യാഗാരത്തിനുള്ളിൽ നില്ക്കുകയായിരുന്നു. സൂര്യപടമെത്ത നിവർത്തിയിട്ടിരിക്കുന്നു. അതിന്റെ പകിട്ടും ഭംഗിയും കണ്ടു വൃദ്ധൻ അതു തൊട്ടുനോക്കി.

'അവിടെ എന്തു ചെയ്യുകയാണ്?' കൊച്ചമ്മ വാതില്ക്കൽ വന്നു ചോദിച്ചു. കേശവശ്ശാർ തിരിഞ്ഞ് അവരെ നോക്കി.

'ഞാനോ? തേ! നോക്കിക്കോ? വൃദ്ധൻ ആ മെത്തയിൽക്കയറി കിടപ്പുമായി.

അന്നു വയ്യിട്ടു തഹസീൽദാർ വന്നപ്പോൾ ഭാര്യ മുഖം വീർപ്പിച്ചുനിന്നു.

'ഉം, ഈ ഗൌരവം എന്ത്?' ഭാര്യയുടെ താടിക്കു പിടിച്ചുകൊണ്ടു ഭർത്താവു ചോദിച്ചു.

അവർ ഒന്നും മിണ്ടിയില്ല.

'ഓ, ഞാനും പിണങ്ങിയാ, എന്നാൽ' അദ്ദേഹം അകത്തേയ്ക്കുപോയി ഉടുപ്പ് ഊരിയിട്ടു കഴിഞ്ഞപ്പോൾ അന്നു നാണുവാണ് കാപ്പി കൊണ്ടു ചെന്നത്.

'ഭാനൂ!' അദ്ദേഹം വിളിച്ചു.

ഭാനുമതിയമ്മ വന്നു.

'ഉം, എന്ത്?'

'ഈ കുഞ്ഞുങ്ങൾ ഇവിടെ താമസിച്ചാൽ ചീത്തയാകും. അതുങ്ങൾ പരസ്പരം ചീത്ത വിളിച്ചു പഠിച്ചു തുടങ്ങി.'

'എന്താ അത്?'

അങ്ങനെ ഭാര്യ ഭർത്താവിനോടു വളരെ പറഞ്ഞു.

'ഞാൻ ആ വിളികളെല്ലാം കേട്ടതാണ് ഭാനൂ!' പത്മനാഭപിള്ള പറഞ്ഞു: 'ആ നാറുന്ന വായമർത്തി ആയിരം ഉമ്മ എനിക്കു കിട്ടിയിട്ടുണ്ട്. ആ തുപ്പൽ പറ്റിയിട്ടുമുണ്ട്.'

'ഞാൻ കുഞ്ഞുങ്ങളുമായി മാറിപ്പാർക്കാം.'

'ഉം. സമാധാനം ഉണ്ടാക്കാം.'

പത്മനാഭപിള്ള വൃദ്ധൻറടുത്തേയ്ക്കു പോയി. തഹസീൽദാർ അയാളോടു ചോദിച്ചു: 'ഈ കുട്ടികളെ എന്തിനാണ് ചീത്ത വിളിക്കുന്നേ? പേരുണ്ടല്ലോ.'

വൃദ്ധൻ പറഞ്ഞു: 'എനിക്കതു വിളിക്കാനറിയാമ്മേല, മോനേ!'

'എന്തിന് അവരോടിടപെടുന്നു? കുളിയും ഊണും കഴിഞ്ഞു നാമം ജപിച്ചിരിക്കരുതോ?'

കേശവശ്ശാരുടെ മുഖം വാടി. 'അയ്യോ! മോനേ, ഞാൻ കുഞ്ഞുങ്ങളെ കണ്ടാല് വിളിക്കാതേം എടുക്കാതേം എങ്ങനെ ഇരിക്കും?'

പത്മനാഭപിള്ള ഒരു ക്ഷണം നിശ്ചലനായി നിന്നുപോയി. ആ മങ്ങിയ മിഴികളിൽ ജലം പൊടിയുന്നതായിത്തോന്നി. ആ മുഖം വാടിക്കരിഞ്ഞു. തഹസീൽദാരുടെ ഉള്ളിൽ ഒരു നിമിഷം ചില സ്മരണകൾ ഉണർന്നു. പാതിരയ്ക്ക് ഉറങ്ങിക്കിടക്കുമ്പോൾ വലിച്ചുവാരി എടുത്തു കൂടെയിരുത്തി ചോർ ഉരുട്ടിത്തരുന്നത്-കരയുമ്പോൾ കോരിയെടുത്ത് ഉമ്മ തരുന്നത്-ആവശ്യപ്പെട്ട പണം കോളേജിലേയ്ക്ക് അയച്ചുതരുന്നത്...

പത്മനാഭപിള്ള ശിരസ്സു കുമ്പിട്ടു നടന്നുപോയി. വൃദ്ധൻ ശിലാപ്രതിമ പോലെ അവിടെ നിന്നു.

കേശവശ്ശാർ ചിലപ്പോൾ ഒരു തോർത്തുമുണ്ടുടുത്തു മുണ്ടും തലയിൽകെട്ടി പുറത്തിറങ്ങി നടക്കും. ആ വഴിക്കു കച്ചേരിയിൽ ചെല്ലും. 'പപ്പനുണ്ടോ ഇവടെ?' ഗുമസ്ഥന്മാരോടു ചോദിക്കും. ആദ്യം അവർക്കു മനസ്സിലായില്ല.

'ഏതു പപ്പൻ മൂപ്പീന്നേ?'

'തവശീലാരേ! നമ്മടെ മഹൻ. തവശീലാര് നമ്മടെ മകനാ.'

ഭാനുമതിയമ്മ ഒരു പേഷ്ക്കാരുടെ മകളാണ്! അതിലും വൃദ്ധൻ അഭിമാനം കൊള്ളും.

ഒരു ദിവസം സ്ഥലം മജിസ്ട്രേട്ടിന്റെ ഭാര്യ, ദേവസ്വം അസിസ്റ്റന്റു കമ്മീഷണരുടെ ഭാര്യ മുതലായ സ്ത്രീകൾ ചിലർ ആ വീടു സന്ദർശിച്ചു. അവർ ഒത്തുകൂടിയിരുന്നു സംസാരിക്കുമ്പോൾ, കേശവശ്ശാർ ആ മുറിയിൽ കടന്നുചെന്നു ചോദിച്ചു: 'എടീ പെണ്ണേ! പപ്പൻ എപ്പം വരുമെടീ?'

ആ കൊച്ചമ്മയ്ക്ക് ഇതിൽപരം ഒരപമാനം ഉണ്ടാവാനില്ല. അതിഥികളെല്ലാം പോയിക്കഴിഞ്ഞപ്പോൾ കൊച്ചമ്മ കേശവശ്ശാരോട് ഒരു യുദ്ധത്തിന്നു തയ്യാറായി. 'പിന്നെ, എന്നെ പെണ്ണേ എന്നും മറ്റും വിളിക്കുവാൻ ഒക്കുകയില്ല. എന്നെ ആരും വിളിച്ചിട്ടില്ലാ.' അവർ ഗൗരവത്തോടെ പറഞ്ഞു.

വൃദ്ധന്നു ദേഷ്യം വന്നു. 'എന്നാൽ ഞാൻ കൊച്ചമ്മേ എന്നു വിളിക്കാം! ഫോടീ, ഫോ!'

'കുറേ ചേതമുണ്ട്, എന്നെ ആട്ടാൻ!'

'പിന്നെ ആർക്കാടീ അതികാരം? നീ എന്റെ ചോറു തിന്നോണ്ട്– കൊടിച്ചിപ്പട്ടീ! എന്റെ കുഞ്ഞിനെ ഓർത്തു ഞാൻ ചെയ്യുന്നില്ല. നിന്റെ നാക്ക് ചവിട്ടിപ്പീഴും– കേയച്ചാരെ നീ അറിയത്തില്ല!'

വൃദ്ധന്റെ ശബ്ദം ഉയർന്നു. അത് അത്യുച്ചത്തിലായി. ശബ്ദം കേട്ടു നാണു വന്നു.

അന്നു രാത്രി മുഴുവൻ ഭാനുമതി ഭർത്താവിന്റെ അടുത്ത് എന്തൊക്കെയോ പറയുകയും കരയുകയും ഒക്കെ ചെയ്തു. പത്മനാഭപിള്ള പറഞ്ഞു: 'ആ കിഴവൻ നമ്മുടെ ദൈവമാണ് ഭാനൂ, നമ്മുടെ കുട്ടികളെ ഓർക്ക്.'

'അതിന്നു ഞാൻ നിന്ദിച്ചോ? ഒരിക്കലും അച്ഛനെ ഉപേക്ഷിക്കരുത്. ഞങ്ങൾ രണ്ടാളുംകൂടി ചേരുകയില്ല. അതുകൊണ്ട് ഞാൻ പോകാം.'

ഒരു വെളുപ്പാൻകാലത്ത് അടുക്കളയിൽ എന്തോ തട്ടിമുട്ടുന്ന ശബ്ദംകേട്ടു കൊച്ചമ്മ ഉണർന്ന് അരിവെപ്പുകാരൻ നാണുവിനെ വിളിച്ചു. അടുക്കളയിൽ ആരോ കയറിയിട്ടുണ്ട്. കൊച്ചമ്മ വിളക്കു കത്തിച്ച് അടുക്കളയിലേക്കു പോയി. അപ്പോഴേയ്ക്കും നാണുവും അവിടെ ചെന്നു.

'ആരാ അത്?'

ആരും ഉത്തരം പറഞ്ഞില്ല. അകത്തു കേശവശ്ശാർ ഇരിക്കുന്നു. ഒരു പിഞ്ഞാണമെടുത്ത് എന്തോ മോന്തിക്കുടിക്കുന്നു. കൊച്ചമ്മ സ്തംഭിച്ചു നിന്നുപോയി. നാണു ചിരിച്ചു.

'പരവശമെടുത്തു. എനിക്കത്താഴം തന്നോ? ഇത്തിരി തണുത്ത വെള്ളം മോന്താന്നുവെച്ചു.' പിഞ്ഞാണം താഴത്തുവെച്ചിട്ടു കേശവശ്ശാർ പറഞ്ഞു.

'അതിൽപരം അബദ്ധമായേനല്ലോ! വല്ല കള്ളന്മാരും ആണെന്നുവെച്ചു തല്ലിയേനെ. വല്യ ഗുരുത്തം!' നാണു ചിരിക്കിടയിൽ പറഞ്ഞു.

ഭാനുമതി നാണവും കോപവും ഭയവും കൊണ്ടു ഭ്രാന്തിയായി: 'എടാ! നാണൂ, ആ പാത്രമെല്ലാം എടുത്തു പുറത്തിടടാ.'

കേശവശ്ശാർ ചിരിച്ചുകൊണ്ടു ചോദിച്ചു: 'ആരോടാടീ ദേഷ്യപ്പെടുന്നേ? വേണ്ട നീ അത്താഴം തന്നാലും ഞാൻ ഉണ്ണത്തില്ല്യോടി'

കൊച്ചമ്മ ഇറങ്ങിപ്പോയി. ആ വഴക്കു വർദ്ധിപ്പിക്കാവുന്നതല്ല. ഭാര്യ ഭർത്താവിനോടു പറയുന്നു: 'എനിക്കിതു കുറച്ചിലാണ്. ഈ പരക്കഴി എങ്ങനെ സഹിക്കും; ഒന്നു പറഞ്ഞു നേരെയാക്കണം.'

'നീ ആ കിഴവന് ഒന്നും നേരാംവണ്ണം കൊടുക്കുന്നില്ലായിരിക്കും.'

'ഞാനാണല്ലോ എപ്പോഴും കുറ്റക്കാരി. നിങ്ങൾ അച്ഛനും മകനും ഉരുള ക്കിഴങ്ങുകുഴമ്പുകൂട്ടി ഒന്നരയിടങ്ങഴി അരിയുടെ ചോറുണ്ടിട്ടുണ്ട്.'

'അതങ്ങു ക്ഷമിക്കൂ, ഭാനൂ!'

ഒരേമ്പക്കത്തിന്റെ ശബ്ദം മുറ്റത്തു കേൾക്കായി. ഭാനുമതിയമ്മ തുടർന്നു: 'ഈ അപമാനങ്ങളും ശകാരവും ഒക്കെ സഹിച്ച് എനിക്കു മേല, ജീവി ക്കാൻ.'

പത്മനാഭപിള്ള കുറേനേരം മിണ്ടാതെ കിടന്നു. കൊച്ചമ്മ ധാരമുറിയാതെ പറഞ്ഞുകൊണ്ടിരുന്നു. കുറച്ചു സമയം കഴിഞ്ഞ് അദ്ദേഹം എഴുന്നേറ്റു വിളക്കുമെടുത്തു ചായ്പിലേക്കു പോയി.

കേശവശ്ശാർ വെറ്റില ഇടിച്ചുകൊണ്ടിരിക്കുകയാണ്. അയാൾ തലയുയർത്തി നോക്കി. 'ആരാ അത്?'

'ഞാനാണ്.' പത്മനാഭപിള്ളയുടെ സ്വരം പരുഷമായിരുന്നു.

വൃദ്ധൻ പറഞ്ഞു: 'എന്റെ മക്കളേ! എരിപൊരിയെടുത്തു. വയസ്സല്ല്യോ. ഞാൻ അടുക്കളയിൽചെന്ന് ഇത്ര തണുത്ത വെള്ളം എടുത്തുമോന്തി. അയ്യോ! എനിക്കു തോന്നി, കാര്യം തീർന്നെന്ന്. അത്ര പരവേശമായിരുന്നു!'

'എങ്കിൽ നാണുവിനെ വിളിച്ചുകൂടായിരുന്നോ?'

'ഔ! എന്തിനാണ് പപ്പൂ, അവനെ ഉപദ്രവിക്കുന്നത്? അച്ഛൻ തന്നത്താൻ വെളമ്പിത്തിന്നുകല്യാറുന്നോ പതിവ്, വെളമ്പിത്തരാനുള്ള ആളു പോയതി പ്പിന്നെ? എന്നേ, മോനും ഓർമ്മയില്ല്യോ?'

നല്ലപോലെ ശാസിക്കുവാൻ കരുതി വന്ന പത്മനാഭപിള്ളയ്ക്കു പിന്നെ ഒന്നും പറയുവാനുണ്ടായിരുന്നില്ല- സ്മരണകൾ- ബാല്യകാലസ്മരണകൾ- അദ്ദേഹത്തെ നിരുദ്ധകണ്ഠനാക്കി. ആ ശുഷ്കിച്ച കൈകൾ അരിവെച്ചു വിളമ്പിത്തന്നവയാണ്. ഒരിക്കൽ അദ്ദേഹം ഒരു വല്യമ്മയോടു പറഞ്ഞത് ഇന്നും പത്മനാഭപിള്ള ഓർക്കുന്നു: 'വേറൊരുത്തിയെക്കൊണ്ടുവന്നാല് അവളെന്റ മോന് ഒന്നും കൊടുക്കത്തില്ല. ഞാനവനു വെച്ചുവിളമ്പി ക്കൊടുക്കാം.'

പത്മനാഭപിള്ള ഒന്നും മിണ്ടാതെ ഇറങ്ങിപ്പോയി. അദ്ദേഹത്തിന്റെ കണ്ണുകൾ നിറഞ്ഞിരുന്നു. ഒട്ടു നടന്നിട്ട് അദ്ദേഹം തിരിഞ്ഞുനോക്കി. ആ കിഴവൻ കൂനിക്കൂടിയിരിക്കുന്നു.

എന്നിട്ടും, അത്താഴത്തിന്റെ കഥ കിഴവൻ മിണ്ടിയില്ല! ഇതെല്ലാം ഭാനുമതിയമ്മ ഒളിച്ചുനിന്നു നോക്കിയിരുന്നു. അവർ ചോദിച്ചു: 'സായിപ്പിനെക്കണ്ടപ്പോൾ കവാത്തു മറന്നോ?'

പത്മനാഭപിള്ള ഉത്തരം പറഞ്ഞില്ല.

'ഭാനു! ആ സായിപ്പിനെക്കാണുമ്പോൾ കവാത്ത് ഓർമ്മ വരും. ഓർമ്മിക്കാൻ വളരെയുണ്ട്. എന്റെ അമ്മ!'

തന്റെ അഞ്ചു വയസ്സിൽ മരിച്ച അമ്മ– ആ വാത്സല്യവതിയെ ഒരു സ്വപ്നംപോലെ അവ്യക്തമായി പത്മനാഭപിള്ള കണ്ടു.

പക്ഷേ ഇതൊരു മഹാപ്രശ്നമായി. ആരെയും കുറ്റപ്പെടുത്തുവാനില്ല. ഇരുവശത്തും ന്യായങ്ങളുണ്ട്. ആ ധർമ്മസങ്കടത്തിൽനിന്നു കരകയറുവാൻ പത്മനാഭപിള്ള നന്നായി ചിന്തിച്ചു.

വൃദ്ധൻ അല്പാല്പം മദ്യപാനം ചെയ്യാറുണ്ട്. സന്ധ്യയ്ക്കു പുറത്തിറങ്ങിപ്പോകുന്നതു ഷാപ്പിലേക്കാണ്. അതേതാണ്ട് ഒരങ്ങാടിപ്പാട്ടായിരിക്കുന്നു. ഒരു തോർത്തുമുടുത്തു പ്രാകൃതംപിടിച്ച് അങ്ങനെ നടക്കുന്നു; വീട്ടിൽ ലഹളയുണ്ടാക്കുന്നു.

ഒരു ദിവസം പത്മനാഭപിള്ള കേശവശ്ശാരെ വിളിച്ചു പറഞ്ഞു: 'ഇതൊക്കെ എനിക്കു മാനക്കേടാണ്.'

'ഇനി ഇതിലും പ്രാകൃതമാകും മോനേ!' കേശവശ്ശാരുടെ കണ്ണിൽ ജലം പൊടിച്ചു. അയാൾ തുടർന്നു: 'എന്റെ മോനേ അച്ഛൻ ഒരുത്തനു കീഴ്വണങ്ങിയവനല്ല. ഇഷ്ടംപോലെ ഇത്രേംവയസ്സുവരെ കഴിഞ്ഞു. എന്റെ മോൻ അച്ഛനോട് ഒന്നും ചോദിക്കാതേ– എന്റെ മോൻ ഒന്നും അറിയണ്ട. നിന്റെ മനസ്സു പുണ്ണാക്കണ്ട.'

'എന്തായാലും ഇത് മാനക്കേടാണ്.'

'എന്റെ– എന്റെ മോന് അങ്ങനെ തോന്നുന്നോ?'

ആ വൃദ്ധഹൃദയം നൊമ്പരപ്പെടുന്നു എന്നു തഹസീൽദാർ സംശയിച്ചു. അല്പം കഴിഞ്ഞ് അദ്ദേഹം ചോദിച്ചു: 'നാട്ടിൽ പാപ്പി അപ്പച്ചി താമസിക്കുന്നുണ്ടല്ലോ.'

വൃദ്ധൻ ഒന്നു തലകുലുക്കി. 'ഒണ്ട്.'

* അപ്പച്ചി – പിതൃസഹോദരി

'അവിടെപ്പോയിത്താമസിക്കരുതോ?'

'ഇല്ല മോനേ! അതില്ല.'

'വേണ്ട പണം അവിടെത്തരാം.'

'പണമോ? എനിക്കോ? ഞാൻ വളരെ നെല്ലും ചക്രോം കണ്ടവനാ. എനിക്കു പണം വേണ്ട. എന്റെ മോനെ! അച്ഛനു പണം വേണ്ട. അവിടെ പ്പോയിത്താമസിക്കേം വേണ്ട.'

വൃദ്ധൻ അവിടെനിന്നു പോയി.

അതിനല്ല, ആ ജീവിതത്തിൽ പാടുപെട്ടത്. ആ കിഴവനു പണം വേണ്ട; ആഡംബരം വേണ്ട. പത്മനാഭപിള്ള ഓർക്കുന്നു, ആ വൃദ്ധൻ ചെറുപ്പ മായിരുന്ന കാലത്തു ചിലരോടു പറഞ്ഞിട്ടുള്ളത്: 'എന്റെ മോന് ഒരുദ്യോഗം കിട്ടി സുഖമായിരിക്കുമ്പം നാലുദിവസം അവന്റെകൂടെ എനിക്കു താമസി ക്കണം.' ഒരിക്കലും പരിഹാരം കാണാൻ കഴിയാത്ത പ്രശ്നം! പക്ഷേ അവരിരുവരും യോജിക്കുകയില്ല. ആ ജീവിതലക്ഷ്യം! ചെറുപ്പകാലം മുതൽ ഒരു പ്രിയതരമായ ആഗ്രഹത്തെ പരിലാളിച്ചുവന്നു. അതിനു ചുറ്റിലും പ്രയത്നപൂർണ്ണമായ ഒരു ജീവിതം കൊടുങ്കാറ്റുപോലെ കറങ്ങിക്കൊണ്ടി രുന്നു. ഓർമ്മവന്നതു മുതല്ക്കുള്ള ചരിത്രങ്ങൾ തഹസീൽദാർ സ്മരിച്ചു. ആ നാലുദിവസത്തിനുവേണ്ടി 70-ൽപരം സംവത്സരങ്ങൾ വിനിയോഗിക്ക പ്പെടുക; ഒടുവിൽ ആ നാലുദിവസങ്ങൾ ഇല്ലാതാകുക! അതെന്തു ദാരുണ മാണ്! ആ കിഴവന്റെ ഓർമ്മശക്തി നശിച്ചിരുന്നെങ്കിൽ– എങ്കിൽ ആ നാലുദിവസം ഇല്ലെങ്കിൽത്തന്നെയും സാരമില്ല. അപ്പോൾ നിരാശയുമില്ല. പക്ഷേ, എങ്ങനെ കൂടെ താമസിപ്പിക്കും?... വൃദ്ധന്റെ ആ നിർബന്ധം കൊള്ളുകയില്ല.

തഹസീൽദാർ സർക്കീട്ടിലായിരുന്നു. ഒരുദിവസം ഭാനുമതിയമ്മ ആറ്റിൽ കുളിക്കാൻ പോയി. സോപ്പുതേച്ചുകൊണ്ടിരുന്നപ്പോൾ അവരുടെ വിരലിലെ മോതിരം ഊരി നദിയിൽപ്പോയി. വളരെയൊക്കെ ശ്രമിച്ചിട്ടും കിട്ടിയില്ല. കുളികഴിഞ്ഞ് അവർ തിരിച്ചുവന്നപ്പോൾ ഈ വിവരം കേശവശ്ശാർ മൂത്ത കുട്ടിയിൽനിന്നറിഞ്ഞു. കേശവശ്ശാർക്ക് അതു സഹിക്കാവതായിരുന്നില്ല. ആ നഷ്ടത്തിൽ കിഴവൻ തന്നെത്താൻ മറന്നുപോയി. ഭാനുമതിയമ്മ മുറിയിൽ മുണ്ടു മാറുമ്പോൾ വൃദ്ധൻ അതിനുള്ളിൽ കടന്നുചെന്നു.

'എടീ! നിന്റെ കയ്യേലെ മോതിരം എവിടെ?'

ഭാനുമതിയമ്മ ആ ചോദ്യം അത്ര ഗൗനിച്ചില്ല.

'എവടടീ?' കേശവശ്ശാർ അലറി.

'ഉം?' ഭാനുമതിയമ്മ പുച്ഛരസത്തിൽ ചോദിച്ചു.

'ഉം എന്നോ? എന്റെ മോനെ മുടിക്കാൻ നോയമ്പും നോറ്റിരിക്കയാണോ? നിന്റെ കണ്ടമാനത്തം ഞാൻ കാണുന്നുണ്ട്.'

'അതിനൊക്കെ സമാധാനം ചോദിക്കാൻ അധികാരമുള്ളവരോടു പറഞ്ഞുകൊള്ളാം.'

അതൊട്ടും വൃദ്ധനു സഹിക്കാവതായിരുന്നില്ല. വൃദ്ധന്റെ ഞരമ്പുകളെല്ലാം എഴുന്നു; കണ്ണുകൾ ചുകന്നു. അയാൾ കൈ ചുരുട്ടി മുന്നോട്ടു നീങ്ങി. 'മാറിനില്ക്കൂ. മര്യാദകെട്ടാൽ-'

ഇരുവരും അതിരുവിട്ട് അത്യുച്ചത്തിൽ സംസാരിച്ചു. അയൽക്കാർ വളരെ പ്പേർ അവിടെ കൂടി. വൃദ്ധൻ പറഞ്ഞു: 'നിന്റെ നടപടിയെല്ലാം ഞാനറിഞ്ഞടീ. എന്റെ മകനെ- ദ്രോഹി! ആ കഴുവെ- നാണു എവിടെ?'

പിറ്റേന്നു പത്മനാഭപിള്ള വന്നു. ഭാനുമതിയമ്മ കിടക്കയിൽനിന്ന് എഴുന്നേ റ്റിട്ടില്ല; ഒന്നും കഴിച്ചിട്ടുമില്ല. പത്മനാഭപിള്ള വിവരമെല്ലാംതന്നെയും കുറച്ചു കൂടുതലും, നാണുവിൽനിന്നു ഗ്രഹിച്ചു. ക്ഷുഭിതചിത്തനായിരിക്കുന്ന അദ്ദേഹത്തിന്റെ മുമ്പിൽ ആ കിഴവൻ കൂനിക്കൂനിച്ചെന്നുനിന്നു.

'എന്തിനിത്രയും വയസ്സായി? വകതിരിവ്...'

പത്മനാഭപിള്ള പല്ലുകടിച്ചു. വൃദ്ധൻ ഒരക്ഷരം ഉരിയാടിയില്ല. ആ കണ്ണുകളിൽനിന്നു, ബാഷ്പം ഇറ്റിറ്റു വീണുകൊണ്ടിരുന്നു.

പത്മനാഭപിള്ള തുടർന്നു: 'എന്റെ അമ്മയെ നേരത്തെ കുടിയും കഴിഞ്ഞു വന്നു പറഞ്ഞയച്ചതുപോലെ-'

അതു കേൾക്കാൻ കേശവശ്ശാർ നിന്നില്ല. 'മോനേ' എന്നുമാത്രം ഒന്നു ശബ്ദിച്ചു.

വളരെ വളരെ പറയുവാനുണ്ടായിരുന്നു ആ കിഴവന്. ഇത്രകാലം ആ കിഴവന്റെ ശുഷ്കിച്ചുപോയ ഹൃദയം അതിന്റെ ഞൊറികളിൽ ചില രഹസ്യങ്ങളെ ഒളിച്ചുവച്ചിരുന്നു. നേരാംവണ്ണം ആഹാരം കിട്ടായ്ക, നാണു വിന്റെ ചിരി, വൃദ്ധനോടുള്ള പരിഹാസം തുടങ്ങി പല കാര്യങ്ങൾ. ഇന്ന് അതെല്ലാം പറയണമെന്നു കരുതിയാണ് മകന്റെ മുമ്പിൽ ചെന്നത്. പക്ഷേ, ആ നാവു തളർന്നുപോയി.

ആ നാക്കിനു മാധുര്യമില്ല. അതിനു മറ്റൊരു ഹൃദയത്തെ വശത്തു വരു ത്താൻ കെല്പില്ല; വാദിക്കാൻ ശക്തിയില്ല. ജീവിതത്തിന്റെ അന്ത്യഘട്ട ത്തിലെ അനുഭവങ്ങൾ സൃഷ്ടിച്ച നീണ്ട മുറിവുകൾ ആരും കണ്ടതുമില്ല.

തഹസീൽദാരുടെ ശയ്യാഗാരത്തിൽ അന്നു രാത്രി മുഴുവൻ സംഭാഷണ മായിരുന്നു.

'എനിക്കു നാണു സംബന്ധമുണ്ടെന്നുവരെ ആ പിശാചു പറഞ്ഞു. അതെല്ലാരും കേട്ടു' എന്നു ഭാനുമതിയമ്മ പറഞ്ഞപ്പോൾ, പത്മനാഭപിള്ള ചാടിയെഴുന്നേറ്റു.

'അങ്ങനെ പറഞ്ഞോ? ഞാൻ ഇപ്പോൾ ഇവിടെ നിന്നു പറഞ്ഞയയ്ക്കുന്നുണ്ട്. നാണവും മാനവുമില്ലാത്ത – മുതുക്കൻ!'

'സമാധാനമായിരിക്കണം' ഭാനുമതിയമ്മ പറഞ്ഞു: 'നാലഞ്ചുദിവസം കഴിയട്ടെ എന്നിട്ടുമതി.'

അങ്ങനെ ആ സംഗതി തീരുമാനിക്കപ്പെട്ടു.

കേശവശ്ശാർ, ഒരിക്കലും ഒരാഗ്രഹവും മകനോടു പറഞ്ഞിട്ടില്ല; ആർക്കും വഴങ്ങിയിട്ടില്ലാത്ത ആ കർഷകൻ, മകന്റെ മുമ്പിൽ വെറും പാവയായിരുന്നു. അന്നു രാത്രിയിൽ കേശവശ്ശാർ നാണുവിനോടു പറഞ്ഞു: 'എന്റെ പപ്പനെ കാണുമ്പം ഞാൻ പട്ടിയാ. ഞാൻ പട്ണി കെടക്കുന്നതും ഒക്കെ പറഞ്ഞാല് അവനു മനസ്സിനു വേതന വന്നെങ്കിലോ എന്നു വെച്ചാ പറയാത്തേ. എന്റെ മോന് അവന്റെ അച്ഛനെ എത്ര ഇട്ഠമാ. ഞാൻ ഫ്റാത്തിച്ചത് അതാ, നാലു ദെവസം അവന്റെ കൂടെത്താമസിക്കാന്– ഓ! ഇങ്ങനെ താമസിച്ചാ മതി!'

വൃദ്ധനു മകനിൽ ഒരു സ്വാധീനതയുണ്ടായിരുന്നു; പക്ഷേ, ആ ആനയ്ക്ക് അതിന്റെ ബലം അറിഞ്ഞുകൂടാ.

രണ്ടുമൂന്നു ദിവസങ്ങൾ കഴിഞ്ഞു. കേശവശ്ശാർ ആ ചായ്പിൽനിന്നു പുറത്തിറങ്ങാറില്ല. അതിനുള്ളിൽ വളഞ്ഞുകൂടിയിരിക്കുകയാണ്. അയാളെ കണ്ടാൽ ഒരു ഭ്രാന്തനാണെന്നു തോന്നും.

'അമ്മാമൻ പോയാൽ വരുമോ?' നാണു ചോദിച്ചു.

കിഴവൻ മിണ്ടിയില്ല.

'മറ്റന്നാൾ അങ്ങു കൊണ്ടുചെന്നു വിടണമെന്ന് എജമാനൻ എന്നോടു പറഞ്ഞു.' വൃദ്ധൻ ഒന്നു നടുങ്ങിയതായി തോന്നി.

അയാൾ കഴിഞ്ഞ അറുപതുകൊല്ലത്തെ തുറിച്ചുനോക്കി. ഇനിയുള്ള ദിനങ്ങൾ– അതിൽ ആ നാലു ദിവസം...

അതു നല്ല ചന്ദ്രികയുള്ള ഒരു ദിവസമായിരുന്നു. എജമാനനു ശരിയായി ഉറക്കം വന്നില്ല. കൂടെക്കൂടെ ഉണർന്നുകൊണ്ടിരുന്നു. 'അച്ഛാ എന്ന് ഒന്നു വിളിച്ചേ മോനേ!' അർദ്ധനിദ്രയിൽ, ഇങ്ങനെ ആരോ പറഞ്ഞതായി അദ്ദേഹത്തിനു തോന്നി. വീണ്ടും മയങ്ങിയപ്പോൾ 'മോനേ!' എന്നൊരു വിളികേട്ടു. അങ്ങനെ മൂന്നു പ്രാവശ്യം അദ്ദേഹം സംശയിച്ചു.

പിറ്റേന്നു രാവിലെ, അച്ഛനെക്കുറിച്ചുള്ള ചില പ്രിയതരങ്ങളായ സ്മരണ കളോടെ അദ്ദേഹം ഉണർന്നു. താൻ ബി.എ. പാസ്സായതിന്നുശേഷം ആ കിഴവനെ അച്ഛാ എന്നു വിളിച്ചിട്ടില്ലെന്നും അദ്ദേഹം ഓർത്തു. ആ ജീവിതം എന്തൊരു മഹാത്യാഗമാണ്! വാർദ്ധക്യം വരുന്നതിനുമുമ്പ് ആ മുഖം ഒരിക്കലും മായാത്ത ഒരു ചിരികൊണ്ടു പ്രസന്നമായിരുന്നു. ഇപ്പോൾ ഈ വിഷാദാത്മകത്വമോ വാർദ്ധക്യത്തിന്റെ സ്വഭാവം. എങ്കിൽ അതു ഭയങ്കര മാണ്.

തഹസീൽദാർ നാണുവിനെ വിളിച്ചു പറഞ്ഞു: 'അങ്ങേ-അച്-അങ്ങേരെ ഇങ്ങു വിളിച്ചുകൊണ്ടുവാ.'

ന്യായാധിപനാൽ നിയുക്തനായ പോലീസുകാരൻ കുറ്റവാളിയെ പിടിക്കാ നെന്നപോലെ നാണു ചായ്പിൽ ചെന്നു. അവിടെ വൃദ്ധനില്ല. വൃദ്ധന്റെ മുണ്ടും പാളപ്പൊതിയും കാൺമാനില്ല. പുറത്തെവിടെയോ പോയിരിക്ക യാണെന്നു ഭാനുമതിയമ്മ പറഞ്ഞു. അന്നുച്ചയ്ക്കും കണ്ടില്ല. വയ്യിട്ടും കണ്ടില്ല; പിറ്റേന്നും കണ്ടില്ല. പത്മനാഭപിള്ള സംഭ്രമിച്ചു. നാട്ടിലേക്ക് ആളയച്ചു. അവിടെ ചെന്നിട്ടില്ല.

ഭാനുമതിയമ്മ പറഞ്ഞു: 'മിണ്ടണ്ട, നാട്ടിൽ പോയി എന്നു പറഞ്ഞാൽ മതി'

'ഹാ! ദ്രോഹീ!!' പത്മനാഭപിള്ള മോഹാലസ്യപ്പെട്ടതുപോലെ കസേര യിലേക്കു വീണു.

'എടീ രാക്ഷസീ! എന്റെ അച്ഛനെവിടെ?'.

■

മാഞ്ചുവട്ടിൽ

"ഒരുകാറ്റും കാറ്റല്ല
പെരുംകാറ്റും കാറ്റല്ല
മാവേലിക്കുന്നത്തെ കാറ്റേ വാ! കടലേ വാ!
കടലേതട്ടി ഒരു മാങ്ങായെ താ!"

അപ്പോൾ ഒരു കാറ്റടിച്ചു. ആ വരിക്കമാവിന്റെ മാനത്തുമുട്ടുന്ന കൊമ്പുകളിൽ പെട്ടിക്കുലകൾ കിടന്നാടുന്നു.

അവരുടെ ഉത്സാഹം വർദ്ധിച്ചു. അവർ ഒത്തുചേർന്ന് ആർത്തു: "കാറ്റേ വാ! കടലേ വാ!"

കാറ്റിനു ശക്തി വർദ്ധിച്ചു. ഇലച്ചിലിൽ തട്ടിമുട്ടി എന്തോ താഴത്തു വീഴുന്നു. പാട്ടു പെട്ടെന്നു നിന്നു. മാഞ്ചുവട്ടിൽ ഒരു ക്ഷണം ഒരു ബഹളമായിരുന്നു. ആ വീണ സാധനം ഒരു ബാലികയ്ക്കു കിട്ടി. ഒരു പൊട്ടിച്ചിരി! അത് ഒരു ഒതളങ്ങ ആയിരുന്നു. വളിച്ച മുഖത്തോടെ ആ ബാലിക അതു ദൂരെ വലിച്ചെറിഞ്ഞു. തല തല്ലിച്ചിരിച്ചുകൊണ്ട് ഒരു ബാലൻ ആ രംഗത്തു പ്രത്യക്ഷമായി. എല്ലാവരും പൊട്ടിച്ചിരിച്ചു. ബാലിക കരഞ്ഞുപോയി.

കുസൃതികാട്ടിയ ബാലൻ– അവന്റെ പേർ ബാലകൃഷ്ണൻ എന്നായിരുന്നു – അല്പം അകലെ നിന്നിരുന്ന ഒരു പേരയിൽ ചാടിക്കയറി അതിന്റെ കൊമ്പിൽ തൂക്കിയിട്ടിരുന്ന ഓലക്കൂടിൽനിന്നും ഒരു മാമ്പഴം എടുത്ത് അവളുടെ മുമ്പിൽ എറിഞ്ഞുകൊടുത്തു.

ഒരു ക്ഷണം അവൾ അത് എടുക്കാൻ മടിച്ചു. അവൾ കുനിഞ്ഞപ്പോഴേയ്ക്ക് അതു മറ്റൊരു ബാലൻ എടുത്തുകഴിഞ്ഞു. അപ്പോഴും കൂട്ടമായ ഒരു പൊട്ടിച്ചിരിയുണ്ടായി.

ഗൗരിയും നാരായണനും പാറകൾ പെറുക്കി ഒറ്റയും ഇരട്ടയും കളിച്ചുകൊണ്ടിരുന്നു. നാണിയും ഗോവിന്ദനും കഞ്ഞിയും കറിയും വയ്ക്കുകയാണ്. നീലകണ്ഠനും രാമനും 'അണ്ടിയച്ഛന്റെ' സംസ്കാരകർമ്മം നിർവ്വഹിക്കുന്നു. ഉണങ്ങിയ ചെറുചുള്ളികൾകൊണ്ടുണ്ടാക്കിയ പല്ലക്കിൽ ഒരു മാങ്ങായണ്ടി

യെടുത്തുവച്ചു മാവിനുചുറ്റും പ്രദക്ഷിണം വയ്ക്കുന്നു. “അണ്ടിയച്ഛൻ ചത്തേ-പുലകുളിച്ചേ- പതിനാറുവീടാൻ ഒരു മാങ്ങായെ താ!”

മുകളിൽ ഒരു കാക്ക കരഞ്ഞു. കുട്ടികൾ കളികൾ നിർത്തി. പേരയിൽ കയറിയിരുന്നവൻ നിലത്തുചാടി.

“അതു കുഞ്ഞാങ്കാക്കയാണ്.”

“അല്ല. തള്ളക്കാക്കയാണ്.”

“തേ! മാങ്ങ കൊത്തുന്ന കണ്ടോ?”

“മിണ്ടാതെ; കാക്ക പറന്നുപോകും.”

എല്ലാവരും മുകളിലേക്കു നോക്കിനില്ക്കുകയാണ്.

ആ ഇളിഭ്യത പറ്റിയ പെൺകുട്ടി- അവളുടെ പേര് പാപ്പി എന്നാണ്- അല്പം അകലെ നില്ക്കുകയാണ്. അവളുടെ മുഖത്തെ വല്ലായ്മ ഇപ്പോഴും പോയിട്ടില്ല.

ഒരു മാമ്പഴം വീണു. അതു ബാലകൃഷ്ണനു കിട്ടി. മാമ്പഴത്തിന്റെ ഞെട്ടു നുള്ളി മുകളിലേക്കെറിഞ്ഞുകൊണ്ടവൻ പറഞ്ഞു:

“ഈ ചെന എടുത്തോണ്ട്

മറുചെന മാമ്പഴം പാപ്പിക്കു താ!”

അതു സാധാരണ കുട്ടികൾ പറയാറുള്ളതു ‘മറുചെനമാമ്പഴം എനിക്കുതാ’ എന്നാണ്. അങ്ങനെ അവൻ ചെയ്തുപോയ കുസൃതിക്കു പ്രായശ്ചിത്തം ചെയ്തു. മറുചെന മാമ്പഴം പാപ്പിക്കു കിട്ടുകയും ചെയ്തു.

അന്തിമയങ്ങിയപ്പോൾ കുട്ടികൾ മാഞ്ചുവട്ടിൽനിന്നും പിരിഞ്ഞു. ബാലനും പാപ്പിയും പരസ്പരം കൈകോർത്തു പിടിച്ചു വീട്ടിലേക്കു തിരിച്ചു. അവന്റെ കൈത്തണ്ടിൽ തൂങ്ങുന്ന കൂടു നിറച്ചു മാമ്പഴമാണ്. അവൾക്ക് ഒന്നുകൂടി അന്നു കിട്ടിയിരുന്നില്ല.

ബാലനും പാപ്പിയും അയൽക്കാരാണ്. അവന്റെ വീട്ടിനു തൊട്ടു പടിഞ്ഞാറേത് അവളുടെ വീടാണ്.

അടുത്ത പൂജവയ്പിന് അവരെ ഇരുവരേയും എഴുത്തിനിരുത്തി. അവർ ഒരുമിച്ചു കിട്ടുആശാന്റെ എഴുത്തുപള്ളിയിൽ പോകും. ഒരുമിച്ചു തിരിച്ചു വരും. ഓലയിൽ തൂക്കാൻ കയ്യോന്നി അവർ പരസ്പരം കൊടുത്തുപോന്നു. അമ്പലക്കുളത്തിൽനിന്നും ബാലൻ താമരപ്പൂ പാപ്പിക്കു പറിച്ചുകൊടുക്കും.

അവൾ പഠിത്തത്തിനു വലിയ മടയിയായിരുന്നു. ആശാന്റെ തല്ലുകൊള്ളുവാനേ അവൾക്കു സമയമുള്ളൂ. അവൾക്ക് ഒന്നുമറിഞ്ഞുകൂടാ. പക്ഷേ അവൾ ബാലനെ ഒരുകാര്യത്തിൽ തോല്പിച്ചുപോന്നു.

"അക്കരനില്ക്കും തുഞ്ചാണി
ഇക്കരനില്ക്കും തുഞ്ചാണി
കൂട്ടിമുട്ടും തുഞ്ചാണി–എന്തന്നാ പറ."

ബാലന് ആ കടം അറിഞ്ഞുകൂടാ. അവൻ പറയും "തെങ്ങ്."

"ഓ! അല്ലേ! ഒരു കടം–" അവൾ ജയിച്ചു കൈകൊട്ടിച്ചിരിക്കും.

"പിന്നെന്തോന്നാ?"

"കൺപോള- ഇപ്പം നാലുകടമായി."

അവർ തങ്ങളിൽ തല്ലാറുണ്ട്. അവൻ അവളെ മാന്തും. അവൾ കരഞ്ഞുകൊണ്ടു കൊഞ്ഞനംകുത്തും.

"ഇനി ഞാൻ ബാലനോടു മിണ്ടത്തേയില്ല."

അവളുടെ കുടുംബം പുരാതനമായ ഒന്നായിരുന്നു. അവൾ പറയും.

"നിങ്ങളുടെ ചോറു ഞങ്ങൾ ഉണ്ണത്തില്ലല്ലോ" അവനും ഒന്ന് അഭിമാനിക്കാനുണ്ട്.

"ഞാൻ ഇംഗ്ലീഷു പഠിക്കുമല്ലോ."

ആറുമാസത്തെ പഠിത്തത്തിനുശേഷം പാപ്പി പള്ളിക്കൂടത്തിൽ പോക്കു നിറുത്തി. അവളുടെ അമ്മാവൻ പറഞ്ഞു.

"അവൾ പോകണ്ട. പെണ്ണുങ്ങൾ പഠിച്ചാൽ കണക്കുചോദിക്കും."

ബാലൻ അടുത്ത അവസരത്തിൽ ഒരു പ്രൈമറിസ്ക്കൂളിൽ ചേർന്നു. സ്ലേറ്റും പുസ്തകവുമെടുത്തു കൊച്ചുമുണ്ടും ഉടുത്ത് അവൻ പള്ളിക്കൂടത്തിൽ പോകുന്നതു പാപ്പി നോക്കിനില്ക്കും. അവൾ ഒരു ദിവസം ചോദിച്ചു.

"ബാലാ പള്ളിക്കൂടത്തിൽ സാറു തല്ലുമോ?"

"പഠിച്ചില്ലേ തല്ലും."

മാങ്ങയുള്ള കാലത്തു പാപ്പി ബാലനുവേണ്ടി മാങ്ങാ പെറുക്കി സൂക്ഷിച്ചു വയ്ക്കും. വൈകിട്ടു വരുമ്പോൾ അവൾ അവനു കൊടുക്കും.

അവൾക്കു വീട്ടുജോലികൾ വളരെ ചെയ്യാനുണ്ട്. തീ എരിക്കണം, തൊഴുത്തിലെ ചാണകം വാരണം, പാത്രം തേക്കണം; അങ്ങനെ അവൾക്കു കളിക്കുവാൻതന്നെ സമയമില്ലാതായിത്തീർന്നു.

പ്രൈമറിസ്ക്കൂളിലെ പഠിത്തം തീർന്നു. ബാലൻ നാലുമൈൽ അകലെയുള്ള ഇംഗ്ലീഷ്സ്ക്കൂളിൽ ചേർന്നു. അവൻ ഉടുപ്പുമിട്ടുകൊണ്ട് അവന്റെ അച്ഛന്റെകൂടെ അമ്പലപ്പുഴയ്ക്കു പോകുന്നത് അവൾ ശിലാപ്രതിമപോലെ നോക്കിനിന്നു.

"ബാലാ! നീ ഇനി വരത്തില്യോ." അവൾ ചോദിച്ചു.

"ഞാൻ വെള്ളിയാഴ്ച വരും."

പാപ്പി കരഞ്ഞുപോയി. അവൻ അമ്പലപ്പുഴ താമസിക്കുവാൻ പോകുകയാണ്. ആ കൊച്ചുപെണ്ണു നിരുത്സാഹിയായിപ്പോയി. ആ വെള്ളിയാഴ്ച വയ്യിട്ടു ബാലൻ വന്നു. ഒരു കൂടു നിറയെ മാമ്പഴം അവൾ കൊടുത്തു.

അക്കൊല്ലത്തെ ഇടവപ്പാതി വളരെ ഭയങ്കരമായിരുന്നു. ഒരു വലിയ വെള്ളപ്പൊക്കമുണ്ടായി. ഒരുമാസക്കാലം അവൻ വന്നതേയില്ല. ഓരോ വെള്ളിയാഴ്ചയും പാപ്പി ബാലകൃഷ്ണനെ പ്രതീക്ഷിച്ചു. പക്ഷേ അവൻ വന്നില്ല.

വെള്ളമിറങ്ങിക്കഴിഞ്ഞിട്ടു ബാലൻ വീട്ടിൽ വന്നു. അവന്റെ കൂടെ മറ്റൊരു കുട്ടിയുമുണ്ട്. ശനിയാഴ്ച കഴിഞ്ഞിട്ടും അവൻ പാപ്പിയുടെ വീട്ടിൽ ചെന്നില്ല. അവൾക്ക് അങ്ങോട്ട് പോകാൻ സമയവുമില്ല. ഞായറാഴ്ച അവൾ അവന്റെ വീട്ടിൽ ചെന്നു. ബാലനും അവന്റെ കൂട്ടുകാരനും കൂടെ ഇംഗ്ലീഷ് പഠിക്കുന്നു.

മിഡിൽസ്ക്കൂളിലെ നാലുകൊല്ലത്തെ പഠിത്തം കഴിഞ്ഞു. ബാലൻ ഹൈസ്ക്കൂളിൽ ചേർന്നു. അടുത്ത ഓണം ഒഴിവിനാണ് അവൻ തിരിച്ചു വന്നത്. ഒരു ചുമട്ടുകാരനെക്കൊണ്ടു പെട്ടിയുമെടുപ്പിച്ച് ഒരു പരിഷ്ക്കാരിയായ പുരുഷൻ കിഴക്കേ വീട്ടിലേക്കു പോകുന്നതു പാപ്പി കണ്ടു. ഒരുനുള്ളു ജീരകം വാങ്ങാനെന്ന വ്യാജേന അവൾ അവിടെ ചെന്നു. അതു ബാലനായിരുന്നു. പക്ഷേ പാപ്പിക്ക് ഒരു നിമിഷത്തേക്ക് ആളെ തിരിച്ചറിവാൻ കഴിഞ്ഞില്ല.

ബാലൻ അവന്റെ കുടുമ മുഴുവൻ വെട്ടിക്കളഞ്ഞു ക്രാപ്പുചെയ്തു ചീകിവച്ചിരിക്കുന്നു. അവന്റെ മുഖം വെളുത്തു ചുവന്നിരിക്കുന്നു. രണ്ടുമൂന്നു മുഖക്കുരുവും കൂമ്പിയിട്ടുണ്ട്. ശബ്ദംതന്നെ മാറിപ്പോയി. അയാൾക്കു ചെരിപ്പുണ്ട്. ശീലക്കുടയുണ്ട്. ട്രങ്കിനുള്ളിൽ കൗതുകകരമായ പല സാധനങ്ങളും കണ്ടു. ബാലന്റെ ചിരിക്കു പ്രത്യേകതയുണ്ട്.

"അമ്മേ വിശക്കുന്നല്ലോ" എന്നു പറഞ്ഞുകൊണ്ടു ബാലൻ അടുക്കളയ്ക്കുള്ളിലേക്കു കയറി. അവിടെ പാപ്പി ഉണ്ടായിരുന്നു.

അവൾ മുട്ടുവരെ എത്തുന്ന ഒരു കരിത്തോർത്ത് ഉടുത്തിരുന്നു.

"എന്താ പാപ്പീ?" ബാലൻ ചോദിച്ചു. അവൾ ഉത്തരം പറഞ്ഞില്ല.

ആ വെക്കേഷൻ കഴിഞ്ഞു. ബാലനു തിരിച്ച് ആലപ്പുഴയ്ക്കു പോകാൻ സമയമായി. പെട്ടിയും എടുപ്പിച്ചുകൊണ്ട് അയാൾ തിരിച്ചു. ആ വരിക്കമാവിൻ ചുവട്ടിൽ വച്ച് ആരോ വിളിച്ചു എന്നയാൾക്കു തോന്നി. അയാൾ തിരിഞ്ഞു നിന്നു. ഗന്ധർവ്വന്റെ അമ്പലത്തിനു മുൻവശത്തു മുല്ലച്ചുവട്ടിൽ പാപ്പി നിൽക്കുന്നു. അവൾ ചോദിച്ചു:

"ബാലൻ പോവുകയാണോ?'

"ഉം."

അയാൾ നടന്നു. ബാലന്റെ ഉള്ളിൽ ചില മൃദുലങ്ങളായ ചലനങ്ങളുണ്ടായി. ആ വിളിയിൽ എന്തോ നിർവ്വചിക്കാൻ വഹിയാത്ത ഒന്ന് ഉൾക്കൊള്ളുന്നുണ്ടായിരുന്നു. അത് അശരീരിപോലെയിരുന്നു.

അടുത്ത മിഡ്സമ്മർവെക്കേഷൻകാലത്ത് ബാലൻ തിരിച്ചുവന്നു. പക്ഷേ, രണ്ടുമൂന്നു ദിവസമേ അയാൾ വീട്ടിൽ താമസിച്ചുള്ളൂ. അതിനുശേഷം വടക്കൻപറവൂരിൽ താമസിക്കുന്ന സഹോദരിയെ കാണുവാൻ പോയി.

ബാലൻ സ്ക്കൂൾഫൈനൽ ക്ലാസിലാണ്. ഫിഫ്ത്തു ഫാറത്തിൽനിന്നും അക്കൊല്ലം ജയിച്ചു. ഒരു കൊല്ലത്തിനുശേഷം അയാൾ അക്കൊല്ലത്തെ മദ്ധ്യവേനലിനു വീട്ടിൽവന്നു. ബാലനു 17 വയസ്സു പ്രായമുണ്ട്.

അന്നത്തെപോലെ അടുത്തകാലത്തെങ്ങും മാങ്ങ ഉണ്ടായിട്ടില്ല. നഗരത്തിൽനിന്നും വന്ന ബാലൻ ഒരു ബനിയനുമിട്ട് സായാഹ്നത്തിൽ പഴയ വരിക്കമാവിൻ ചുവട്ടിൽ കാറ്റുകൊള്ളുവാൻ പോകും. അവിടെ ആ പഴയ പാട്ട് കുട്ടികൾ പാടാറുണ്ട്.

“കാറ്റേ വാ: കടലേ വാ!–”

അണ്ടിയച്ചനു പുതിയ ശേഷക്കാരുണ്ടായി. ആ കുട്ടികളുടെ കൂടെ ഇന്നും പാപ്പി മാമ്പഴം വീഴുമ്പോൾ ഓടാറുണ്ട്. മാഞ്ചുവട്ടിൽനിന്നും ഒട്ട് അകലെയായി ബാലൻ ആഹ്ലാദകരമായ ആ കാഴ്ച നോക്കിനില്ക്കും. പാപ്പി ഇന്നും ഒരു കുട്ടിതന്നെയാണ്. മാങ്ങാ കിട്ടിയാൽ അവൾ ഞെട്ടുനുള്ളി മുകളിലേക്കിട്ടു പറയും.

“ഇച്ചെന നീ എടുത്തോണ്ടു മറുചെന മാങ്ങാ എനിക്കു താ!”

ഒരുദിവസം സന്ധ്യയ്ക്കു ബാലൻ വരിക്കമാവിൻചുവട്ടിൽ ലാത്തിക്കൊണ്ടിരിക്കയായിരുന്നു. കുട്ടികളെല്ലാം പോയിക്കഴിഞ്ഞു. ഒരു കാറ്റുവീശി. എവിടെ നിന്നെന്നറിഞ്ഞില്ല! പാപ്പി അവിടെ പ്രത്യക്ഷമായി. ഒരു മാമ്പഴം വീണു. അതവൾ എടുത്തു.

“പാപ്പി! ആ മാമ്പഴം ഇങ്ങു തരൂ. നോക്കട്ടെ!” പാപ്പി മാമ്പഴം കൊടുത്തു.

“പാപ്പിക്കു ധാരാളം മാമ്പഴം കിട്ടാറുണ്ട് ഇല്ലേ?”

“ഞാൻ അതെല്ലാം കിഴക്കേതിൽ കൊടുക്കുകയാണല്ലോ.”

“ഓഹോ! ഇന്നും ഞാൻ മാമ്പഴപ്പച്ചടി കൂട്ടി. അതു പാപ്പിയുടെ മാമ്പഴമാണോ?”

“ബാലൻ വന്ന അന്നു ഞാൻ 150 മാമ്പഴം കൊടുത്തു. ബാലൻ 10–ാംനു വരുമെന്നു ബാലന്റെ അമ്മ പറഞ്ഞു.”

ഒരു രാഗം മൂളിക്കൊണ്ട് അയാൾ അവിടെനിന്നു പോയി. ഒരു പരിമളം ബാലനിൽനിന്നും പ്രസരിച്ചു. ബാലന്റെ കയ്യിലിരുന്ന കൈലേസിന്റെ അരികുകളിൽ ചിത്രവേലകൾ ചെയ്തിരിക്കുന്നു.

പാപ്പി ബാലനെ നോക്കിനിന്നു!

ആ വേക്കേഷൻകാലവും അങ്ങനെ കഴിഞ്ഞുകൂടി. ബാലൻ സ്ക്കൂൾ ഫൈനൽ വിദ്യാർത്ഥിയാണ്. സ്ക്കോളർഷിപ്പു കിട്ടുമെന്നുള്ള ആഗ്രഹത്തോടു കൂടി ബാലൻ പഠിക്കുകയാണ്. ഓണത്തിനോ, ക്രിസ്തുമസ്സിനോ അയാൾ വീട്ടിൽ വന്നില്ല. പബ്ലിക് എക്സാമിനേഷൻ കഴിഞ്ഞു ബാലൻ വീട്ടിൽ വന്നു.

വരിക്കമാവിൻചുവട്ടിൽ സന്ധ്യാസമയത്തു പഴയപോലെ അവർ കണ്ടു മുട്ടി. അവൾ നേരത്തെ കുളികഴിഞ്ഞു തലമുടി അഴിച്ചു പിന്നിലിട്ടിരുന്നു. ശുഭ്രമായ ഒരു ചുട്ടിപ്പുടവ ഉടുത്തിരുന്നു. ബാലൻ അവളെ ഒന്നു സൂക്ഷിച്ചു നോക്കി. പാപ്പി, അന്നാദ്യമായി ബാലന്റെ മുമ്പിൽവച്ച് ഒന്നു നടുങ്ങി. ഗന്ധർവ്വ ക്ഷേത്രത്തിന്റെ നിശ്വാസംപോലെ ഒരു ചെറുകാറ്റു വീശി. സർപ്പക്കാവിൽ ഒരു മർമ്മരശബ്ദം ഉതിർന്നു. പാപ്പിയുടെ മുഖം അവനതമായി. സ്ത്രീകളുടെ മുഖത്തെ ആകർഷകമാക്കുന്ന ലജ്ജയുടെ പ്രകടനം ഒരു പ്രകാശമേറിയ മന്ദഹാസം– അവളുടെ മുഖത്തു കളിയാടി. ബാലൻ രണ്ടു ചുവടുകൾ മുന്നോട്ടു വച്ചു. പാപ്പിയുടെ ബാഹുക്കൾ അവളുടെ മാറത്ത് ഒരു ഗുണനചിഹ്നം രചിച്ചു. അവൾക്കു വയസ്സു 18 ഉണ്ട്.

ബാലൻ അവളുടെ കൈപിടിച്ച് ഒന്നു മെല്ലെ അമർത്തി. അവൾ മുഖ മുയർത്തി. അവരുടെ ദൃഷ്ടികൾ ഇടഞ്ഞു. അടുത്ത നിമിഷം ബാലന്റെ പിടി അയഞ്ഞു. അവൾ അപ്രത്യക്ഷയായി.

അടുത്ത ദിവസം മുതൽ അവൾ മാഞ്ചുവട്ടിൽ വന്നില്ല. അവൾ ഒരു റൗക്ക വേണമെന്ന് അമ്മയെ നിർബന്ധിച്ചു. ബാലനെ കാണുമ്പോൾ പാപ്പി ഓടിയൊളിക്കും.

ബാലൻ സ്ക്കൂൾഫൈനൽ പാസ്സായി. തിരുവനന്തപുരത്തുചെന്ന് ഇന്റർമീഡിയേറ്റിന് അയാൾ ചേർന്നു. അങ്ങനെ അയാളുടെ ലോകം കുറേ ക്കൂടി വിശാലമായി. പരിഷ്ക്കാരികളായ സ്നേഹിതന്മാർ, നാഗരികാംഗനകൾ, ഇങ്ങനെ ആകർഷകമായ ആ ജീവിതത്തിൽ ഭൂതകാലസ്മരണകൾ കുഴിച്ചു മൂടപ്പെട്ടു. അക്കൊല്ലത്തെ വെക്കേഷൻ കാലത്തു ബാലൻ മദ്രാസിലെ ചില സ്നേഹിതന്മാരുമായി തെക്കേ ഇന്ത്യ മുഴുവൻ പര്യടനം നടത്തി. അടുത്ത കൊല്ലത്തിലെ ഓണത്തിനു വന്നപ്പോൾ അയാളുടെ കൂടെ നാലഞ്ചു സ്നേഹിതന്മാരുമുണ്ടായിരുന്നു. പാടത്തു കാറ്റുകൊള്ളുവാനായി അവർ ഇറങ്ങിയപ്പോൾ വരിക്കമാവിൻചുവട്ടിൽ പുള്ളിറൗക്കയുമിട്ടു പാപ്പി നിൽക്കുന്നതു ബാലൻ കണ്ടു.

അങ്ങനെ നാലു സംവത്സരങ്ങൾ കഴിഞ്ഞ് ബാലൻ ബി. ഏ. പാസ്സായി. തിരുവനന്തപുരത്ത് ഒരു വലിയ പെൻഷൻഡ് ഉദ്യോഗസ്ഥന്റെ മകളെ വിവാഹം ചെയ്തു. വിവാഹത്തിനു പോയിവന്ന കരക്കാർ വധുവിന്റെ രൂപ ലാവണ്യത്തെക്കുറിച്ചു വളരെ വളരെ സ്തുതിച്ചു.

ഒരുദിവസം ബാലനും അയാളുടെ ഭാര്യയുംകൂടി വീട്ടിൽ വന്നു. ഭാര്യയെ വീട്ടിൽ താമസിപ്പിച്ചിട്ട് അയാൾ ഇംഗ്ലണ്ടിനു പോകുകയാണ്.

ആ നാഗരികാംഗന സായാഹ്നത്തിൽ വരിക്കമാവിൻ ചുവട്ടിൽ വന്നുനിന്നു കാറ്റുകൊള്ളാറുണ്ട്. കുങ്കുമാഭമായ പശ്ചിമാംബരത്തിനും അപ്പുറത്തുള്ള ആ നാട്ടിൽ അവളുടെ നാഥൻ പോയിരിക്കുകയാണ്. പിരിയുന്ന അവസരത്തിൽ അദ്ദേഹം പലപല ശപഥങ്ങളും ചെയ്തിട്ടുണ്ട്. പക്ഷേ അവളുടെ ഉൾക്കളം എപ്പോഴും ഉൽക്കണ്ഠാകുലമായിരുന്നു. മദാമ്മമാരുടെ പുഞ്ചിരി ഏറ്റവും മനോഹരമാണെന്നും അത് അവരെ അരുമകളാക്കുന്നു എന്നും അദ്ദേഹം പറയാറുണ്ടായിരുന്നു. ആനന്ദം നിറഞ്ഞൊഴുകുന്ന ലണ്ടനിലെ ജീവിതത്തി നിടയിൽ തിരുവനന്തപുരത്തെ ഒരു പൊട്ടപ്പെണ്ണിനോടു ചെയ്ത ശപഥം വിസ്മൃതമായിപ്പോവുകയില്ലേ? വിദ്യാഭ്യാസമില്ല, രസികത്തമില്ല, ഭർത്താ വിനെ ഒരിക്കലെങ്കിലും ആനന്ദിപ്പിക്കുവാൻ കഴിഞ്ഞിട്ടില്ല. അവൾ ഈശ്വരനെ പ്രാർത്ഥിച്ചു. അദ്ദേഹം എല്ലാം കൈക്കൊള്ളട്ടെ, തന്റെ എളിമത്വം പരിഹരി ക്കട്ടെ.

അവൾ അയച്ച എഴുത്തുകളെല്ലാം കണ്ണുനീരിൽ എഴുതപ്പെട്ട വയായിരുന്നു. "എന്നോടു ചെയ്ത ശപഥങ്ങൾ മറക്കരുതേ." അവൾ എഴുതും, "എന്റെ ഉൽക്കണ്ഠകളെക്കുറിച്ചു പരിഭവം തോന്നരുതേ! ഞാൻ എട്ടും പൊട്ടും തിരിയാത്ത ഒരു പെണ്ണാണ്. എനിക്കവിടുത്തെ ഉപദേശിക്കാൻ അധികാരമില്ല! ഞാൻ എപ്പോഴും അവിടുത്തെ അഭ്യുദയത്തിനുവേണ്ടി പ്രാർത്ഥിക്കുകയാണ്." ഇങ്ങനെ തിരുവനന്തപുരത്തെ ആ നാഗരികാംഗന എഴുതും. ഭർത്താവിന്റെ ലാളനകൾ അവൾ ഓർക്കും. അദ്ദേഹത്തിന്റെ കറുത്ത കൂട്ടുപുരികം, അദ്ദേഹത്തിന്റെ രൂപം, അവളുടെ ഉൾക്കളത്തിൽ പ്രത്യക്ഷമാകും. അതു തന്റെ സ്വന്തം എന്നുവച്ചാൽ തനതുവകയാണ്.

ഇങ്ങനെ ചിന്താമഗ്നയായി നില്ക്കുന്ന അവളുടെ കണ്ണുകളിൽ ജലം നിറഞ്ഞു. അല്പം ദൂരെനിന്നു പാപ്പി അവളെ അങ്ങനെ കൗതുകം നിറഞ്ഞു നോക്കി നില്ക്കുകയാണ്. അവളുടെ ആഭരണങ്ങളും പാദംവരെ നീട്ടിയിട്ടുള്ള പുടവയുടുപ്പും എല്ലാം അവൾ അങ്ങനെ തുറിച്ചുനോക്കി നില്ക്കുകയാണ്. അവൾ ഒരു ദേവാംഗനയാണ്!

പാപ്പി സാവധാനത്തിൽ അടുത്തുചെന്നു ചോദിച്ചു.

"എന്താ കരയുന്നേ?"

ആ തിരുവനന്തപുരത്തുകാരി, പാപ്പിയെ നിസ്സാരമായി ഒന്നു നോക്കുക മാത്രം ചെയതു.

നാലു സംവത്സരം കഴിഞ്ഞു ബാലൻ തിരിച്ചുവന്നു. അയാളെ ഹൈക്കോടതിയിൽ ഒരു ജഡ്ജിയായി നിയമിച്ചു.

ആ ഗ്രാമം തെളിഞ്ഞുപോയി. അതിന് ഒരു മഹാനായ ജഡ്ജിയുടെ ജന്മഭൂമിയാകുവാൻ ഭാഗ്യമുണ്ടായി. അവിടെക്കൂടിയാണ് ആലപ്പുഴ- തിരുവല്ലാ റോഡു പോകുന്നത്. ഒരു ഇംഗ്ലീഷ് മിഡിൽസ്ക്കൂൾ. ഒന്നുരണ്ടു കയർ ഫാക്ടറികൾ എല്ലാം ഇന്ന് അവിടെയുണ്ട്.

ആ വരിക്കമാവിൻ ചുവട്ടിൽ ഇന്നും പിള്ളാർ കൂടാറുണ്ട്. ആ പാട്ടുകൾ പാടാറുണ്ട്.

"കാറ്റേ വാ! കടലേ വാ!-" അതിന്റെ മഹാകവി ആരാണെന്ന് അറിഞ്ഞുകൂടാ. അപ്പൂപ്പന്മാരും അമ്മൂമ്മമാരും ഇടക്കാലത്തു സംഭവബഹുലമായ യൗവനകാലത്ത്- ആ വരികൾ മറന്നുപോയി. പക്ഷേ അവർ ഇപ്പോൾ അതോർക്കുന്നു. അവർക്കും ആ കവി ഏതെന്നു പറയാവതല്ല.

ആ ഗന്ധർവ്വക്ഷേത്രം ഇടിഞ്ഞുപൊളിഞ്ഞു പോയി. വരിക്കമാവിലെ മാങ്ങ കടുക്കാപോലെ ചെറുതായി. കുട്ടികൾ ഒരേസമയം രണ്ടുമാങ്ങാ ഒരുമിച്ചു വായിലിടും.

അന്നൊരു സായാഹ്നത്തിൽ റോഡിൽ ഒരു കാർ വന്നുനിന്നു. അതിനുള്ളിൽനിന്നും അമ്പതുവയസ്സുപ്രായം വരുന്ന ഒരാൾ താഴത്തിറങ്ങി. അദ്ദേഹത്തിന്റെ തലമുടി ആകെ നരച്ചിരുന്നു.

അതു ബാലകൃഷ്ണനായിരുന്നു. ജഡ്ജിയദ്ദേഹത്തിന്റെ പിന്നാലെ ആ നാട്ടിലെ പൗരന്മാർ വിനയപുരസ്സരം കൂടിയിരുന്നു. അവരോടു കുശലപ്രശ്നം ചെയ്തുകൊണ്ട് അദ്ദേഹം മാവിൻചുവട്ടിലേക്കു നടന്നു.

ആ പഴയ വരിക്കമാവ് ഒരു മാമ്പഴം നൽകി അദ്ദേഹത്തെ സൽക്കരിച്ചു. അദ്ദേഹത്തിന്റെ മുൻവശത്തുതന്നെ ഒരു മാമ്പഴം വീണു.

ചില പിള്ളേർ ആ മാമ്പഴത്തിനുനേരെ ഓടി. പക്ഷേ അപ്പോഴേയ്ക്കും ജഡ്ജിഅദ്ദേഹം അതെടുത്തുകഴിഞ്ഞു. മാമ്പഴം കയ്യിലെടുത്തുകൊണ്ട് അദ്ദേഹം മുകളിലേക്കു നോക്കി. കാറ്റേറ്റു പെട്ടിക്കുലകൾ ആടുന്നു.

"ബാലാ!"

യന്ത്രങ്ങളുടെ കുഴൽവിളികൊണ്ട് ശബ്ദായമാനമായ ലണ്ടൻ, പ്രേമവതിയായ ഭാര്യയുടെ മധുരമായ ചിരികൊണ്ട് ആനന്ദമായ വീട്, ഗൗരവംനിറഞ്ഞ

ന്യായാസനം- ഇങ്ങനെ സംഭവസംപൂർണ്ണമായ ജീവിതത്തിനിടയിലൂടെ ആനന്ദം നിറഞ്ഞ ബാല്യകാലത്തിന്റെ സന്ദേശം അദ്ദേഹത്തിന്റെ കർണ്ണപുടങ്ങളിൽ വന്നലച്ചു. ജഡ്ജി തിരിഞ്ഞുനോക്കി.

ശരീരമാകെ ഞൊറിഞ്ഞ് കേവലം അസ്ഥികൂടമായ ഒരു രൂപം അദ്ദേഹത്തെ നോക്കി ഉള്ളു കുളുർക്കെ ചിരിക്കുന്നു. ആ വായിൽ ഒരു പല്ലില്ല. ജഡ്ജി സൂക്ഷിച്ചുനോക്കി.

"ഒരുകാറ്റും കാറ്റല്ല- പെരുംകാറ്റും കാറ്റല്ല മാവേലിക്കുന്നത്തെ കാറ്റേ വാ! കടലേ വാ! കടലേ തട്ടി ഒരു മാങ്ങായേ താ!" കുട്ടികൾ പാടുന്നു.

■

അസ്ഥികൂടത്തിന്റെ കഥ

ഒരു വൈദ്യശാസ്ത്ര വിദ്യാലയത്തിലെ ക്ലാസ്മുറി. ഒരു മേശപ്പുറത്ത് ഒരു അസ്ഥികൂടം നില്പുണ്ട്. അദ്ധ്യാപകൻ ഒരു ചെറുവടികൊണ്ട് അതിന്റെ വിവിധഭാഗങ്ങൾ ചൂണ്ടിക്കാണിച്ചു പഠിപ്പിക്കുന്നു.

അങ്ങനെ ആ അസ്ഥിപഞ്ജരം വളരെ നാളായി അവിടെ നില്ക്കുന്നു. പഴക്കംകൊണ്ട് അതിന് ഒരു ചുവപ്പുനിറം വന്നിട്ടുണ്ട്. വളരെ വളരെ വിദ്യാർത്ഥികൾ അതിനെ നോക്കി ശരീരശാസ്ത്രം പഠിച്ചിട്ടുണ്ട്. പല പ്രസിദ്ധ ഡാക്ടറന്മാരും വിലയേറിയ ഗവേഷണങ്ങളും കണ്ടുപിടിത്തങ്ങളും കൊണ്ട് പ്രസിദ്ധന്മാരായ ശാസ്ത്രജ്ഞന്മാരും അവരിൽ പലരുമുണ്ട്. അസ്ഥി ശാസ്ത്രത്തെ സംബന്ധിച്ചുള്ള വാദപ്രതിവാദങ്ങളിൽ അങ്ങനെ ഇപ്പോഴും അവിടെത്തന്നെ നില്ക്കുന്ന ആ അസ്ഥിപഞ്ജരത്തെ ആ വിദ്യാലയ സന്താനങ്ങൾ സ്മരിക്കും. അത് അവർക്കു പ്രേരണയും നല്കിപ്പോന്നു.

പക്ഷേ അവിടെ വന്നുപോയ ആരുംതന്നെ ആ പല്ലിളിയുടെ പൊരുൾ തേടിയില്ല. അതിന് അജ്ഞാതമായ ഒരു സന്ദേശമുണ്ട്. ആ വിദ്യാലയത്തിൽ എത്ര നാളായി ആ സന്ദേശവും വഹിച്ചുകൊണ്ടതു നില്ക്കുന്നു! അവിടെ വരുന്നവരെല്ലാം അസ്ഥിഖണ്ഡങ്ങളുടെ നിറം കുറിക്കുകയും അവയുടെ ബന്ധവിശേഷങ്ങൾ നോക്കി മനസ്സിലാക്കുകയും ചെയ്തുപോന്നു.

ആ അസ്ഥികൂടത്തെ ഒരിക്കൽ മാംസം ചുറ്റിയിരുന്നു. അവയ്ക്കുള്ളിൽക്കൂടി ജീവശക്തി പ്രവഹിച്ചുകൊണ്ടിരുന്നു. അത് ആനന്ദത്തിന്റെ അധിഷ്ഠാനമായ ശരീരത്തെ താങ്ങിക്കൊണ്ടിരുന്നു.

തലയോട്ടിയിൽ അജ്ഞാതമായ ഭാഷയിൽ ചില ലിഖിതങ്ങൾ കാണുവാനുണ്ട്. വിദ്യാർത്ഥികൾ ചെന്ന് ആ വരകൾ സൂക്ഷിച്ചുനോക്കാറുണ്ട്. അവർ പറയുന്നത് ആ വരകൾ രണ്ടു കഷണങ്ങളെ പരസ്പരം ബന്ധിക്കുന്ന പല്ലുകളും പൊഴുതുകളുമാണെന്നാണ്. അങ്ങനെയാണ് മനുഷ്യന്റെ പ്രയത്നഫലങ്ങളെ സൂചിപ്പിക്കുന്ന ആ വരകൾ വ്യാഖ്യാനിക്കപ്പെടുന്നത്. അങ്ങനെയാണ് ശിരോലിഖിതത്തെ മനസ്സിലാക്കുന്നത്.

ഇങ്ങനെ ആ അസ്ഥിപഞ്ജരത്തിന്റെ അവകാശിയുടെ ചരിത്രവും, അതു വിശദമായി രേഖപ്പെടുത്തിയിരുന്നു എങ്കിലും അജ്ഞാതമായിരുന്നു.

വിദ്യാർത്ഥികൾ പിരിഞ്ഞുകഴിഞ്ഞ് ആ മുറി വിജനമായിരിക്കുമ്പോഴും അത് അങ്ങനെ പല്ലിളിച്ചുകൊണ്ടിരിക്കും. ദൂരെ തുറിച്ചുനോക്കിക്കൊണ്ടിരിക്കും. രാത്രികാലങ്ങളിൽ വിദ്യാലയസൂക്ഷിപ്പുകാരൻ ആ വലിയ കെട്ടിടത്തിനുചുറ്റും റോന്തുചുറ്റിയിട്ട് ആ മുറിക്കു സമീപം വന്ന് തുറന്നു കിടക്കുന്ന ജനലിൽക്കൂടി അകത്തേക്കു ഞെക്കുവിളക്കു മിന്നിച്ചു നോക്കുമ്പോഴും- അപ്പോഴും ആ അസ്ഥികൂടം അങ്ങനെ കഴുത്തുനീട്ടി പല്ലിളിച്ചു വിദൂരസ്ഥമായ ഏതിനെയോ ഉൽക്കണ്ഠാകുലമായി നോക്കിനില്ക്കുന്നതു കാണാം.

അക്കൊല്ലത്തെ വിദ്യാർത്ഥികളുടെ കൂട്ടത്തിൽ ഭാവനാസമ്പന്നനായ ഒരു യുവചിത്രകാരനും ഉണ്ടായിരുന്നു. അയാൾക്കു ക്ലാസ്സിൽ പഠിപ്പിക്കുന്നതെല്ലാം അധികം മനസ്സിലാകാറില്ല. ശാസ്ത്രവിദ്യാഭ്യാസത്തിൽ വലിയ അഭിരുചിയുമില്ല. ഒരു വികാരാധീനനായ ദിവാസ്വപ്നക്കാരൻ. ശവശരീരം കീറിമുറിക്കുമ്പോൾ അയാൾ ആ ഹൃദയത്തിൽ സൂക്ഷിച്ചുനോക്കും. അതിന്റെ നിർമ്മാണം, ഘടന, സ്ഥാനം ഇതൊന്നും പഠിക്കാനല്ല. അതിന്റെ ഞൊറിക്കുള്ളിൽ ദാരുണാനുഭവങ്ങൾ രചിച്ച പാടു കണ്ടുപിടിക്കാൻ. നിർദ്ദയനായ കാമുകി എങ്ങനെയുള്ളവളെന്നു കാണാൻ. അല്ലെങ്കിൽ എന്തെന്ത് ഉൽക്കണ്ഠകളോടെയാണ് ആ ദേഹി വേർപെട്ടതെന്നറിവാൻ...

പ്രസിദ്ധ ശാസ്ത്രജ്ഞനായ അദ്ധ്യാപകൻ അസ്ഥികൂടത്തെ ചൂണ്ടിക്കാണിച്ചു പ്രസംഗിക്കുമ്പോൾ അതിന്റെ ഭയങ്കരമായ പല്ലിളി നോക്കിക്കൊണ്ട് അയാൾ ഇരിക്കും. ആ പ്രസംഗമൊന്നും അയാൾ കേൾക്കാറില്ല. അതു തന്നെ നോക്കുന്നതായി അയാൾക്കു തോന്നി. ആ നോട്ടത്തിൽ ബാഷ്പച്ഛായയുള്ളതായി അയാൾ സംശയിച്ചു. അതിന് എന്തോ തന്നോടു പറയുവാനുണ്ട്. മറ്റാരെയും നോക്കുന്നില്ല; തന്നെ മാത്രം.

അതിനു പറയാനുള്ളതെന്തായിരിക്കും? രാത്രികാലങ്ങളിൽ അയാൾ ഉറങ്ങാറില്ല.

അയാൾ ദിവസം ചെല്ലുന്തോറും അല്പാല്പം പഠിച്ചുതുടങ്ങി. അതിനു ജീവിതം മതിയായിട്ടില്ല. ജീവിതത്തിലെ വിവിധവിഭവങ്ങൾ വിളിച്ചുകൊണ്ടിരിക്കവേ തന്നെ ആ മാംസം അഴുകിപ്പോയി. സുഖാനുഭവത്തിന്റെ അധിഷ്ഠാനമായ ശരീരം, വായു, വെള്ളം ഇങ്ങനെ വിഘടിച്ച് അനശ്വരത്വം പ്രാപിച്ച് അതു മറയുന്നു. “ഈ അനശ്വരത്വം എനിക്കു വേണ്ട... എനിക്കു കൈമോശം വന്ന നശ്വരവസ്തുക്കൾ തിരികെ കിട്ടിയാൽ മതി. രോഗവും ദുഃഖവും എന്നെ പൊതിഞ്ഞുകൊള്ളട്ടെ; വ്രണപ്പെട്ടു ചീഞ്ഞു പഴുത്തുകൊള്ളട്ടെ; എങ്കിലും അതു തിരിച്ചുകിട്ടിയാൽ മതി. നോക്ക്? എന്റെ വയറ്റിൽ ഒന്നുമില്ല. ആ മധുരങ്ങളായ ഫലങ്ങൾ ഞാൻ എങ്ങോട്ടു ഭക്ഷിക്കും? ഞാൻ എങ്ങനെ അതിന്റെ സ്വാദറിയും? ആ കൃമികൾ എന്റെ നാവു മുഴുവൻ തിന്നുകളഞ്ഞു. ഈ പുകച്ചിലെടുക്കുന്ന മുറിക്കുള്ളിൽത്തന്നെ ഞാൻ അനേക

നാളായി നില്ക്കുന്നു. ദാഹം! അന്തർദ്ദാഹം! നദിയിൽനിന്നും ഒരു കൈ തണുത്ത വെള്ളം കോരിക്കുടിച്ചെങ്കിൽ, പക്ഷേ എന്റെ കൈക്കുള്ളിൽ വെള്ളം നില്ക്കുകയില്ല... ഓ! എന്നെ ഇവിടെനിന്ന് എടുത്ത് ഭൂമിക്കുള്ളിൽ ക്കൂടി ഒഴുകുന്ന വല്ല ഊറ്റിനും അഭിമുഖമായി കിടത്തുക. അങ്ങനെ കിടക്കു മ്പോൾ ജീവൻ എന്നിലും ആവേശിച്ച് ഞാൻ ഒരു ചെടിയായി പരിണമിച്ചു വളർന്നു വീണ്ടും ജീവിതസുഖം നുകർന്നുകൊള്ളാം. എന്നിൽനിന്നും ഉത്ഭവി ക്കുന്ന ആ പൂവിന്റെ ആരക്തശോഭയിൽ ആകൃഷ്ടയായി എന്റെ പ്രിയതമ അതിനെ നെറുകയിൽ ചൂടിക്കൊള്ളും."

എല്ലാവരും ഉറങ്ങുമ്പോൾ ഒരുപക്ഷേ ആ കൂടുതേടി അതിന്റെ ഉടമസ്ഥൻ വരുന്നുണ്ടായിരിക്കും.

ആ അസ്ഥികൂടം ശ്വാസോച്ഛ്വാസം ചെയ്യുന്നുണ്ട് എന്ന് അയാൾക്കു തോന്നി. വൈദ്യുതപങ്കയുടെ മൂളലിനിടയിൽ ഒരു നേർത്ത ചൂളം അയാൾ കേട്ടു. ആ പൊള്ളയായ അസ്ഥികളിൽക്കൂടി കാറ്റുകയറിയപ്പോൾ ഉണ്ടായ ശബ്ദമായിരുന്നു അത്.

അർദ്ധരാത്രിയോട് അടുത്തപ്പോൾ അയാളുടെ മുറിയുടെ വാതിൽ താനേ തുറന്ന് ഒരാൾ അകത്തുകടന്നു. ആ അസ്ഥികൂടം; അതു കിതയ്ക്കുന്നു; ദാഹം പൊറാഞ്ഞു നാവു നീട്ടുന്നു; കരയുന്നു.

"നിങ്ങൾക്ക് എന്തുവേണം?"

അയാൾ ചോദിച്ചു. അത് ഒന്നും പറഞ്ഞില്ല. അപ്പോഴും ഒരു നേർത്ത ചൂളംവിളി അയാൾ കേട്ടു. അതിൽനിന്നും അയാളുടെ ഓമനപ്പേരായ "കുട്ടു" എന്ന ശബ്ദം അയാൾക്കു തിരിച്ചെടുക്കുവാൻ കഴിഞ്ഞു.

"നിങ്ങൾ എന്നെ അറിയുമോ?" അയാൾ വീണ്ടും ചോദിച്ചു.

ആ പല്ലിളി ഭയാനകമല്ല; പൈശാചികമല്ല. അപ്പോൾ അതിനു ലൗകിക മായ ഒരു പ്രകാശവും പ്രസന്നതയുമുണ്ട്.

ആ അസ്ഥികൂടത്തെ മാംസം പൊതിഞ്ഞു തലമുടി ഉണ്ടായി. ആ ഗുഹകളിൽനിന്നും കണ്ണുകൾ പൊന്തിവന്നു... അത് ഒരു സ്ത്രീരൂപമായി... പരന്ന മുഖം, കറുത്തു തടിച്ച ശരീരം, ഒരു ചെറു കോങ്കണ്ണ്, പതിഞ്ഞ മൂക്ക്... ഇങ്ങനെ ഒരു സ്ത്രീ. എങ്കിലും ആ അസ്ഥികൂടം ഉള്ളിൽ കാണാം.... ഒരു വേലക്കാരി- അയാളെ അവൾക്കു പരിചയമുണ്ട്... അയാൾ കൊച്ചുകുഞ്ഞാ യിരിക്കുമ്പോൾ വീട്ടിൽ നിന്ന ഭൃത്യ... അയാളും സഹോദരങ്ങളും മിസ്സി എന്നാണ് അവളെ വിളിച്ചിരുന്നത്. അയാൾക്കു മനസ്സിലായി. അയാൾ എഴുന്നേറ്റുനില്ക്കാൻ ശ്രമിച്ചു. ഒരു ക്ഷണം! അവൾ വീണ്ടും അസ്ഥി കൂടമായി ഒന്നുനിന്നാടി. ജനലിൽക്കൂടി അത്യുഗ്രമായ ചൂളത്തോടെ അവൾ പറന്നു പുറത്തുപോയി.

"മിസ്സി!" അയാൾ വിളിച്ചു. അയാൾ ഉണർന്നു. വാതിൽ അടഞ്ഞുതന്നെ ഇരിക്കുന്നു. അപ്പോൾ 12.30ന്റെ ട്രെയിൻ പോകുന്നു.

അയാൾ ആ അസ്ഥികൂടത്തിൽ ചിത്രം രചിച്ചു.

II

അസ്പഷ്ടങ്ങളായ ചില സ്മരണകൾ അയാൾക്കുണ്ട്. കുട്ടിയെ അയാൾ ഓർക്കുന്നു, നിരാശ്രയയായ ഒരു വേലക്കാരി. അങ്ങു ബാല്യകാലത്തെക്കുറിച്ചുള്ള നിരവധി മാഞ്ഞുമങ്ങിയ ചിത്രങ്ങൾക്കിടയിൽ അവ്യക്തമായി ആ വേലക്കാരിയെ അയാൾ കണ്ടു..

കുട്ടിയെ, ദുശ്ശാഠ്യക്കാരനായ അയാൾ ഒരുപാട് അടിച്ചിട്ടുണ്ട്. അവൾ കരഞ്ഞിട്ടുണ്ടോ എന്തോ? കുട്ടി വളരെ സ്നേഹമുള്ളവളായിരുന്നു. അവൾ തുടയിൽത്തട്ടി ഉറക്കണം. കരഞ്ഞാൽ അവൾ എടുക്കും. ആരും കാണാതെ അവൾ ഒരുപാട് ഉമ്മ തന്നിട്ടുണ്ട്.

അങ്ങനെ പ്രിയതരങ്ങളായ നിരവധി സ്മരണകൾ തെളിഞ്ഞുതെളിഞ്ഞു വന്നു. ഒരുദിവസം അവൾ വണ്ടിയിൽ കയറിപ്പോയി. തിരിച്ചുവന്നില്ല. മിസ്സി ചോറുതരണമെന്നയാൾ കുറേ നാൾ ദുശ്ശാഠ്യം പിടിച്ചു. പിന്നീട് അങ്ങു മറന്നു. സുദീർഘമായ വിസ്മൃതി. വളരെ വേലക്കാർ പിന്നീടു വീട്ടിൽ വന്നു. ഓരോരുത്തരേയും അയാൾ സ്മരിച്ചു.

മിസ്സി എവിടത്തുകാരിയായിരുന്നു? അവൾ എന്തിനു പോയി? അവൾ ഇപ്പോൾ ഉണ്ടോ? ആ ദുസ്വപ്നത്തിനു ഹേതുവെന്ത്? ഒന്നയാൾക്കു തീർച്ചയായറിയാം. മിസ്സി അയാളെ വളരെ സ്നേഹിച്ചിട്ടുണ്ട്.

ഈ വേലക്കാർ- അവരുടെ ജീവിതം ആരു ശ്രദ്ധിച്ചിട്ടുണ്ട്. ആരുമില്ല. റോഡിൽക്കൂടി മലക്കറിയും വാങ്ങിക്കൊണ്ട് ഒരു വേലക്കാരൻ പോകുന്നതു കണ്ടു. യജമാനന്റെ ശരീരം തടിപ്പിക്കുവാൻ അവൻ ജീവിതമാകെ പാടുപെടുന്നു. അവൻ പിരിഞ്ഞുപോയാൽ ആര് അവനെക്കുറിച്ചു സ്മരിക്കും? ജീവിതത്തിൽ ഒന്നുംതന്നെ അവൻ സാധിച്ചിട്ടില്ല. അവൻ വാത്സല്യത്തോടെ എടുത്തുകൊണ്ടു നടക്കുകയും ലാളിക്കുകയും ചെയ്ത കുഞ്ഞുങ്ങൾ– അവരും അവനെ അറിയുകയില്ല. പിന്നീടൊരുവൻ എവിടെനിന്നോ വരും. അവനും എങ്ങോട്ടോ പോകും. അടുക്കളയുടെ ഭിത്തിയിൽ ഒരുപക്ഷേ അവൻ കൈവിരൽ പതിച്ച് ഒരു പാടുണ്ടാക്കിയിട്ടുണ്ടാവും. അതും ആരും അറിയുന്നില്ല. ഒരു വീട്ടിലെ അംഗമായിക്കഴിഞ്ഞ അവനെക്കുറിച്ച് ആരും ഒരന്വേഷണവും ചെയ്യുന്നില്ല. അവൻ ഒരു വീട്ടിൽ താമസിക്കുന്നിടത്തോളം കാലം അവിടെയുള്ളവരെ സ്നേഹിക്കും. അവനുവേണ്ടിത്തന്നെയായിരിക്കാം– അവരെ സ്നേഹിക്കും. ആ സ്നേഹത്തിന്റെയും, ആ ആത്മാർത്ഥമായ

പ്രയത്നത്തിന്റെയും ഫലം! ആരോഗ്യമുള്ളപ്പോൾ ഇങ്ങനെ കഴിഞ്ഞു. ആ മാംസമെല്ലാം വലിഞ്ഞ് തൊലി ഞൊറിഞ്ഞു ശക്തിയില്ലാതാകുന്ന കാല മുണ്ട്. അന്നോ? അവൻ എടുത്തുകൊണ്ടുനടന്ന കുട്ടികൾ വലിയ സ്ഥാന ങ്ങളിലുണ്ട്. അവന്റെ യജമാനൻ അവൻ വിളമ്പിയ നല്ല ആഹാരം ഭക്ഷിച്ച് ആരോഗ്യംവർദ്ധിച്ചു പ്രയത്നിച്ചു വലിയ ധനികനായിട്ടുണ്ട്. പക്ഷേ ആ വേലക്കാരൻ തെരുവുനീളെ തെണ്ടണം. ഒരു ജീവിതകാലത്തെ മുഴുവൻ അവിശ്രാന്തമായ പ്രയത്നത്തിന്റെ അവസാനം! അങ്ങനെ നടക്കുമ്പോൾ അവർക്കവകാശപ്പെടാത്ത മാംസം അങ്ങഴുകി, തൊലി കഴന്നുപോയി അസ്ഥിപഞ്ജരമായി. അതുമാത്രമേ അവർക്കവകാശപ്പെട്ടതായുള്ളൂ.

ക്ലാസ്സിലെ അസ്ഥിപഞ്ജരം അങ്ങു ചക്രവാളത്തിനപ്പുറത്തേക്കു നോക്കുന്ന താണ്. ശൂന്യത! മുമ്പിൽ അറുതിയില്ലാത്ത ശൂന്യത കണ്ടു സംഭ്രമിച്ചു നോക്കി നില്ക്കുകയാണ്. അവിടെ ജീവിതഗതി നിലച്ചുപോയി. മുന്നോട്ടു നീങ്ങാൻ കഴിയാതെ നിന്നുപോയി. മുമ്പിൽ കിടക്കുന്ന ശൂന്യതയെ എങ്ങനെ കവച്ചുവയ്ക്കും? ആ തലയ്ക്കുള്ളിൽ ഒന്നുമില്ലതാനും.

ആ വിദ്യാർത്ഥി കണ്ടുമുട്ടുന്ന ഓരോ വേലക്കാരനേയും സൂക്ഷിച്ചു നോക്കും. അവനേത്? അവൻ എത്ര വീടുകളിൽ നിന്നിട്ടുണ്ട്? അവൻ അവന്റെ ജീവിതത്തിന്റെ പ്രയോജനശൂന്യതയെക്കുറിച്ചു ചിന്തിക്കുന്നുണ്ടോ?

ആയിടയ്ക്ക് അയാൾ ഒരു ചിത്രം വരച്ചു. ഒരു വേലക്കാരി തൊട്ടിലാ ട്ടുന്നു. ഒരു മുറിക്കകത്ത് ഒരു ചെറുവിളക്കു കത്തുന്നുണ്ട്. തൊട്ടിലിൽ കിടന്നു പിടഞ്ഞു കരയുന്ന, കുഞ്ഞിനെ ഉറക്കംതൂങ്ങിനിന്നു തൊട്ടിലാട്ടുന്നു. അവളുടെ നിഴൽ എതിർവശത്തുള്ള ഭിത്തിയിൽ പതിഞ്ഞിട്ടുണ്ട്. ആ നിഴലിനുള്ളിൽ അവളുടെ ജീവിതത്തിലെ യഥാർത്ഥമായ അസ്ഥികൂടം തെളിഞ്ഞു കാണാം.

ആ ഭൃത്യ മിസ്സിയാണ്.

ആ വെക്കേഷന് അയാൾ വീട്ടിൽ വന്നു. ഒരുദിവസം വയ്യിട്ടാണു വന്നത്. അത്താഴം കഴിഞ്ഞ് അച്ഛനും അമ്മയും സഹോദരങ്ങളുമായി വിശേഷങ്ങൾ പറഞ്ഞ് ഒട്ടിരുട്ടുന്നതുവരെ ഇരുന്നു. പിന്നീട് ഉറങ്ങാൻ പോയി. നേരം വളരെ കവിഞ്ഞു എങ്കിലും അയാൾക്ക് ഉറക്കം വന്നില്ല. അങ്ങനെ കിടന്ന് ഒന്നു മയങ്ങി. നടുങ്ങി ഉണർന്നപ്പോൾ ജനൽകമ്പികൾക്കിടയിൽക്കൂടി ഒരു പ്രകാശം അകത്തു കടക്കുന്നതു കണ്ടു. പുറത്തു മുറ്റത്തുകൂടി അവിടത്തെ വേലക്കാരി ഒരു മണ്ണെണ്ണവിളക്കുമായി പോവുകയാണ്. മണി ഒന്നര യായിരുന്നു. അപ്പോൾ അവൾ ഉറങ്ങിയിരുന്നില്ല. വീണ്ടും ഉണർന്നപ്പോൾ, കുഞ്ഞ് അത്യുച്ചത്തിൽ കരയുന്നു; അവൾ താരാട്ടുപാടുന്നുണ്ട്. നിദ്രാ ഭംഗംവന്ന അമ്മ അവളെ ശകാരിക്കുന്നു... പാത്രങ്ങൾ കൂട്ടിമുട്ടുന്ന ശബ്ദം കേൾക്കായി. അയാൾ ഉണർന്നു. അപ്പോൾ പബ്ലിക് ആഫീസിലെ മണി മൂന്നടിച്ചു. കിണറ്റിൽനിന്നും വെള്ളം വലിക്കുന്ന ശബ്ദം. വീണ്ടും ആ മണ്ണെണ്ണ വിളക്കിന്റെ പ്രകാശം ജനലിൽക്കൂടി അയാൾ കണ്ടു.

അവൾ ഉറങ്ങിയിട്ടില്ലേ? ഉറങ്ങുവാൻ സമയമില്ലായിരുന്നുവല്ലോ? ജീവിതത്തിൽ ഇദംപ്രഥമമായി അയാൾ വേലക്കാരുടെ ജീവിതം പഠിക്കാൻ തുടങ്ങി. ഒരു വിശ്രമമില്ലാത്ത ആ ജീവിതം.

ഒരു ദിവസം അമ്മ അവളെ കണക്കിനു മൂന്നുനാലടിച്ചു. അവൾ കുറെ കരയുക മാത്രം ചെയ്തു. കരഞ്ഞുകൊണ്ടു ജോലിചെയ്തു; ആരോടു പറയുവാനാണ്.

അവൾ വളരെ നാളായി അവിടെ നില്ക്കുന്നവളാണ്. കൂറുള്ളവളാണെന്നും തോന്നിയിട്ടുണ്ട്. എന്തുകാര്യത്തിനും നല്ല ചൂടും ലുബ്ധുമാണ്. ഒരു വക അനാവശ്യമായി കളയുകയില്ല. പക്ഷേ അതിനു പ്രതിഫലം ഇതാണ്. അയാൾ അമ്മയോടു ചോദിച്ചു.

"അമ്മേ! അവൾ ഒരു പാവമാണ്."

"പാവം! നല്ല പാവം! നന്ദിയില്ലാത്ത ശവം."

എന്നിട്ട് അമ്മ അവളെക്കുറിച്ചു പറയാൻ തുടങ്ങി. അവൾ മടിച്ചിയാണ്; കൂറുകെട്ടവളാണ്; വയറിയാണ് എന്നൊക്കെ.

"അവൾക്ക് എന്തു ശമ്പളം കൊടുക്കുന്നു?"

"ഒറ്റ രൂപാ."

"അതെന്തു ചെയ്യുന്നവൾ?"

"അവളുടെ വീട്ടിലേക്കയക്കുന്നു. മുപ്പതാംതീയതിയാകുമ്പോൾ പിറുപിറുത്തു തുടങ്ങും."

അങ്ങനെ അടികൊള്ളുക അവളുടെ പതിവുമാണ്.

അല്പനേരംകഴിഞ്ഞ് മകൻ അമ്മയോടു ചോദിച്ചു.

"അമ്മേ! നമുക്കു കുട്ടി എന്നൊരു വേലക്കാരിയില്ലായിരുന്നോ?"

"കുട്ടിയോ? കൊള്ളാം. ഇങ്ങനെ ഒരു വേലക്കാരിയെ കാണാൻ ഒക്കുകയില്ലായിരുന്നു."

"ഇവൾ പോയി മറ്റൊരാൾ വരുമ്പോൾ ഇവളെക്കുറിച്ചും ഇങ്ങനെ പറയും."

"അങ്ങനെയല്ല. അങ്ങനെ ഒരു സ്നേഹമുള്ള വേലക്കാരിയായിരുന്നു കുട്ടി. അവളാണു കുഞ്ഞേ നിന്നെ വളർത്തിയത്. നീ അവളെ വളരെ ബുദ്ധി മുട്ടിച്ചിട്ടുണ്ട്. കുട്ടൻ എന്നുവച്ചാൽ ജീവനായിരുന്നു. പാവം! അവൾക്കി വിടുന്നു പോകാൻ മനസ്സില്ലായിരുന്നു. അവൾ എന്നോട് എപ്പോഴും പറയും, കൊച്ചമ്മ! ഞാൻ മരിക്കുന്നതുവരെ ഇവിടെ താമസിച്ചുകൊള്ളാം. എന്നെ ഇവിടന്നയയ്ക്കരുത്. മരിക്കുമ്പോൾ എന്നെ ഈ മണ്ണിൽ കുഴിച്ചിടണമെന്ന്."

"പിന്നെന്തിന് അവളെ അയച്ചു."

“പനിയായിരുന്നു. നാലഞ്ചുദിവസം ഇവിടെ കിടന്നു. പിന്നെ അവളുടെ നാട്ടിലേക്കയച്ചു. സുഖക്കേടായി കിടക്കുമ്പോഴും അവൾ പറഞ്ഞു: ‘കൊച്ചമ്മ എന്നെ അയയ്ക്കരുതേ!’ എന്ന്.”

“ഇവിടിട്ടു ചികിത്സിക്കരുതായിരുന്നോ?”

“അവൾ അന്യ പെണ്ണല്ലേ? അവൾക്ക് അച്ഛനും അമ്മയുമുണ്ടായിരുന്നു. രണ്ടിനും കണ്ണു കണ്ടുകൂടാ.”

“കഷ്ടം!”

“എന്തുചെയ്യാനാ. പാവം നല്ല സ്നേഹമുള്ള പെണ്ണായിരുന്നു. അവളുടെ ആഗ്രഹമാണ് നിന്നെ ഡാക്ടറാക്കണമെന്ന്. എപ്പോഴും അവൾ പറയുമായിരുന്നു. ‘അമ്മേ! കുട്ടനെ ഡാക്കിട്ടരാക്കണേ’ എന്ന്.”

“അവൾ മരിച്ചോ അമ്മേ!”

“മരിച്ചു. അവളുടെ അച്ഛൻ ഇവിടെ പിന്നീടു വന്നിരുന്നു. നിന്നെ വിളിച്ചാണ് അവൾ മരിച്ചത്. പോകുമ്പോൾ ഒരു ആഗ്രഹമുണ്ടായിരുന്നു. നിനക്ക് ഒരുമ്മ തരണമെന്ന്. ഞാൻ സമ്മതിച്ചില്ല.”

“അതെന്ത്?”

“അവൾക്കു പനിയായിരുന്നില്ലേ?”

കുറേ നേരത്തേക്ക് ഇരുവരും മിണ്ടിയില്ല.

“നിന്റെ അമ്മ അവളായിരുന്നു. ഞാൻ പ്രസവിച്ചതേയുള്ളൂ. അവളുടെ അടുത്തുനിന്നും നീയും മാറുകയില്ലായിരുന്നു. പനി പിടിച്ചു കിടക്കുമ്പോഴും നീ മിസ്സി എന്നും വിളിച്ച് അടുത്തു ചെല്ലും. പാവം! നിന്നെക്കാണാതെ അവൾ മരിച്ചു.”

ഒരു കണ്ണുകാണാൻ വയ്യാത്ത കിഴവനെ അയാൾ ഓർക്കുകയായിരുന്നു. അയാൾ അവിടെ വന്നിട്ടുണ്ട്. അമ്മ തുടർന്നു.

“അവർ ഒരു മകളേ, ആ പാവങ്ങൾക്കുണ്ടായിരുന്നൊള്ളൂ. അവളുടെ ശമ്പളംകൊണ്ടു കഴിഞ്ഞുപോന്നു. അവൾ മരിച്ചുകഴിഞ്ഞ് ആ ശവം മറവു ചെയ്യാൻ ഒരു വഴിയുമില്ലായിരുന്നു. ആശുപത്രിക്കാർ ആ ശവം അഞ്ചു രൂപയ്ക്കു വിലയ്ക്കു വാങ്ങി. അതു മെഡിക്കൽകാളേജിലെ ആവശ്യത്തിനായിരുന്നു.”

കുട്ടൻ ഒന്നു നടുങ്ങി. അയാൾക്ക് ഇപ്പോൾ ഓർമ്മ വന്നു. ആ വൃദ്ധൻ അതു പറഞ്ഞത്...

അയാളുടെ കോളേജിലെ, വളരെക്കാലങ്ങൾക്കു മുമ്പുള്ള ഒരു കൊല്ലത്തെ കണക്കിൽ ഇങ്ങനെ ഒരു ചെലവിനം ഉണ്ടായിരുന്നു.

“അസ്ഥികൂടത്തിനായി ശവശരീരം വിലയ്ക്കു വാങ്ങിയതിന്... ആശുപത്രിയിലേക്കയച്ച രൂപാ അഞ്ച്.”

ആ ആശുപത്രിയിലെ കണക്കിലും ഉണ്ട്. രാമൻ എന്ന വൃദ്ധനു കുട്ടി എന്ന സ്ത്രീയുടെ ശവശരീരത്തിനു വിലയാകെ കൊടുത്ത രൂപാ അഞ്ചെന്ന്.

ആ അസ്ഥികൂടം അയാളുടെ വളർത്തമ്മയുടേതാണ്. ആ നീണ്ട പല്ലുകൾ, അയാൾ കുട്ടിയായിരിക്കുന്ന കാലത്ത്, അയാളെ ചിരിപ്പിക്കുവാനായി, ചെറുതായി ദംശിച്ചിട്ടുള്ളവയാണ്. കൈത്തണ്ടുകൾ അയാളെ കോരി എടുത്തു താരാട്ടിയിട്ടുള്ളവയാണ്.

കുട്ടൻ ഡാക്ടരാകണം! ഡാക്ടർവേലയ്ക്കു പഠിക്കുന്നതും ആ പ്രിയപ്പെട്ട മിസ്സിക്കു കാണുവാൻ കഴിഞ്ഞു.

ആ ശിരോലിഖിതത്തിന്റെ അർത്ഥം മനസ്സിലായിക്കഴിഞ്ഞു. ആ പ്രയത്നപൂരിതമായ ജീവിതം ഇന്നുവരെ അവസാനിച്ചിട്ടില്ല. മരിച്ചു! മരണത്തോടുകൂടി ജീവിതം അവസാനിക്കുന്നുവോ? പ്രകൃതിയിൽനിന്നും എടുത്ത കടങ്ങൾ വീട്ടിത്തീർന്നിട്ടില്ല. ഒരുപക്ഷേ അവളുടെ പ്രിയപ്പെട്ട കുട്ടൻ ആ വിദ്യാലയത്തിൽ വിദ്യാർത്ഥിയായി വരുന്ന കാലംവരെ അതു കാത്തിരിക്കുകയായിരുന്നിരിക്കാം.

അവളുടെ ജീവിതത്തിൽ അധികം ഭാഗവും അയാളുടെ വീട്ടിൽ പണിയെടുത്താണു കഴിഞ്ഞത്. അങ്ങനെ അവർക്കുവേണ്ടി ജീവിച്ചു. മരിച്ചപ്പോഴും അവളെക്കൊണ്ട് അച്ഛനമ്മമാർക്ക് അഞ്ചുരൂപാ പ്രയോജനപ്പെട്ടു. പ്രിയപ്പെട്ട കുട്ടന് അസ്ഥിശാസ്ത്ര പഠനവും.

വെക്കേഷൻ കഴിഞ്ഞു കാളേജു തുറന്നു. അയാൾ പ്രിയപ്പെട്ട മിസ്സിയുടെ അസ്ഥികൂടം കാണുവാൻ ആ മുറിക്കകത്ത് ആർത്തിയോടെ കയറിച്ചെന്നു. അതിനോടു വളരെ വളരെ അയാൾക്കു പറയുവാനുണ്ടായിരുന്നു.

കഷ്ടം! ആ മേശമേൽനിന്നും അതു നിലത്തുവീണ് ആയിരം കഷണങ്ങളായി തീർന്നിരിക്കുന്നു. തല ഉടലിൽനിന്നും വേർപെട്ട് ദൂരെ കിടക്കുന്നു. മേശമേൽനിന്നും എങ്ങനെയോ അതു നിലത്തു വീണുപോയതാണ്.

താഴത്തു മലർന്നുകിടക്കുന്ന ആ തലയോട്ടി അപ്പോഴും അയാളെ നോക്കി പല്ലിളിച്ചുകൊണ്ടിരുന്നു. 'മിസ്സി മിസ്സി' എന്നു നിശ്ശബ്ദമായി അയാളുടെ ആത്മാവു വിളിച്ചു. അത് ആ വിളി കേട്ടായിരിക്കാം.

ആ തകർന്നുപോയ അസ്ഥികൂടം തനിക്കു വിലയ്ക്കു തരണമെന്ന് അയാൾ കാളേജധികാരികളോടു പറഞ്ഞു. അതയാൾക്കു വെറുതെ കിട്ടി. ഒരു നല്ല പെട്ടിക്കുള്ളിൽ നിരവധി അസ്ഥികഷണങ്ങളെ പെറുക്കിവച്ചുകൊണ്ട് അയാൾ വീട്ടിലേക്കു പോയി.

അക്കൊല്ലത്തെ പരീക്ഷയിൽ ആ ദിവാസ്വപ്നക്കാരനായ വിദ്യാർത്ഥി തോറ്റുപോയി. പരാജയം അയാളെ വല്ലാതെ വ്യാകുലചിത്തനാക്കി. അക്കൊല്ലം മുഴുവൻ ഒരു അസ്ഥികൂടത്തെക്കുറിച്ചുള്ള ചിന്തയിൽ വൃഥാ കളഞ്ഞു.

പാവനമെന്നപോലെ സൂക്ഷിച്ചിരിക്കുന്ന ഈ അസ്ഥികൂടം- ഇത് എന്താണ്? കേവലം ഒരു അചേതന വസ്തുവല്ലേ? അതു സൂക്ഷിക്കേണ്ട ഒന്നാണോ? വളരെ ശുശ്രൂഷിക്കപ്പെട്ടുവരുന്ന ഈ ശരീരത്തിനുള്ളിലും ഇങ്ങനെ ഒരു ചട്ടക്കൂട്ടുണ്ട്. അതും ശവക്കുഴിയിൽ വച്ച് ഇങ്ങനെ തെളിഞ്ഞു വരും

ഈ വിധത്തിൽ അയാളുടെ ചിന്താഗതി വളർന്നുകൊണ്ടിരുന്നു. അയാൾ ആ പെട്ടി തുറന്നുനോക്കി. തലയോട്ടി രണ്ടായി പിളർന്നിരുന്നു. അതു ശിരോലിഖിതമല്ല. പല്ലും പൊഴുതുമാണ്. തലയോട്ടിക്കു നല്ല കട്ടിയുണ്ട്. നട്ടെല്ലു പല ഖണ്ഡങ്ങൾ കൂടിച്ചേർന്നതാണ്. അസ്ഥികൾ പരസ്പരം യോജിപ്പിച്ചിരിക്കുന്ന വിധം അത്ഭുതാവഹമായിരുന്നു. അസ്ഥികൂടത്തിന്റെ ഓരോരോ ഭാഗങ്ങളേയും അയാൾ എടുത്തു പരിശോധിച്ചു പഠിച്ചു. ആ പഠിത്ത ത്തിൽ അയാൾക്കു കൗതുകം തോന്നി... ഇതൊരു കൊല്ലം മുമ്പായി രുന്നെങ്കിലോ! കഷ്ടം അർത്ഥശൂന്യങ്ങളായ വിശ്വാസങ്ങളും വികാരങ്ങളും വരുത്തിക്കൂട്ടിയ നാശം! ഇത്ര വളരെ വിചാരിക്കുവാൻ എന്താണത്? അചേതനമായ ഇതിനു സന്ദേശമുണ്ടോ? ഇതിനു കാഴ്ചയുണ്ടോ? അസംബന്ധം! കുട്ടി എന്നൊരു വേലക്കാരിയുണ്ടായിരുന്നു. അവൾ മരിച്ചു. ആരാണ് മരിക്കാത്തത്... അഥവാ അവളെക്കുറിച്ച് ഓർക്കണമെങ്കിൽത്തന്നെ അതിന് ഈ അസ്ഥികൾ വേണമോ? അവൾ എന്നത് ഈ അസ്ഥിക്കഷണ ങ്ങളാണോ?... അസംബന്ധം! താൻ എന്തു വിഡ്ഢിയാണ്. വനാന്തരത്തിൽ അവിടവിടെയായി ചിലപ്പോൾ മിന്നി അണയുന്ന ചില പ്രകാശങ്ങൾക്കു പിന്നാലെ ഓടി. കഥയില്ലാത്ത പാവം! വെറുതെ ചിന്തിച്ചുചിന്തിച്ചു സമയം കളഞ്ഞു. എത്ര കുട്ടികൾ ഇങ്ങനെ മരിച്ചിട്ടുണ്ട്. ഇനിയും ഈ സ്വപ്നം കാണാൻ പാടില്ല.

അയാൾ ആ അസ്ഥിഖണ്ഡങ്ങൾ വാരി ആറ്റിൽ എറിഞ്ഞു. ■

പതിവ്രത

ഭാര്യ ഭർത്താവിനേയും ഭർത്താവു ഭാര്യയേയും പരസ്പരം സ്നേഹിച്ചു വിശ്വസിച്ച്- അങ്ങനെയൊരു ഗൃഹത്തിൽ ആ കുട്ടികൾ ഉത്സാഹമായി വളർന്നുവന്നു. അവിടെ ആർക്കുതന്നെയും ഒരു പരാതിയുമില്ല. ഒറ്റനോട്ടത്തിൽ എത്ര സുഭിക്ഷമായ ഗൃഹം! ആർക്കും കൊതി തോന്നും.

പക്ഷേ, ആ ഗൃഹത്തിന്റെ അന്തർഭാഗത്ത്, അങ്ങ് നിഗൂഢതയിൽ, ഒരു തീക്കുടുക്ക പുകയുന്നുണ്ടായിരുന്നതായി എനിക്കു തോന്നി. അസുഖകരമായ അനന്തരഫലങ്ങളുള്ള ഒരു വാർത്ത ഞാൻ നിമിഷംപ്രതി പ്രതീക്ഷിച്ചുകൊണ്ടിരുന്നു. എന്തോ ആ വീട്ടിൽ സാരമായ ഒരു കുറവുണ്ട്. അങ്ങനെയങ്ങനെ ആർക്കും അതറിയാൻ കഴിയുകയില്ല. അജ്ഞാതവും ശക്തിമത്തും ആയ ഒരടിയൊഴുക്ക്, അവരുടെ ജീവിതത്തിന് ഒരു ഗാംഭീര്യം നൽകിയിരുന്നു. പാവങ്ങൾ കുട്ടികൾ പൊട്ടിച്ചിരിച്ച് ആർത്തുകൊണ്ടിരുന്നു. ആ താളത്തിനൊത്തു ചലിച്ചുകൊണ്ടു പായുന്ന ആഴമില്ലാത്ത ഒരു കാട്ടാറായിരുന്നു വേണ്ടത്. ഇവിടെ നിശ്ശബ്ദമായി ഒഴുകുന്ന ഒരു അഗാധമായ വാഹിനി!

ഞങ്ങളുടെ അമ്മ ഈശ്വരന്റെ കാരുണ്യവായ്പിൽ വിശ്വാസത്തോടെ പറയും: 'അവളെക്കുറിച്ച് എനിക്കൊരു വിചാരവും വേണ്ട.' അമ്മയും ആ ജീവിതത്തിന്റെ സ്വഭാവം അറിഞ്ഞിട്ടില്ല. നിറഞ്ഞ ചാരിതാർത്ഥ്യത്തോടെ അമ്മ മൂത്ത മകളുടെ സുഖസ്ഥിതിയേയും ഭാഗ്യത്തേയും കുറിച്ചു പറയുമ്പോൾ, എന്റെ തോന്നൽ എല്ലാം അമ്മയെ അറിയിക്കാൻ എനിക്കു തോന്നാറുണ്ട്. പക്ഷേ എനിക്കു തീർത്തുപറയാൻ ഒന്നുമില്ല. അപ്രസന്നവും അകാരണമെന്നു സാമാന്യബുദ്ധി വിധിച്ചേക്കാവുന്നതുമായ ആ തോന്നൽ, അല്ലെങ്കിൽ ഒരു ദോഷൈകദൃക്കിന്റെ സംശയത്തിന്റെ നിഴൽപാട് എങ്ങനെ പറഞ്ഞു മറ്റൊരാളെ ബോദ്ധ്യപ്പെടുത്തും? എന്റെ തോന്നലിന് ഉപോൽബലകമായി കാര്യമായ ഒരു സംഭവമാകട്ടെ, ഭാവമാകട്ടെ ഇല്ല. ഞാൻ ആരോടും അതിനെക്കുറിച്ചു മിണ്ടിയില്ല. ആ ഗൃഹം വിഘടിക്കും. എപ്പോൾ? എങ്ങനെ? എന്തുകൊണ്ട്? അവയ്ക്കുത്തരമില്ല. ആകെക്കൂടി ആ ഗൃഹം കൃത്രിമമായിരുന്നു. എന്റെ ചിന്തകൾ ഞാൻതന്നെ വിഴുങ്ങി.

ചേട്ടൻ സ്നേഹസ്വരൂപൻ തന്നെയായിരുന്നു. ഞങ്ങൾക്ക് എപ്പോഴും വിശ്വസിക്കാവുന്ന ഒരു താങ്ങും തണലുമായിരുന്നു. അച്ഛന്റെ കടംവീട്ടാൻ അദ്ദേഹം പണം കൊടുത്തു. അതു ചേച്ചി ആഗ്രഹിച്ചു എന്നു തോന്നിയതു കൊണ്ടായിരുന്നത്രെ! ചേച്ചി പറഞ്ഞിട്ടില്ല. ഞങ്ങളുടെ അമ്മയെ പെറ്റമ്മയെ പ്പോലെ സ്നേഹിച്ചു. ചേച്ചി അമ്മയെ അത്രമേൽ സ്നേഹിക്കുമ്പോൾ ചേട്ടനും അങ്ങനെ സ്നേഹിക്കാതിരിക്കാൻ സാദ്ധ്യമല്ല. കുട്ടികൾക്കും ചേച്ചിക്കും വളരെ ഉരുപ്പടികൾ ഈയിടയ്ക്കു തീർത്തു. ചേച്ചിയോടു ചോദിക്കാതെ ഒരിടപാടു ചെയ്യുകയില്ല. സ്വത്തുക്കൾ മുഴുവൻ ചേച്ചിയുടെപേർക്കു നിരുപാധികമായി ഇഷ്ടദാനം കൊടുത്തു. ആവശ്യപ്പെട്ടിട്ടില്ല. ഒരുദിവസം ആ പ്രമാണം കൊണ്ടുചെന്നുകൊടുത്തു. അപ്പോഴും ചേച്ചിയൊന്നു ചിരിക്ക യാകട്ടെ പെരുമാറ്റത്തിന് ഒരു വ്യത്യാസം വരികയാകട്ടെ ഉണ്ടായില്ലെന്നു ഞാനറിഞ്ഞു. പാവം ചേട്ടന് എന്തോ ഒന്നു ലഭിക്കുവാനുണ്ട്.

ചേട്ടനെക്കുറിച്ചു സഹതാപപൂർവ്വം സ്മരിക്കുവാനേ എനിക്കു കഴിയു മായിരുന്നുള്ളൂ. കുറച്ചു പിടിപ്പുപോരായെന്നു ഞാൻ ഒരിക്കൽ പറഞ്ഞു പോയതിന് അമ്മ എന്നെ വളരെ ശകാരിച്ചു. ആ മനുഷ്യൻ കുറേയൊക്കെ അനുഭവിച്ചേക്കും. ഏതോ ഒരു ദാരുണയാഥാർത്ഥ്യത്തിന്റെ ആവിഷ്ക്കരണ ത്തിന് ഉതകിയ ഉപകരണമാണ് അദ്ദേഹം. ചേച്ചി ഇരിക്കുന്നിടത്തുചെന്ന് അദ്ദേഹം അങ്ങനെ വർത്തമാനങ്ങൾ പറഞ്ഞുതുടങ്ങുമ്പോൾ ഞാൻ വിചാരി ച്ചിട്ടുണ്ട്, എന്തിന് ഇങ്ങനെയൊരാവേശം ആ പാവത്തിനുണ്ടായി എന്ന്. ഈ നാടകത്തിന്റെ ശോകമയമായ അന്ത്യത്തിനു രൂക്ഷത വർദ്ധിക്കുവാനാ യിരിക്കാം, ആ മനുഷ്യന് ഇത്ര സ്നേഹസമ്പന്നമായ ഒരു ഹൃദയം നല്കി യത്! ചിലപ്പോൾ ചേച്ചിയെ നോക്കിനോക്കിനിന്നു ചേട്ടൻ രസിക്കും. ചേട്ടൻ എന്തിനു ചേച്ചിയെ വിവാഹം കഴിച്ചു?

ഒരുപക്ഷേ, ചേച്ചിക്കും അതുപോലെ സ്നേഹവും ആവേശവും ഉണ്ടായി രിക്കാം. അവയുടെ പ്രകടനം മാത്രം സാദ്ധ്യമല്ല എന്നു വരരുതോ?

ഞാൻ ഏതിനെ ഓർത്തോർത്തു നടുങ്ങിക്കൊണ്ടിരുന്നോ, അതു സംഭ വിച്ചു. ഒരുദിവസം ചേട്ടൻ ചേച്ചിയേയും കുട്ടികളേയും കൊണ്ടുവന്നു. ആ വരവും എല്ലാം അർത്ഥവത്തായിരുന്നു. ആ തീക്കുടുക്ക പൊട്ടി അടിയൊഴുക്കു മുകളിൽ വന്നു. കുട്ടികൾ ഓടി ഒച്ചവച്ചുവന്ന് എന്നെ കെട്ടിപ്പിടിച്ചു. എങ്കിലും ആ ഗൃഹം വിഘടിച്ചുപോയി. ചേട്ടന്റെ മുഖം ഇത്രത്തോളം ഗൗരവം ഉള്ള തായി ഞാൻ ഒരിക്കലും കണ്ടിട്ടില്ല. ഞങ്ങളോടൊന്നും മിണ്ടിയില്ല. അഞ്ചു മിനിട്ടുപോലും താമസിക്കാതെ പോയി. കുട്ടികളെ വിളിച്ചുപോലുമില്ല. ചേട്ടൻ അങ്ങു ദൂരെയായപ്പോൾ, ഗോമതി ‘അച്ഛോ’ എന്നു വിളിച്ചു കരഞ്ഞു. കാരണം, മുമ്പൊരിക്കലും അവളെ ചേർത്തുപിടിച്ചുമ്മവയ്ക്കാതെ ചേട്ടൻ എങ്ങും പോയിട്ടില്ല.

ചേച്ചിയുടെ മുഖത്തു പ്രത്യേകമായി ഒരു ഭാവഭേദവും കണ്ടില്ല. പക്ഷേ, ഒരു പരമമുഹൂർത്തത്തെ അഭിമുഖീകരിച്ചതിന്റെ അരുണിമ മുഖത്തുണ്ടായിരുന്നു. അതവസാനിച്ചോ എന്ന് അവർ സ്വയം ചോദ്യം ചെയ്യുന്നതു പോലെയും തോന്നി.

അവർ പൊട്ടിത്തെറിച്ച് അകന്നുപോയതായി എനിക്കു തോന്നി. പക്ഷേ, മറ്റാർക്കും അതു മനസ്സിലായില്ല. 'കേശവപിള്ള എന്താ മിണ്ടാതെ പോയത്?' എന്ന് അച്ഛൻ ചോദിച്ചു. 'എന്താടീ നിങ്ങൾ തമ്മിൽ പിണങ്ങിയോ?' എന്ന് അമ്മ ചോദിച്ചു. 'ഇന്നാളൊരു ദിവസം അച്ഛൻ ഒരുപാട് ഒച്ചവച്ചു വഴക്കു പറഞ്ഞു അമ്മൂമ്മെ! അമ്മ തനിച്ചിരിക്കുമ്പം ഓർത്തോർത്തു കരയും, മാനത്തു നോക്കും, തൊഴും,' എന്നു ഗോമതി പറഞ്ഞു.

മാസങ്ങൾ കഴിഞ്ഞു. ചേട്ടൻ വന്നില്ല. ചേച്ചി ചേട്ടനെക്കുറിച്ചന്വേഷിച്ചുമില്ല. അച്ഛനും അമ്മയ്ക്കും ചില സംശയങ്ങൾ തോന്നി. ഒരുദിവസം അച്ഛൻ ചോദിച്ചു:

"നിങ്ങൾ തമ്മിൽ പിണങ്ങാൻ കാരണമെന്താ കുഞ്ഞേ?"

അതിനുത്തരമില്ല. ആവർത്തിച്ചാവർത്തിച്ചു ചോദിച്ചു. ഉത്തരമില്ല. അവരുടെ ചുണ്ടുകൾ കൂട്ടിത്തയ്ച്ചതുപോലെ തോന്നി. ആ മൗനത്തിൽ ആ സ്ത്രിയുടെ ഗൗരവം കാണേണ്ടതായിരുന്നു.

"നിങ്ങൾ തമ്മിൽ വഴക്കുണ്ടായോ?" അച്ഛൻ ചോദിച്ചു.

"ഇല്ല."

"പിന്നെ ഇതെങ്ങനെ സംഭവിച്ചു?"

അതിനുത്തരം മിണ്ടിയില്ല.

"നിനക്ക് ഇനിയും പോകണമെന്നില്ലല്ലോ?"

"ഇല്ല."

ആ ഉത്തരത്തിന്റെ ദാർഢ്യം എന്നെ നടുക്കുകതന്നെ ചെയ്തു. ആ രണ്ടക്ഷരത്തിന് ഇത്രയും ശക്തിയുണ്ടോ? അവഗാഢമായ ചിന്ത അതിന്റെ പിന്നിലുണ്ട്. തന്നെയുമല്ല, ഒരാശ്വാസവും. പാവം ചേട്ടൻ! ഈ രണ്ടക്ഷരങ്ങളാണ് ആ ആവേശത്തിനു ലഭിച്ച പ്രതിഫലം!

"ഇല്ല." ഇനിയും ആ നുകം ചുമക്കാൻ കഴിയുകയില്ലെന്ന്!

ചേച്ചിക്കു ചേട്ടനെക്കുറിച്ചു യാതൊരു പരാതിയുമില്ല. അദ്ദേഹം സ്നേഹിച്ചിരുന്നില്ലെന്നു പറയാൻ വയ്യ. വേണ്ടതെല്ലാം അന്വേഷിച്ചുപോന്നിരുന്നു. വസ്തുക്കളും വകകളും വേണ്ടുവോളമുണ്ട്. അങ്ങനെ ഒരു ഭർത്താവിനെ അധികമാർക്കും ലഭിക്കുകയില്ല. പക്ഷേ, ആ 'ഇല്ല'യ്ക്ക് എങ്ങനെ ഈ ശക്തി വന്നു? അച്ഛനും അമ്മയ്ക്കും അത് ഒരു പ്രശ്നമായിരുന്നു.

ഒരു സ്ത്രീ അങ്ങനെ ഒരു ഭർത്താവിനെ, അതും നാലു കുട്ടികൾക്കു കാലമായതിനുശേഷം, ഉപേക്ഷിക്കുമോ? ഞാൻ ചിന്തിച്ചു. ജീവിതം ഒരു രാജിയല്ലെ?

വിവരങ്ങളറിയാൻ അച്ഛൻ ചേട്ടനെ കാണാൻ പോയി മടങ്ങിവന്നു. ചേട്ടന്റെ പെരുമാറ്റത്തിൽ യാതൊരു വ്യത്യാസവും ഇല്ലായിരുന്നത്രെ. പഴയപോലെ സ്നേഹമായും ബഹുമാനമായുംതന്നെയിരുന്നു. സംസാരത്തിൽ ഈ വിഷയം അവതരിപ്പിക്കാൻതന്നെയും അച്ഛൻ വിഷമിച്ചു.

ചേച്ചി അനുസരണയുള്ള ഭാര്യയായിരുന്നുവെന്നേ പറയാനൊക്കൂ. ഒരു നല്ല പിടിപ്പുള്ള കുടുംബിനിയുമായിരുന്നു. അവിടത്തെ ജീവിതത്തിൽ ഒരു ക്രമക്കേടുമില്ലായിരുന്നു. അവരുടെ സ്വഭാവത്തെക്കുറിച്ചാണെങ്കിൽ, അതു നിർമ്മലമല്ല എന്നു പറയാൻ ധൈര്യമില്ല. എന്നല്ല ഒന്നു സംശയിക്കുവാൻ പോലും തെളിവില്ല.

"ഇല്ല, അങ്ങനെ ഒരു ദോഷം പറയാനില്ല. ഒരു പുരുഷനും ഇവിടെ വന്നിട്ടില്ല." എന്നാണു ചേട്ടൻ പറഞ്ഞത്. യഥാർത്ഥത്തിൽ ചേച്ചിയും ചേട്ടനും അപഗ്രഥനാതീതമായ ഒരു മഹാപ്രശ്നമായിരുന്നു.

സംവത്സരങ്ങൾക്കുമുമ്പ്, ഞാൻ ഒരു കൊച്ചു കുട്ടിയായിരിക്കുമ്പോൾ എനിക്ക് ഒരനുഭവമുണ്ടായിട്ടുണ്ട്. അസ്പഷ്ടമായി ചിലതെല്ലാം ഞാൻ ഓർക്കുന്നുമുണ്ട്. ആ പരസ്പരബന്ധമില്ലാത്ത സംഭവങ്ങളെ യുക്തികൊണ്ടു ബന്ധിക്കാൻ ഞാൻ ചിലപ്പോൾ ശ്രമിച്ചുനോക്കും. ആ രംഗങ്ങളെ അവ്യക്തമാക്കുന്ന മാറാല നീക്കുവാനുള്ള എന്റെ ശ്രമം ഫലിക്കുന്നില്ല. ചേച്ചിയുടെ ജീവിതത്തിലെ ഒരു രഹസ്യമാണത്. ആ രഹസ്യം ഈ പ്രശ്നത്തിനു മറുപടി നല്കിയേക്കും. പക്ഷേ, അതൊരു സ്വപ്നമല്ലേ? യാഥാർത്ഥ്യമാണോ?

ചേച്ചി ഒടുവിലത്തെ കുട്ടിയെ പ്രസവിക്കാനായി വീട്ടിൽ വന്നു താമസിച്ചു. അന്നു ചേട്ടന്റെ പുരപ്പണിക്കാലമാണ്. പ്രസവം കഴിഞ്ഞു ഒട്ടധികം നാൾ ചേച്ചി അവിടെ താമസിച്ചു. ഞാൻ ഒരു കൊച്ചു കുട്ടിയായിരുന്നു. ചേച്ചി വീടിന്റെ തെക്കേ വേലിക്കൽ ചെന്ന് ആരെയോ നോക്കി നില്ക്കാറുണ്ടായിരുന്നു... അന്നു ചേച്ചി സുന്ദരിയായിരുന്നു... അർദ്ധനിദ്രയിൽ ഒരു ഊഷ്മളമായ ശ്വാസോച്ഛ്വാസം എന്റെ ശരീരത്തിൽ തട്ടി... അപരിചിതമായ ഒരു ഹസ്തം എന്റെ ശരീരത്തിൽ പിന്നീടൊരിക്കൽ മുട്ടി. തീ തൊട്ടതുപോലെ ഞാൻ നടുങ്ങി... വേറൊരു രാത്രിയിൽ ആരോ പതുക്കെ പറയുന്നതായി കേട്ടു. ആ വാചകം ഇങ്ങനെയായിരുന്നു എന്നാണ് എന്റെ ഓർമ്മ:

"ഏഴു ദിവസത്തിനകം ചത്തുപോകും." അടുത്ത ദിവസം ചേട്ടൻ ചേച്ചിയെ കൊണ്ടുപോകാൻ വന്നു. ചേച്ചി പോകുന്നില്ലെന്നു പറഞ്ഞു. അച്ഛൻ ദേഷ്യപ്പെട്ടു. ഞാനും ചേച്ചിയുടെകൂടെ പോയി.

ഏതാനും ദിവസങ്ങൾ കഴിഞ്ഞപ്പോൾ അച്ഛൻ പുറത്തെവിടെയോ പോയിട്ടു വന്ന്, ആരോ മരിച്ചുപോയതായി പറഞ്ഞു. അയാൾ നാലഞ്ചു പ്രാവശ്യം വീട്ടിൽ വന്നിട്ടുള്ളവനാണ്. ഞാൻ ഓർക്കുന്നു. സുന്ദരനായ ഒരു പുരുഷൻ. വെളുത്തു ചുമന്നു നല്ല ഒരു മീശയുംവച്ചു സുമുഖനായ ഒരാൾ. അയാളെ ഒരിക്കൽ കണ്ടിട്ടുള്ളവർക്കു മറക്കാൻ സാദ്ധ്യമല്ല. ആ മനുഷ്യനോട് അനിർവ്വചനീയമായ ഒരു ബന്ധമുള്ളതായി എനിക്കു തോന്നി.

ആ അവ്യക്തസ്മരണകളുടെ വെളിച്ചത്തിൽ ഞാൻ ചേച്ചിയെ സൂക്ഷിച്ചു നോക്കിക്കൊണ്ടിരിക്കും. അങ്ങനെ ആ ഗന്ധർവ്വന്റെ പരിലാളന അവർ അനുഭവിച്ചതാണോ? അയാൾ ആരായിരിക്കും? ആരുതന്നെയാണെങ്കിലും മരിച്ചു മൺമറഞ്ഞുപോയില്ലേ?

പക്ഷേ, അവർക്കു മറക്കാൻ ഒക്കുകയില്ലായിരിക്കും. അവർ ഒരു ഭാര്യ യായിരുന്നു. ഒരു ഭാര്യക്കു പരാധീനതകൾ പലതാണ്. അവൾക്ക് ആത്മ നിയന്ത്രണമുണ്ട്. വിധിച്ചിട്ടുള്ളിടത്തോളം സുഖമേ പാടുള്ളൂ. നിരോധിക്കപ്പെട്ട ഫലം അനുഭവിക്കുമ്പോൾ - അതിന്റെ സ്തോഭം അവൾ എന്നെന്നും ഓർത്തുപോകും. ആ പുരുഷൻ അങ്ങനെ ഒരുവളെ ഉണർത്താൻ ചെയ്ത ശ്രമത്തിൽ നിയന്ത്രണംകൊണ്ടു ചുരുങ്ങിയ അവരുടെ സിരാചക്രം അവരറി യാതെ വിജൃംഭിച്ചപ്പോൾ ഉണ്ടായ നടുക്കം അത്യുഗ്രമായിരുന്നിരിക്കും. ഒരു ഭാര്യ പരപുരുഷനു വശപ്പെട്ടാൽ ഭർത്താവു നിസ്സാരനാകുന്നത് അങ്ങനെ യാണ്. അച്ചടക്കത്തിലും നിയന്ത്രണത്തിലുംപെട്ട മർദ്ദിതമായ വികാരങ്ങൾ ഉണർത്താനുള്ള അനുഭൂതികൾ ചിരസ്ഥായികളായിരിക്കും.

എന്തോ! സ്ത്രീയുടെ വികാരങ്ങൾ എങ്ങനെയെല്ലാം പ്രവർത്തിക്കുന്നു എന്ന് ആർക്കറിയാം! അവൾ ഒരിക്കൽ നിയമം ലംഘിച്ചാൽ നിയമലംഘന ത്തിനു കുതിച്ചുകൊണ്ടിരിക്കും. അന്നോളം വിശുദ്ധങ്ങളായി കരുതിയതിനെ യെല്ലാം ചവുട്ടിത്തൂത്തേക്കും.

എനിക്കതു ചോദിക്കാൻ മടിയായിരുന്നു. പലപ്പോഴും ഞാൻ അതിന് ആഞ്ഞിട്ടുണ്ട്. ചേച്ചിക്കു ചിലതെല്ലാം പറയാനുള്ളതായി എനിക്കു തോന്നി. പക്ഷേ, ഞങ്ങൾ ഒന്നും മിണ്ടിയില്ല.

ചേച്ചി പലപ്പോഴും ചിന്താമഗ്നയായിരുന്നു. ഏതോ കനമുള്ള ഒന്നിനെ ക്കുറിച്ച് അവർക്ക് ഓർക്കുവാനുണ്ട്. അവർ തെക്കോട്ടുതന്നെ നോക്കി ക്കൊണ്ടിരിക്കും. ആ പുരുഷൻ ഇനി വരുമോ? അതായിരിക്കും ചേച്ചിയുടെ കണ്ണുകൾ നിറയുന്നത്.

അച്ഛനും അമ്മയും ചേച്ചിയെ വളരെയേറെ കുറ്റപ്പെടുത്തി. ദിവസം ഒരഞ്ചുപ്രാവശ്യം അച്ഛൻ ശകാരിക്കും. ഈ അപകടത്തിനെല്ലാം ഉത്തരവാദി ചേച്ചിയാണെന്ന് അച്ഛൻ പറയുന്നതു ന്യായമാണല്ലോ. അച്ഛൻ ചേട്ടനെ വളരെ

സ്തുതിക്കും. ചേച്ചി ചേട്ടനെതിരായി ഒരക്ഷരം പറഞ്ഞിട്ടില്ല; എന്നല്ല പറയുവാനുമില്ല. ഒരിക്കൽ ഗോമതിയെ മടിയിൽവച്ചുകൊണ്ടു ചേച്ചി പറയുന്നതു കേട്ടു:

"മക്കളുടെ അച്ഛൻ–"

എന്നിട്ട് ചേട്ടൻ അവളെ സ്നേഹിച്ചതിന് ഒരു കഥ പറയുകയായിരുന്നു.

ഒരു വത്സരത്തിനുശേഷം ചേട്ടൻ അവിടെ വന്നു. ആ വസ്തുക്കളെല്ലാം തിരിച്ചെഴുതിക്കൊടുക്കണമെന്ന് ആവശ്യപ്പെട്ടു. പൂർണ്ണമനസ്സാലെ ചേച്ചി സമ്മതിച്ചു. ചേട്ടൻ അവരുടെ മറുപടി കേട്ടു നടുങ്ങിപ്പോയി. അത് അപ്രതീക്ഷിതമായിരുന്നു. കുറച്ചുനാൾ കഴിഞ്ഞു വീണ്ടും ചേട്ടൻ അവിടെ വന്നു. വെറുതെ വന്നതാണ്. ചേച്ചി ഒരക്ഷരം മിണ്ടിയില്ല. വീണ്ടും വന്നപ്പോൾ ചേട്ടൻ വിവാഹമോചനം ആവശ്യപ്പെട്ടു. അതിനും ചേച്ചിക്കു മനസ്സുകേടുണ്ടായിരുന്നില്ല. ആറുമാസംകൂടി കഴിഞ്ഞ് അതു സംഭവിച്ചു. ചേട്ടൻ രണ്ടാമതു വിവാഹം കഴിച്ചതായും കേട്ടു.

ഞങ്ങളുടെ വീട്ടിലെ തെക്കേ മുറിയുടെ ഭിത്തിയിൽ ഒരു വിരലടയാളം കാണുവാനുണ്ടായിരുന്നു. അത് ആര് എപ്പോൾ അവിടെ വിരചിച്ചതാണെന്ന് അറിഞ്ഞുകൂടാ. ചേച്ചി അതു നോക്കി കരയുന്നതു കണ്ടുപിടിച്ചു. അതിനെ അടുത്തിരുന്നു ഞാൻ പരിശോധിക്കുന്നതു ചേച്ചിയും കണ്ടു. അന്നു രാത്രിയിൽ– അതു ചന്ദ്രികയുള്ള ഒന്നായിരുന്നു– ഞാനും ചേച്ചിയുംകൂടെ മുറ്റത്തു നടന്നുകൊണ്ടിരിക്കുകയായിരുന്നു. ചേച്ചി പറഞ്ഞു:

"ഇവിടെയെവിടെയോ അനുജത്തീ, സ്നേഹം നിറഞ്ഞ ഒരാത്മാവ് നമുക്കു കാണാൻ വയ്യാതെ ഒളിച്ചിരിക്കുന്നുണ്ട്."

"അതാരാണു ചേച്ചീ?"

അതിനുത്തരം പറഞ്ഞില്ല. ചേച്ചി നിരുദ്ധകണ്ഠയായിപ്പോയി. ചേച്ചിയുടെ കണ്ണുകൾ ജലം നിറഞ്ഞു തിളങ്ങുന്നതു ഞാൻ കണ്ടു.

അടുത്തൊരു ദിവസം ഗോമതി അവളുടെ വീട്ടിൽ പോകണമെന്നു പറഞ്ഞ് അച്ഛനെ അലട്ടി. അച്ഛൻ അവളെ കൊണ്ടുപോയി. പക്ഷേ, മൂന്നാം പക്കം ആരുടെകൂടെയോ മടങ്ങിവന്നു. കൊച്ചു കുട്ടി, അവൾ വലിയ വായിലേ നിലവിളിച്ചുകൊണ്ട് ഓടിവന്നു. ഞങ്ങളെല്ലാം വ്യാകുലപ്പെട്ടുപോയി. വളരെ നേരം ചോദിച്ചിട്ട് അവൾ പറഞ്ഞു:

"നമ്മുടെ വീട്ടില് – ആരാണ്ടോ താമസിക്കുന്നു. എനിക്കു തെക്കെ പുരയ്ക്കകത്തു കയറാൻ പേടിയായി."

പാവം കുട്ടി ഏങ്ങലടിക്കാൻ തുടങ്ങി. അവൾക്ക് അതുകൂടാതെ പല പരാതികളുമുണ്ട്. അവളുടെ കിണ്ണത്തിൽ മറ്റാരോ കഞ്ഞി കുടിക്കുന്നു. അവളുടെ കൊച്ചുപെട്ടി കാണുന്നില്ല. ഇങ്ങനെ...

ഞങ്ങൾക്കാർക്കും അവളെ ആശ്വസിപ്പിക്കാൻ കഴിഞ്ഞില്ല. അവൾ വളരട്ടെ.

സംവത്സരങ്ങൾ വളരെ കഴിഞ്ഞു. ചേച്ചിയുടെ തലമുടി നരച്ചു. ആരെയോ കാത്തിരിക്കുക ആ കണ്ണുകളുടെ സ്വഭാവമായിത്തീർന്നു. അവർ വളരെ നേരം ധ്യാനനിരതയായി ഇരിക്കാറുണ്ട്. പ്രാർത്ഥിക്കുന്നതെന്താണോ എന്തോ? മരിച്ച മനുഷ്യർ ഉടലെടുക്കുമോ?

ഗോമതി വളർന്നു. അവൾക്കു കാര്യങ്ങൾ അറിയാൻ പ്രായമായി. ഒരു ദിവസം ഭിത്തിയിലെ ആ പാട് അവൾ പിച്ചാത്തികൊണ്ടു ചുരണ്ടി മാച്ചു കളഞ്ഞു.

ചേച്ചി എന്നോടു ചോദിച്ചു:

"ഈ കുട്ടികൾ എന്നെ വെറുത്തേക്കും, അല്ലേ അനുജത്തീ?"

എനിക്കൊന്നും പറയുവാൻ ഇല്ലായിരുന്നു. ഒട്ടു സ്വഗതമായി പറഞ്ഞു:

"അതെ അവർ അവരുടെ അച്ഛനെ സ്നേഹിക്കുന്നു. അതു ന്യായമാണ്."

ആ അവസരത്തിൽ ചോദിച്ചാൽ എല്ലാംതന്നെ ചേച്ചി പറയുമെന്ന് എനിക്കു തോന്നി. ആരോടെങ്കിലും അവർക്ക് അതെല്ലാം പറഞ്ഞേ മതിയാകൂ.

"അങ്ങനെയൊരു അച്ഛനെ ചേച്ചി എന്തിന് അവർക്കു നഷ്ടപ്പെടുത്തി?" ഞാൻ ചോദിച്ചു.

ചേച്ചി പ്രതിവചിച്ചു:

"ഞാൻ ശ്രമിച്ചു. എനിക്കു സഹിക്കാൻ വയ്യാതായപ്പോൾ- എന്നിട്ടും ഞാൻ ശ്രമിച്ചു. അതങ്ങനെയേ സംഭവിക്കൂ കുഞ്ഞേ. ഒരുവന് ഒരു ഭാര്യ ഉണ്ടായിരിക്കുന്നത് എന്തിനാണ്? അവൾ അയാളുടെ കൂരയ്ക്കു താഴെ വേറൊരാളെ ഓർത്തുകൊണ്ടിരുന്നാലോ?"

"അതാരു ചേച്ചീ?"

"ആ ആൾതന്നെ കുഞ്ഞെ! നീ അറിയുന്ന ആ ആൾതന്നെ. ഞാൻ പോയതിന്റെ ഏഴാംപക്കം- പറഞ്ഞതുപോലെ മരിച്ചു." ചേച്ചി പൊട്ടിക്കരഞ്ഞു.

ഒട്ടുനേരം കഴിഞ്ഞ് ഞാൻ ചോദിച്ചു:

"ചേട്ടന് അതറിയാമോ?"

"അറിഞ്ഞുകൂടാ."

"പിന്നെ നിങ്ങൾ പിണങ്ങുവാൻ കാരണം? നിങ്ങൾക്കു രാജിപ്പെട്ടു കഴിഞ്ഞുകൂടായിരുന്നോ?"

"ഞാൻ പതിവ്രതയാണനുജത്തി."

"പതിവ്രതയോ?"

"അതെ."

എനിക്കൊന്നും മനസ്സിലായില്ല. അതു ചേച്ചിക്കും തോന്നി. അവർ ആ പരമരഹസ്യം എന്നെ മനസ്സിലാക്കി.

"ഞാൻ പിന്നീടു പ്രസവിച്ചില്ല."

"പിന്നെ അവിടെ പാർത്തത്-"

ചേച്ചി യന്ത്രത്തെപ്പോലെ പറഞ്ഞു:

"എന്റെ കുട്ടികളുടെ അച്ഛന്റെകൂടെ പാർത്തു."

എനിക്ക് ആ ചരിത്രം വെളിവായി.

അല്പനേരം കഴിഞ്ഞു ചേച്ചി പറഞ്ഞു:

"ഞാൻ ധ്യാനിക്കുന്നത്, ഞാൻ പ്രാർത്ഥിക്കുന്നത്, സ്വപ്നത്തിലെങ്കിലും എന്റെ ഈശ്വരൻ പ്രത്യക്ഷപ്പെടാനാണ്. ഇല്ല, ഇന്നോളമില്ല. എന്നും രാവിലെ നിരാശയുടെ അഗാധതയിൽനിന്നും ഞാൻ ഉണരുന്നു."

■

അവന്റെ സമ്പാദ്യം

എന്തൊരു ബീഭൽസമായ കാഴ്ചയാണത്! മനമുരുട്ടും. യാദൃച്ഛികമായി ഒന്നു നോക്കിപ്പോയേക്കാം. പക്ഷേ, നിങ്ങൾ കാണുകയില്ല. കണ്ണിന്റെ സ്ഥാനത്തിനു താഴെ ഒരു ഗഹ്വരമാണ്. ആ ഗഹ്വരത്തിനുള്ളിൽ എന്തോ ചെമന്നുരുണ്ട ഒരു സാധനം കിടന്നുരുളുന്നുണ്ട്. അത് ഉരുണ്ടു താഴെ പോകാതിരിക്കുവാനായിട്ടെന്നപോലെ ഒരു വരി വെളുത്ത പല്ലുകൾ അനാച്ഛാദിതമായി നിൽക്കുന്നുണ്ട്. ചുണ്ടില്ല. അതൊരു സ്ത്രീയാണത്രെ.

വഴിയരുകിൽ പ്രഭാതം മുതൽ കാണാം. എന്തോ ഒരു ശബ്ദം പുറപ്പെടുവിച്ചുകൊണ്ടിരിക്കും. ഇരിക്കുകയായിരിക്കാം. മനസ്സറിയാതെതന്നെ ആരും എന്തെങ്കിലും അതിന്റെ മുൻപിലിരിക്കുന്ന ചട്ടിയിൽ ഇട്ടുപോകും.

അവൾക്ക് ഒരു പുരുഷനുണ്ട്! അവനാണ് എന്റെ ശ്രദ്ധയെ കൂടുതൽ ആകർഷിച്ചത്. അവൾ- ഒരു പിച്ചക്കാരി! ഒരു ഭയങ്കരരോഗം മുഖമാകെ കരണ്ടെടുത്തുകളഞ്ഞു. പക്ഷേ, അവന് അവളുമായുള്ള വേഴ്ച ശ്രദ്ധാർഹമായ ഒന്നുതന്നെ ആയിരുന്നു. വഴിയരികിൽ ഇരിക്കുന്ന അവരെ എനിക്കു സൂക്ഷിച്ചുനോക്കാതെ വയ്യായിരുന്നു. എന്റെ ഒരു സ്നേഹിതൻ- അദ്ദേഹം ഒരു കവിയും കൂടിയാണ്- ആവേശഭരിതനായി ആ ബന്ധത്തെ കീർത്തിച്ചു. ഞാൻ നിശ്ശബ്ദനായി കേട്ടുകൊണ്ടിരുന്നു. എങ്കിലും അവൾ ഒരു പുരുഷന്റെ ജീവിതസ്വപ്നങ്ങൾക്കു തൃപ്തി അരുളുന്നെന്ന്! അവൾ ഒരു പുരുഷന്റെ വികാരങ്ങളെ തട്ടിയുണർത്തുന്നെന്ന്! ഒരുപക്ഷേ, അദ്ദേഹം പറയുന്നതു ശരിയായിരിക്കാം. ഹൃദയങ്ങളാണു യോജിക്കുന്നത്. എങ്കിലും അവർ തമ്മിൽ ചുംബിക്കുന്നത്- കഷ്ടം! ചുംബിക്കാതെ ജീവിച്ചുകൂടെ? ഹൃദയത്തിനിരിക്കാനുള്ള കൂടെന്നതൊഴിച്ചാൽ ശരീരത്തിനു പ്രണയബന്ധത്തിൽ സ്ഥാനമില്ലായിരിക്കാം. എന്തോ!

ഒരു കാര്യം ഞാൻ തുറന്നു സമ്മതിച്ചുകൊള്ളട്ടെ. എന്റെ സ്നേഹിതന്റെ വികാരാത്മകമായ വ്യാഖ്യാനങ്ങൾ അപ്പടി അങ്ങു സ്വീകരിക്കുവാൻ എനിക്കു കഴിവില്ലായിരുന്നു. എന്തുകൊണ്ടോ എന്തോ, എന്റെ യുക്തി അതിന് അനുവാദം തന്നില്ല. അദ്ദേഹം മനോഹരങ്ങളായ ചില വരികൾ രചിച്ചു. ആ കാവ്യമധുരിമയിൽ ഞാൻ ലയിക്കുകയും ചെയ്തു. എന്നാൽ എനിക്ക്

അദ്ദേഹത്തെ എതിർക്കാൻ കഴിഞ്ഞില്ല. ആ വേഴ്ചയിൽ എന്തോ കൃത്രിമത്വ മുണ്ടെന്ന് എനിക്കു തോന്നി. ചൂണ്ടിക്കാണിക്കാൻ ആവശ്യപ്പെട്ടാൽ ഞാൻ പരുങ്ങുകയേയുള്ളു. അതിന് എവിടെയോ കാര്യമാത്രപ്രസക്തതയുണ്ട്. ആരും എന്തെങ്കിലും ആ ചട്ടിയിൽ ഇടാതെ പോവുകയില്ലെങ്കിലും ഒരിക്കലും ആ ചട്ടിയിൽ ഒന്നും കാണുകയില്ല.

ഒരുദിവസം അവർ പോകാൻ വട്ടംകൂട്ടുമ്പോൾ ഞാൻ അതിലേ കടക്കാൻ ഇടയായി. അവളാണു പണം സൂക്ഷിക്കുന്നത്. മടി തുറന്നപ്പോൾ അവൻ അങ്ങോട്ടു കഴുകന്റെ ദൃഷ്ടികളോടെ നോക്കുന്നതു കണ്ടു. ആ നോട്ടം ആർത്തിപിടിച്ച ഒരു ദല്ലാളിന്റേതുപോലിരുന്നു.

അവൾ നാലു ചക്രം എടുത്തു കൊടുത്തു. എന്നിട്ടെന്തോ ശബ്ദിച്ചു. അവനു മനസ്സിലായി. അവനും എന്തോ പറഞ്ഞു.

എന്റെ സ്നേഹിതൻ ഇതിനു നൽകിയ വ്യാഖ്യാനം തികച്ചും സ്വീകാര്യ മായിരുന്നു. അവൻ ഒരു ചെലവുകാരനാണെന്നു വരരുതോ? ഭാര്യമാരല്ലേ ഇന്നു ഭർത്താക്കന്മാരുടെ മുതൽപിടിക്കാർ? അവൾ പണം സൂക്ഷിക്കു ന്നെങ്കിലെന്ത്?

അദ്ദേഹം എന്നെ ഒരു മനുഷ്യദ്വേഷി എന്നു മുദ്രയടിക്കുകയും ചെയ്തു.

ഞാൻ സധൈര്യം വഴിയരികിലെ ആ രംഗങ്ങൾ നിരീക്ഷിക്കാൻ തുടങ്ങി. പലതും കണ്ടു. അവൻ അവളുടെ മടിയിൽ തലചായ്ച്ചു കിടക്കും. അവളുടെ പുറം തലോടും. അവളെ നോക്കിനോക്കി ആനന്ദിക്കുന്നതുപോലെ ഭാവിക്കും. പക്ഷേ, ഇതൊന്നും ഒരാൾ സൂക്ഷിച്ചുകൊണ്ടു നോക്കിനില്ക്കുന്നുവെങ്കിൽ അവൻ ചെയ്യുകയില്ല... അവർക്കും സങ്കോചം കാണുകില്ലേ?... എന്നാൽ ഒരുത്തനും അതു സൂക്ഷിച്ചുനോക്കാൻ ധൈര്യമില്ല. അങ്ങനെ ആരും സൂക്ഷിച്ചുനോക്കരുതെന്ന് അവനുണ്ടുതാനും.

എന്നോടവന് അത്ര രസമില്ലെന്ന് എനിക്കു തോന്നി. സാധാരണ കാൽ പെരുമാറ്റം കേൾക്കുമ്പോൾ അവൾ ശബ്ദിച്ചുതുടങ്ങും. ഒരു ദിവസം ഞാൻ അതിരാവിലെ കടന്നുപോയപ്പോൾ അവൻ അവളോടു പതുക്കെപ്പറഞ്ഞു:

"എന്തിനാടി? നമ്മളെ നോക്കിനില്ക്കുന്ന ആളാ."

ഒരു ദിവസം അവരെ അവിടെ കണ്ടില്ല. അടുത്ത ദിവസവും കണ്ടില്ല. അങ്ങനെ അഞ്ചാറുദിവസങ്ങൾ കഴിഞ്ഞു. ഒരുദിവസം തനിച്ചു ദൂരെക്കൂടി പോകുന്നതു കണ്ടു. അവന്റെ കൈമടക്കിൽ ഒരു വട്ടിയുമുണ്ട്. ആ പോക്ക് ദയനീയമായിരുന്നു. അവനെ കൂട്ടുകാരിയെക്കൂടാതെ ഒരിക്കലും കണ്ടിട്ടില്ല.

അടുത്ത ദിവസം അവൻ എന്റെ ആഫീസിനു മുൻപിൽ വന്നുനിന്നു. അവൻ അത്യന്തം ദുഃഖിതനായി കാണപ്പെട്ടു. എന്തോ ഒരു ദുരന്തസംഭവം

അവന്റെ മുഖത്തു പ്രതിബിംബിച്ചിരുന്നു. അവൻ കൈകൊണ്ട് ആംഗ്യം കാണിച്ചു. അവന് എന്തോ പറയുവാനുണ്ട്. പക്ഷേ, ശബ്ദം പുറത്തു വരുന്നില്ല. അവൻ കരയുകയാണ്; എന്നാൽ കണ്ണുകൾ ഉണങ്ങിയിരിക്കുന്നു. എന്റെ ഹൃദയം അലിഞ്ഞു. കണ്ണുനീർ പൊഴിയാത്ത ഇത്ര ഉൽക്കടമായ ദുഃഖം ഞാൻ കണ്ടിട്ടില്ല.

"തനിക്കെന്തുപറ്റി?" ഞാൻ ചോദിച്ചു.

അയാൾ വളരെ വിമ്മിട്ടപ്പെട്ടു പറഞ്ഞു:

"അത്- അത്- വീഴ്ചയായിപ്പോയി."

"ഏത്?"

അവന്റെ കരൾ പൊട്ടുന്നുണ്ടായിരുന്നു:

"അവൾ- ചാകാറായി. പനി- പട്ടിണിയാണുടയതേ! പട്ടിണി!"

ഞാൻ ഒരു ചക്രം ഇട്ടുകൊടുത്തു. അതുമെടുത്തുകൊണ്ട് അവൻ പോകുന്നതു ഞാൻ നോക്കിനിന്നുപോയി. എനിക്കു വളരെയൊക്കെ ചോദിക്കുവാനുണ്ടായിരുന്നു. പക്ഷേ, അതിനു പറ്റിയ അവസരം അതല്ലല്ലോ.

ഒരാഴ്ച കഴിഞ്ഞു. ഞാൻ ആ ചരിത്രംതന്നെയും മറന്നു. ഒരു സായാഹ്നത്തിൽ കടൽക്കരയിൽ ഏകനായി ഞാൻ ഇരിക്കുമ്പോൾ അവൻ എന്റെ മുൻപിൽ പ്രത്യക്ഷനായി. അവളുടെ രോഗം ഭേദമായതുപോലെ തോന്നി അവനെ കണ്ടിട്ട്.

"എന്തെടോ, അവളുടെ രോഗം ഭേദമായോ?"

അവൻ നിർവ്വികാരനായി പറഞ്ഞു:

"ചത്തുപോയി ഏമാനേ."

"എന്ത്, മരിച്ചെന്നോ?

"അതെ, മിനിഞ്ഞാന്ന്."

ഞാൻ അവന്റെ മുഖത്തു സൂക്ഷിച്ചുനോക്കി. യാതൊരു ഭാവഭേദവും അവിടെ കണ്ടില്ല. രോഗിണിയായി അവൾ കിടന്നപ്പോൾ കരൾപൊട്ടി ക്കരഞ്ഞു; മരിച്ചപ്പോൾ ഒരു കൂസലുമില്ല. ഇതെന്തൊരു വിചിത്രമായ ബന്ധ മാണ്!

"താൻ തനിച്ചായി അല്ലേ?"- ഞാൻ ചോദിച്ചു.

"അതെ." അയാൾ മറുപടി പറഞ്ഞു.

"അതു വിധിയാണെടോ."

"അതെ."

"തനിക്കതിൽ വ്യസനമില്ലേ?"

"ഉണ്ടേ."

എന്തൊരു നിർവ്വികാരമായ ഉത്തരങ്ങൾ!

എന്റെ സ്നേഹിതനു മറ്റൊരു കവിതാ വിഷയം ലഭിച്ചു. ഭാവത്തിൻ പരകോടിയിലെ അഭാവമാണത്രെ അത്. ഞാൻ എന്തു പറയുവാനാണ്?

വത്സരങ്ങൾ ചിലതു കഴിഞ്ഞു. ചിലപ്പോഴെല്ലാം ആ വേഴ്ചയെക്കുറിച്ചു ഞാൻ ചിന്തിക്കും. നാം അറിഞ്ഞിട്ടില്ലാത്ത എത്രയെത്ര ഭാവങ്ങൾ ജീവിതത്തിലുണ്ട്!

അക്കൊല്ലം ഞാൻ ശബരിമലയ്ക്കു പോയി. സമുദായത്തിന്റെ ചീഞ്ഞളിഞ്ഞ ഭാഗങ്ങൾ ആ കാട്ടുവഴിയരികിൽ നീളെ പ്രദർശിപ്പിച്ചിരിക്കുന്നതു കണ്ടു. അതെല്ലാം മനുഷ്യജീവികളത്രേ! നൊമ്പരപ്പെടുത്തുന്ന ശരീരങ്ങളത്രേ! അവറ്റകളുടെ നാവിനും സ്വാദറിയാംപോലും! ശ്വാസോച്ഛ്വാസം ചെയ്യുന്നുണ്ടത്രേ! അവറ്റകൾക്കും ഒരു സിരാചക്രവും അതിൽക്കൂടി രക്തപ്രവാഹവും ഉണ്ടുപോലും! നാം അതെല്ലാം വിശ്വസിക്കണമെന്ന് ആവശ്യപ്പെടുന്നു. ചിലതു ഞരങ്ങുന്നു. മറ്റു ചിലവ അലറുന്നു. വേറെ ചിലതു നിശ്ശബ്ദം മലർന്നു വെയിലുമേറ്റു കിടക്കുന്നു. എല്ലാറ്റിനേയും അമ്മമാർ പ്രസവിച്ചു മടിയിൽ ചേർത്ത് ഉമ്മവച്ചു മുലകൊടുത്തു വളർത്തിയതാണുപോലും! സമുദായത്തിന് ആ അമ്മമാർ വച്ച കാഴ്ചകൾ!

നീലിമലമുകളിൽ അനുകമ്പയുടെ ഉത്തമപരിമാണത്തെ ബലമായി ആവശ്യപ്പെട്ടുകൊണ്ട് ഒരു പിച്ചച്ചട്ടി കണ്ടുമുട്ടി. അത്രമേൽ ബുദ്ധിപൂർവ്വകമായ ഒരു സംവിധാനം ഞാൻ മറ്റൊരിടത്തും കണ്ടിട്ടില്ല. മനുഷ്യസ്വഭാവത്തിലെ സഹതാപം എന്ന ഭാവത്തെ മീശംവരെ തൂക്കിയളന്നു ബോദ്ധ്യപ്പെട്ടു കഴിഞ്ഞതായിത്തോന്നി. അത് ഒരു കലതന്നെയായിരുന്നു. അതിനു തിരഞ്ഞെടുത്ത ഉപകരണം ഒരു സാധാരണ കുഷ്ഠരോഗി മാത്രമാണ്. ആരും നിന്നു നോക്കുകയില്ല. അങ്ങനെ അതിന്റെ കൃത്രിമത്വം മനസ്സിലാക്കുകയുമില്ല. അവിടെ ചെല്ലുമ്പോൾ നിങ്ങളുടെ കൈ അയഞ്ഞുപോകും.

അതൊക്കെ എങ്ങനെ നിർവ്വഹിച്ചിരിക്കുന്നു എന്നു ചോദിക്കരുത്. എനിക്കു വിവരിക്കാൻ സാദ്ധ്യമല്ല. പക്ഷേ, സഹതാപം എന്ന ചേതോവികാരത്തെ ഒരു ശാസ്ത്രജ്ഞൻ അവിടെ അപഗ്രഥനം ചെയ്തിട്ടുണ്ട്. ഒരു കുഷ്ഠരോഗിയായ അമ്മയെ മാതൃവത്സലനായ മകൻ ശുശ്രൂഷിക്കുകയാണ്. ഒന്നാംതരം നാടകരംഗം. അഭിനയമെന്നു തോന്നുകയില്ല. അവനു ജീവിതത്തിൽ മറ്റൊന്നും ചെയ്യുവാനില്ല. അവൻ ജനിച്ചത് അതിനുവേണ്ടിയാണ്. ആ അമ്മ പ്രസവിക്കുകയാൽ ഭാഗ്യവതിയായി. ധന്യയായി. ചലപ്പോൾ അനുനാസികമായ ഒരു വിളി കേൾക്കാം:

"മോനേ!"

അനുസരണാപൂർവ്വകമായ ഒരു വിളികേൾക്കൽ:

"എന്തോ!"

ആ മകൻ അവനായിരുന്നു.

എന്നെ കണ്ടയുടൻ അവനറിഞ്ഞു. എങ്കിലും അവൻ ഒരു ക്ഷണ നേരത്തേക്കെങ്കിലും ചഞ്ചലനായില്ല. ആ ചട്ടിയിൽ ഒരു കാശും ഇടാതെ പോയ എന്നെ ചിലരെല്ലാം കുറ്റപ്പെടുത്തി.

മൂന്നുനാലു കൊല്ലങ്ങൾ കഴിഞ്ഞ് ഓച്ചിറപ്പടനിലത്തിൽവച്ചു മൂന്നുനാലു പിള്ളേരെയുംകൊണ്ട് അവൻ നടക്കുന്നതു കാണായി. ഒന്നിനെ എടുത്തിരിക്കുന്നു. രണ്ടെണ്ണത്തിനെ കൈയ്ക്കു പിടിച്ചിരിക്കുന്നു. അവന്റെ മകന്റെ മക്കളാണത്രെ! അതുങ്ങളുടെ തന്തയും തള്ളയും ചത്തുപോയെന്ന്!

ഈ തെണ്ടികളെക്കുറിച്ച് എനിക്കു വലിയ സഹതാപമൊന്നുമില്ലാതായി. ഇങ്ങനെ പലതും ഞാൻ കണ്ടു. ഇതെല്ലാം ഒരഭിനയം മാത്രമാണെന്നു തോന്നി.

ഞാൻ ആലപ്പുഴ സബ്റജിസ്ത്രാരായി വന്ന കാലമാണ്. ഒരു ദിവസം മൂവായിരം രൂപയുടെ ഒരാധാരം രജിസ്റ്ററാക്കുവാൻ വന്നു. എഴുതിക്കൊടുക്കുന്നത് ആലപ്പുഴയിലെ സ്വത്തുകാരിൽ ഒരാൾ. പണം റജിസ്ത്രാർ മുമ്പാകെയാണ്.

കക്ഷികളുടെ പേരു വിളിച്ചു. ആ പ്രമാണിയായ സേട്ടും, പിന്നാലെ 'അവനും' കയറിവന്നു. അന്നാണ് അവന്റെ പേർ ഞാനറിയുന്നത്. നാരായണനെന്ന്.

അവൻ എന്നെ താണുതൊഴുതു. ഞാൻ അത്ഭുതപ്പെട്ടുപോയി.

"താനാണോ എഴുതിപ്പിടിക്കുന്നത്?" ഞാൻ ചോദിച്ചു.

"അതെ."

അയാൾ പണം എണ്ണിക്കൊടുത്തു.

"താൻ എന്നെ അറിയുമോ?

അവൻ അർത്ഥവത്തായി ചിരിച്ചു.

"ഏമാന്നെ നാരായണന്നു പേടിയാ."

"ഇപ്പോഴുമുണ്ടോടോ തൊഴിൽ?"

"ഒണ്ടേ."

"ഇനിയും എന്തിനാണ്?"

"ഇതു പിള്ളാർക്കു വെള്ളം കുടിക്കാനാ. നാരായണൻ ചാകുംവരെ വേലചെയ്തു കഴിയും."

അവൻ തൊഴുതു വിടവാങ്ങി പോയി.

■

കൊച്ചൗസേപ്പ്

അവൾ ഒരു ചുമട്ടുകാരന്റെ മകൾ ആയിരുന്നു. പേര് കൊച്ചുമറിയ എന്ന്. നല്ല ആരോഗ്യവും ചൈതന്യവും ഉള്ള പെണ്ണ്. അവളെയല്ലാതെ മറ്റാരെയും താൻ കെട്ടുകയില്ലെന്നു കൊച്ചൗസേപ്പുറച്ചു. അവളെ കെട്ടാൻ തരമായില്ലെങ്കിൽ അവനു കല്യാണമേ വേണ്ടത്രേ!

പറയത്തക്ക വിലപേശലൊന്നും നടന്നില്ല. കല്യാണം നടന്നു. ഏതോ അല്പസംഖ്യ സ്ത്രീധനമായി കിട്ടി. ഒരു കൊച്ചു മീൻകച്ചവടം തുടങ്ങുവാൻ ആ സംഖ്യ മതിയാകുമായിരുന്നില്ല. അങ്ങനെ ഔസേപ്പും കൊച്ചു മറിയയുംകൂടി ഒരു വീട് ആരംഭിച്ചു.

കൊച്ചുമറിയ ഔസേപ്പിന്റെ ജീവനാണ്. എന്നുവച്ചാൽ, അവളെ വേണ്ടത്ര അന്വേഷിക്കുന്നില്ല എന്നാണ് അയാളുടെ പേടി. അവൾ ഉണ്ണുന്നതു അയാൾക്കു മതിയാവുകയില്ല. ഉടുക്കാൻ സമൃദ്ധിയായുണ്ടെങ്കിലും, ഒരു ചട്ടയും തുണിയും വാങ്ങിക്കൊടുത്തതായി അവനു വിശ്വാസമില്ല. അവൾ അങ്ങനെ പാടുപെടാൻ പാടില്ല എന്നാണു നിശ്ചയം. എന്നാൽ ഒരു വീട്ടിൽ പ്പെട്ട ജോലി അല്ലാതെ അവൾ ഒന്നും ചെയ്യാറുമില്ല.

കൊച്ചുമറിയയ്ക്ക് ഔസേപ്പിനോടും അങ്ങനെത്തന്നെ ആണ്. അവൻ അവളുടെ ഈശ്വരനാണ്.

കൊച്ചുമറിയ ഗർഭിണിയായി. കൊച്ചൗസേപ്പിനെ സംബന്ധിച്ചേടത്തോളം ഉൽക്കണ്ഠാകുലമായ പത്തു മാസം തികഞ്ഞ് അവൾ പ്രസവിച്ചു. ഒരാൺ കുഞ്ഞ്. ഒരു മീൻകച്ചവടക്കാരന്റെ ഭാര്യയുടെ പ്രസവചികിത്സയല്ലാ അവിടെ നടന്നത്. കൊച്ചൗസേപ്പ് പ്രസവശുശ്രൂഷയ്ക്കു കള്ളക്കടം വാങ്ങിയും നിർലോഭം പണം ചെലവാക്കി. എങ്കിലും അവൾ പ്രസവിച്ചെഴുന്നേറ്റു കണ്ടപ്പോൾ കൊച്ചൗസേപ്പ് ഒന്നു നടുങ്ങി. ആ പഴയ കൊച്ചുമറിയ അല്ലവൾ. അവളിൽനിന്നും എന്തോ ഒന്നു കുറഞ്ഞുപോയി. തടിച്ചു കൊഴുത്തിരുന്ന ശരീരത്തിൽ ചില എല്ലുകൾ എഴുന്നുകാണാം. മുഖത്തിന്റെ അരുണിമ പോയി. ഒന്നു വിളറി. അവളുടെ തലമുടി കൊഴിഞ്ഞു.

എന്നാലും കൊച്ചുമറിയയ്ക്കു ശക്തികുറവോ രോഗമോ ഒന്നും ഇല്ല. അവൾ ഉൽക്കണ്ഠപ്പെടുന്ന ഭർത്താവിനെ ആശ്വസിപ്പിച്ചു:

"പെണ്ണുങ്ങളു പെറ്റാലങ്ങനാ. അതു സുഖക്കേടല്ല. ചെറുപ്പം പോവ്വാ, അത്രേയുള്ളൂ."

നാട്ടിലുള്ള സകല വൈദ്യന്മാരേയും കൊച്ചൗസേപ്പു സമീപിച്ചു. എന്നും ഓരോ മരുന്നു കൊണ്ടുവരും.

കൊച്ചുമറിയ രണ്ടാമതും ഗർഭിണിയായി, പ്രസവിച്ചു. കൊച്ചൗസേപ്പിന്റെ ഉൽക്കണ്ഠ വർദ്ധിച്ചു. കൊച്ചുമറിയ അയാളെ ശാസിച്ചു:

"ഇതെന്നാ കളിയാ? പെണ്ണുങ്ങളിങ്ങനാ പെറുമ്പം. എനിക്കൊരു സുഖക്കേടുമില്ല."

സത്യത്തിൽ അവൾ ആരോഗ്യവതിയും ആയിരുന്നു.

മൂന്നാമതും അവൾ പ്രസവിച്ചു. കൊച്ചൗസേപ്പ് ഭ്രാന്തനാകുകതന്നെ ചെയ്തു. ഇങ്ങനെ അവൾ പ്രസവിച്ചാൽ!- ഇനിയും അവൾ പ്രസവിക്കേണ്ട; ശരിയായി ഒന്നു ചികിത്സിക്കണം. കൊച്ചൗസേപ്പ് അതിനുള്ള ശ്രമമായി. പക്ഷേ, പാവപ്പെട്ട ആ മീൻകച്ചവടക്കാരന്റെ ഉദ്ദേശ്യം, പ്രവൃത്തിയിൽ ചെന്നു പറ്റാതായി. ആ കുടുംബം ഇന്നു വലുതായില്ലേ? നാലു വയർ കഴിയണം. അവന്റെ ആഗ്രഹംപോലെ ഭാര്യക്കു ചികിത്സചെയ്യാൻ പറ്റുമോ? എന്നുതന്നെയല്ല, ഇടയ്ക്കും മുറയ്ക്കും വയറ്റിനുള്ളതുതന്നെ ഇല്ലാതായി.

കൊച്ചുമറിയയ്ക്ക് ഒരു പനി തുടങ്ങി. അതും അല്പം കൂടുതലായി. അടുത്തുള്ള ഒരു കണിയാരാണു ചികിത്സ. ചികിത്സ പോരെന്നുണ്ട് കൊച്ചൗസേപ്പിന്. അവിടെ കവലയിൽ ഒരു ഡോക്ടറുണ്ട്. അദ്ദേഹത്തെ വരുത്തിയാൽ രോഗം ഭേദമാകുമെന്നാണ് കൊച്ചൗസേപ്പിന്റെ വിചാരം. പക്ഷേ, പണം വേണം. ഒരു പ്രാവശ്യം അദ്ദേഹം വരണമെങ്കിൽ 15 രൂപാ ആണ്. ചക്രത്തിന്റെ കുറവുകൊണ്ടു രണ്ടുദിവസമായി കച്ചവടംകൂടിയില്ല.

കൊച്ചൗസേപ്പ് ഭ്രാന്തനെപ്പോലെ ഓടുകയാണ്. കാണുന്നവരോടെല്ലാം സങ്കടം പറയും, കരയും; രോഗിണിയുടെ അടുത്തു ചെല്ലും. അവളെ വിളിക്കും. അങ്ങനെ ദിവസങ്ങൾ നീങ്ങി. പതിനഞ്ചു രൂപാ ഉണ്ടായില്ല. കൊച്ചുങ്ങൾ രണ്ടുദിവസം പട്ടിണിയായി. ഒരുനാൾ മരുന്നും മുട്ടി.

ഒരർദ്ധരാത്രിയിൽ, കുട്ടികളെ ഭർത്താവിനെ ഏല്പിച്ചിട്ട് കൊച്ചുമറിയ കർത്താവിൽ സുഖനിദ്ര പ്രാപിച്ചു. കൊച്ചൗസേപ്പിന് അതു വിശ്വസിക്കാമായിരുന്നില്ല. അവൾ അങ്ങനെ തന്നെയും ഓമനക്കുഞ്ഞുങ്ങളെയും വിട്ടു പിരിഞ്ഞിട്ടു പോകുമോ? പിന്നെ താൻ എന്തു ചെയ്യും?

അന്ത്യകൂദാശപോലും അവൾക്കു കൈക്കൊള്ളാൻ തരമായില്ല. പട്ടിണി ക്കഞ്ഞി ഇല്ല. വെള്ളിക്കുരിശുപോലും ഇല്ല. അനാഥപ്രേതങ്ങളെ കുഴിച്ചി ടുന്നിടത്ത് ഒരു കുഴി തോണ്ടിക്കിട്ടി... ജീർണ്ണിച്ച ഒരു ശവപ്പെട്ടി, ശവപ്പെട്ടി

വില്പനക്കാരൻ വെറുതെ കൊടുത്തു. അയൽപക്കത്തെ പിള്ളേർ സിനിമാ നോട്ടീസു കീറി ഒട്ടിച്ച് അതിനു മോടി പിടിപ്പിച്ചു.

ഇടവകപ്പള്ളിയിൽ നാലു അച്ചന്മാരുണ്ട്. അവരിൽ വികാരിയച്ചനെ ശവമടക്കിനു കിട്ടുകയില്ല. അസിസ്റ്റന്റുമാരിൽ ഒരാളിനു സുഖമില്ലെന്നു പറഞ്ഞു: വേറൊരാളിന് അപ്പോൾത്തന്നെ എവിടെയോ പോകണം. മൂന്നാമന്റെ മുറിവാതില്ക്കൽ കണ്ണുനീരൊഴുക്കിക്കൊണ്ട് കൊച്ചൗസേപ്പു ചെന്നപ്പോൾ അദ്ദേഹം പറഞ്ഞു:

"വേറെ ആരെയെങ്കിലും വിളിയെടോ!"

ഒരു പടുവൃദ്ധനായ പുരോഹിതൻ പെൻഷൻ പറ്റി, അവസാനകാലത്തെ പ്രതീക്ഷിച്ച് ഇടവകപ്പള്ളിയിൽ വന്നു താമസം ഉണ്ട്. അദ്ദേഹത്തിന്റെ കാലും കൈയും വിറയ്ക്കും, കണ്ണു കാണുകയില്ല. പത്തുചക്രം കൈയിലുള്ളത് കൊച്ചൗസേപ്പ് അദ്ദേഹത്തിന്റെ മുമ്പിൽ വച്ചു. ആ വൃദ്ധന് അതു വലിയ കാര്യമായിരുന്നു. ചെറുപ്പകാലത്തു സമ്പാദിച്ചതെല്ലാം ജ്യേഷ്ഠന്റെ മക്കടെ പേർക്കായിരുന്നു. അങ്ങനെ ഘോഷയാത്ര നീങ്ങി. ഒടിഞ്ഞ് ഒട്ടംവച്ചു തറച്ച മരക്കുരിശ്, കീറിപ്പറിഞ്ഞ കരിംകുപ്പായം, പുരോഹിതനെ ഒരാൾ താങ്ങിപ്പിടിക്കുകയാണ്. അദ്ദേഹം ഉച്ചരിക്കുന്ന മന്ത്രം തിരിയുന്നില്ല. അയൽപക്കത്തുള്ള നാലു മറ്റു മീൻകച്ചവടക്കാർ ശവമഞ്ചം ചുമന്നു. കൊച്ചൗസേപ്പും അവന്റെ ജ്യേഷ്ഠനും മാത്രമാണ് ആ ശവമഞ്ചത്തെ അനുഗമിക്കുന്നത്... അതു മറ്റാരുടെയും താൽപര്യത്തെ ബാധിച്ച മരണമല്ലല്ലോ.

ആ വൃദ്ധപുരോഹിതൻ ചരമപ്രസംഗം നടത്തി. അത് ആർക്കും മനസ്സിലായില്ല. ഉച്ചരിച്ച മന്ത്രങ്ങൾ ശവമടക്കിന്റേതായിരുന്നില്ല. അതുതന്നെയും പലയിടത്തും തെറ്റി. പാവം വൃദ്ധന് ഓർമ്മ നില്ക്കുന്നില്ല. ശവമഞ്ചം കുഴിയിൽ വച്ചു. ഒരുനുള്ളു മണ്ണ് കൊച്ചൗസേപ്പ് കുഴിയിലേക്കിട്ടു. അങ്ങനെ ആ ശവമടക്കു കഴിഞ്ഞു.

വളരെ വളരെ ശവമഞ്ചങ്ങളെ അനുഗമിക്കുകയും ചരമപ്രസംഗം നടത്തുകയും ചെയ്ത ആ പുരോഹിതൻ പിരിയാൻനേരത്തു പറഞ്ഞു:

"മോനെ, മരണം എല്ലാവർക്കുമുണ്ട്. തമ്പുരാന്റെ കല്പന അനുസരിക്ക്, കുരിശു ചുമന്നാലേ കിരീടം ഉള്ളൂ."

വിറയലാർന്ന ആ സ്വരത്തിൽനിന്നും ഇങ്ങനെയെന്തോ തിരിഞ്ഞുകിട്ടി:

"വല്യോം കൂടൊണ്ടോ മോനെ തരാൻ?" അവന്റെ കൈയിൽ എന്തിരിക്കുന്നു? "എന്നാലും അടുത്ത ഞായറാഴ്ച്ച കുർബാന വേണോ? എന്റെ അടുത്തു വന്നേരെ. കുറഞ്ഞ നിരക്കിൽ നടത്താം."

കൊച്ചൗസേപ്പ് സമ്മതിച്ചു. വീണ്ടും ആ പുരോഹിതൻ ആശ്വസിപ്പിച്ചു:

"അവർക്കിത്രേ ഇരിപ്പുള്ളൂ മോനെ. തമ്പുരാന്റെ കല്പന."

കൊച്ചൗസേപ്പ് ഉറങ്ങിയിട്ടില്ല. ഒരു കൊച്ചുവിളക്ക് അവന്റെ കുടിലിൽ മങ്ങിമങ്ങി കത്തുന്നുണ്ട്. മൂത്ത കുഞ്ഞ് ഉറക്കത്തിൽ ഞരങ്ങുകയും മൂളുകയും ചെയ്യുന്നു. രണ്ടാമത്തേതു ചുരുണ്ടുകൂടി കിടക്കുകയാണ്. ഇളയകുട്ടി അമ്മയുടെ ചൂടു കിട്ടായ്കയാൽ കൂടെക്കൂടെ ഉണരുന്നുണ്ട്. എല്ലാറ്റിന്റേയും വയർ മുതുകോട് ഒട്ടിക്കിടക്കുന്നു.

അവൾ ഏല്പിച്ചിട്ടു പോയി. ഇതുങ്ങളെ വളർത്തണം. എന്തൊരു വൻപിച്ച ചുമതലയാണ്. രണ്ടാമത്തെ കുഞ്ഞുണർന്ന് അമ്മച്ചിയെ വിളിച്ചു. മൂത്ത കുട്ടി അമ്മച്ചിയോട് എന്തോ പരാതിപറഞ്ഞു. ഒരുപക്ഷേ, അവരുടെ അമ്മച്ചി അവരുടെ അടുത്ത് എത്തിയിട്ടുണ്ടാവും!

ആ വൃദ്ധനായ പുരോഹിതന്റെ വിറയ്ക്കുന്ന ചുണ്ടിൽക്കൂടി അസ്പഷ്ടമായി പുറത്തു വന്ന ആ വാചകങ്ങൾ കൊച്ചൗസേപ്പ് ഓർത്തു. എല്ലാവരും മരിക്കും, തമ്പുരാന്റെ കല്പനയാണ്; അവൾക്ക് അത്രയും ഇരിപ്പേ കല്പിച്ചിട്ടുള്ളൂ. കൊച്ചൗസേപ്പ് ദീർഘമായി ഒന്നു നിശ്വസിച്ചു. മുണ്ടിൻതുമ്പുകൊണ്ട് അവൻ കണ്ണീർ തുടച്ചു... അതെ അതു വിധിയാണ്. തടുക്കുവാൻ ഒക്കുന്നതല്ല. കരഞ്ഞതുകൊണ്ട് എന്തു ഫലമാണ്? ഒരുദിവസം താനും മരിക്കും; ഈ കുട്ടികളും മരിക്കും.

എങ്കിലും ആ ഡാക്കുറെ കൊണ്ടുവന്നു ചികിത്സിപ്പിക്കുവാൻ സാധിച്ചിരുന്നെങ്കിൽ അവൾ ഇപ്പോൾ മരിക്കുമായിരുന്നില്ല. കൊച്ചൗസേപ്പ് ഓർത്തു. അവൾ എല്ലാം തനിക്കു തന്നിട്ട് പട്ടിണി കിടക്കുകയായിരുന്നു. അവൾ വളരെയേറെ സഹിച്ചു. കഷ്ടം! അവളെ ശരിക്കു സംരക്ഷിക്കുവാൻ, എല്ലുമുറിയെ പണിയെടുത്തിട്ടും കഴിഞ്ഞില്ല. അവൾ മരിച്ചു, അവളെ കൊല്ലുകയായിരുന്നു.

കൊച്ചൗസേപ്പ് വിങ്ങി വിങ്ങിക്കരയാൻ തുടങ്ങി. അയാൾ, അവളെ അയാൾക്കു സ്വന്തമായ ഓമനപ്പേർ ചൊല്ലി വിളിച്ചു. അവൾ ആ കുടിലിന്റെ പരിസരത്തിലെവിടെയോ ഉണ്ട്. അവൾക്കു ജീവിതം മതിയായിട്ടില്ല. എന്തെല്ലാം അഭിലാഷങ്ങൾ സാധിക്കുവാനുണ്ട്! ഓരോന്നും കൊച്ചൗസേപ്പ് എണ്ണി ഓർത്തു.

അവളിപ്പോൾ എവിടെയായിരിക്കും? കർത്താവിൽ സുഖനിദ്ര പ്രാപിച്ചു. അന്ത്യകൂദാശപോലും കൈക്കൊണ്ടില്ല. ഒരു നല്ല ശവപ്പെട്ടിപോലും ഇല്ലായിരുന്നു. അവൾക്കുവേണ്ടി ചൊല്ലപ്പെട്ട മന്ത്രങ്ങൾക്ക് അക്ഷരശുദ്ധിയില്ലായിരുന്നു. ഒരു കുർബാന കഴിക്കുവാൻപോലും കഴിഞ്ഞില്ല. ഒരുവൾക്കുവേണ്ടി ചെയ്യുവാനുള്ള അവസാനത്തെ കാര്യംപോലും ചെയ്തില്ല. അവൾ നരകത്തിൽ ആയിരിക്കും! പണമില്ലാത്തവന്റെ ഭാര്യക്കു വൈദ്യസഹായം കിട്ടുകയില്ല. സഫലമാകാത്ത ആശകൾകൊണ്ട് എരിപിരിക്കൊണ്ട് അവൾ അലയുകയായിരിക്കും.

“ഹെന്റെ കൊച്ചുമറിയേ!”

മൂത്ത കുട്ടി ഉറക്കമുണർന്നു ചോദിച്ചു: "അപ്പൻ ഉറങ്ങിയില്ലേ?"

"ഇല്ലെന്റെ മോനേ!"

കൊച്ചൗസേപ്പ് ഇന്നും മീൻകച്ചവടത്തിനു പോകുന്നുണ്ട്. പക്ഷേ, പഴയ ഉന്മേഷവും കച്ചവടത്തിനുള്ള മിടുക്കും ഇല്ല. അവന്റെ ആരോഗ്യംതന്നെ പോയി. ഉള്ളതിൽ കൂടുതൽ പ്രായം തോന്നി.

രാവിലെ അവൻ കച്ചവടത്തിനുപോകും. ആ കൊച്ചുകുടിലിൽ മൂന്നു കൊച്ചുങ്ങൾ തനിച്ചാണ്. രാത്രിയിൽ തിരിച്ചുവന്നുവേണം വല്ലതും വച്ചനത്താൻ. പൈതങ്ങൾ പിതാവിന്റെ തിരിച്ചുവരവു നോക്കിക്കൊണ്ടിരിക്കുകയായിരിക്കും.

തള്ളയില്ലാത്ത ആ വീട് താറുമാറായി. അതു മേഞ്ഞിട്ടില്ല. ചെറ്റകൾ പൊളിഞ്ഞു. അതിൽ ശ്രദ്ധിക്കുവാൻ കൊച്ചൗസേപ്പിനു സമയമുണ്ടോ?"

അമ്മയുള്ള കാലത്ത് ആ കുഞ്ഞുങ്ങൾക്ക് ചൈതന്യമുണ്ടായിരുന്നു. അവരെ കാണാൻ കൗതുകമുണ്ടായിരുന്നു. മൂത്ത കുഞ്ഞിന്റെ മേലാകെ ചൊറിയാണ്. രണ്ടാമത്തേതിന്റെ വയർ ഊളച്ചു. അതിനു തുടർച്ചയായി വയറ്റിളക്കവും ദഹനക്കേടും ആണ്. മൂന്നാമത്തേതു വാലുമാക്രിയെപ്പോലെ ഇരിക്കുന്നു. വലിയ തലമാത്രമുണ്ട്. ആ കുഞ്ഞുങ്ങൾ ജീവിക്കുമോ? ദൈവം നിശ്ചയിച്ചാൽ ജീവിക്കും.

കൊച്ചൗസേപ്പിന്റെ ജീവിതത്തിൽ ഒരു വലിയ മാറ്റം വന്നിട്ടുണ്ട്. അവന്റെ ദൈവവിശ്വാസം വർദ്ധിച്ചു. എന്നും കുരിശു വരച്ചിട്ടേ എന്തെങ്കിലും കഴിക്കൂ. കുട്ടികളേയും അതു പഠിപ്പിച്ചു. എല്ലാ കടമുള്ള ദിവസങ്ങളിലും ഞായറാഴ്ച്ചയും പള്ളിയിൽ പോകും. മാസത്തിൽ ഒരു ദിവസമെങ്കിലും കുമ്പസാരിക്കും. ദൈവമല്ലാതെ അവന് ആശ്രയമാരുണ്ട്? ദൈവത്തിന്റെ കാര്യത്തെക്കുറിച്ചു പുരോഹിതൻ പ്രസംഗിക്കുമ്പോൾ, അവന്റെ കണ്ണുകൾ നിറയും. തള്ളയില്ലാത്ത അവന്റെ കുട്ടികൾ ദൈവകാരുണ്യംകൊണ്ടല്ലാതെ മറ്റെന്തു കൊണ്ടാണു രക്ഷപ്പെടേണ്ടത്?

നല്ല ആഹാരം കൊടുത്തു ശരിക്കു ശുശ്രൂഷിക്കപ്പെട്ടാൽ ആ കുട്ടികൾ മനുഷ്യക്കുട്ടികളാകുമെന്നവനറിയാം. അവൻ മീൻകച്ചവടക്കാരൻ. പല ഭേദപ്പെട്ട വീടുകളിലും തള്ളയില്ലാത്ത കുട്ടികളെ കണ്ടിട്ടുണ്ട്, ആരോഗ്യമുള്ള കുട്ടികൾ! എന്നെങ്കിലും അവന്റെ കുട്ടികൾ അങ്ങനെ ആകുമോ? അവന്റെ പക്കൽ പണം ഉണ്ടെങ്കിൽ ആകും. പണം... ദൈവകാരുണ്യമുണ്ടെങ്കിൽ പണമുണ്ടാകും.

ആയിടെ ഇടവകപ്പള്ളിയിൽ മെത്രാനച്ചൻ എഴുന്നള്ളി. വിശുദ്ധ പിതാവിന്റെ നേരിട്ടുള്ള അനുഗ്രഹം അവനാവശ്യമായിരുന്നു. നാട്ടിലെ പണക്കാർ തിരുമേനിയെ ചൂഴ്ന്നുനില്ക്കുകയാണ്. ഓരോരുത്തർ പവനും രത്നങ്ങളും എല്ലാം കാണിക്കയിടുന്നു. അവന്റെ കൈയിലോ ഒരു പണം

മാത്രമാണുള്ളത്. അവനേയും കുട്ടികളേയും മൂന്നു പ്രാവശ്യം അവിടെനിന്ന് ഇടവകയിലെ വികാരിയച്ചൻ തള്ളിമാറ്റി.

"ചീത്ത ശവങ്ങളേയും കൊണ്ടു വന്നിരിക്കുന്നു ആൾക്കൂട്ടത്തിൽ; മാറി നില്ക്കരുതോ?"

മെത്രാനച്ചൻ തിരിച്ചെഴുന്നള്ളാനായി എഴുന്നേറ്റു. അദ്ദേഹം പോകും... കൊച്ചൗസേപ്പ് ആൾക്കൂട്ടത്തിൽക്കൂടി തള്ളിക്കയറി അടുത്തുചെന്നു. ആ അനുഗ്രഹം അവന്റെ ജീവിതത്തിലെ സർവ്വസ്വവുമാണ്! അതു കൂടാതിരിക്കാൻ സാദ്ധ്യവുമല്ല.

കൊച്ചൗസേപ്പ് പരിശുദ്ധപിതാവിന്റെ കൈയ്ക്കു കടന്നുപിടിച്ചു. അനുവാദത്തിനു കാക്കാതെ അവൻ ആവേശത്തോടെ ആ കരങ്ങളിൽ ചുംബിച്ചു. ഗദ്ഗദവാണിയായി എന്തൊക്കെയോ പറഞ്ഞു.

ആ ധിക്കാരം മാന്യന്മാർക്കു സഹിക്കാമായിരുന്നില്ല. രത്നഖചിതമായ മോതിരം അണിഞ്ഞ കൈയിൽ ഒരുവൻ കടന്നുപിടിച്ചപ്പോൾ പരിശുദ്ധപിതാവു ഭയപ്പെട്ടുപോയി.

അടുത്ത നിമിഷം കൊച്ചൗസേപ്പിനെ വലിച്ചിഴച്ചു മുറിക്കു പുറത്താക്കി! ഒന്നോ രണ്ടോ അടിയുടെ ശബ്ദവും; ആ കുട്ടികളുടെ 'കാകീ' എന്നുള്ള കരച്ചിലും കേൾക്കായി.

ക്രൂശിക്കപ്പെട്ട രൂപത്തിനു മുമ്പിൽ അർദ്ധനിമീലിതനയനങ്ങളോടെ മുട്ടുകുത്തി കൊച്ചൗസേപ്പ് നില്ക്കുകയാണ്. ധാരമുറിയാതെ അവന്റെ കണ്ണുകളിൽനിന്ന് കണ്ണുനീർ ഒഴുകിക്കൊണ്ടിരുന്നു. ആ സ്നേഹഭിക്ഷുവിന്റെ ഒരു വശം ചരിഞ്ഞ ശിരസ്സു തെല്ലു ചലിക്കുന്നതായി തോന്നി. അധരങ്ങൾ ചലിക്കുന്നു. പകുതി തുറന്ന കണ്ണുകളിൽനിന്ന് സ്നേഹത്തിന്റെ ചൈതന്യം പ്രസരിക്കുന്നു. തിരുമേനി തീവ്രവേദന അനുഭവിക്കുകയാണ്. ആ തീവ്രവേദന ഒരിക്കലും അവസാനിക്കുകയില്ല. ആനന്ദത്തിന്റെ പുഞ്ചിരികൊണ്ട ആ അധരങ്ങൾ ഭാസുരമാകുവാൻ മനുഷ്യൻ സമ്മതിക്കുകയില്ല. ആ സ്നേഹഭിക്ഷുവിന്റെ ത്യാഗം വൃഥാവിലായി. അതേ; മനുഷ്യേൻ മനുഷ്യനെ സ്നേഹിക്കുകയില്ല. മനുഷ്യൻ മനുഷ്യന്റെ അവകാശത്തെ അംഗീകരിക്കുകയില്ല, മനുഷ്യൻ മനുഷ്യനാകുകയില്ല.

കൊച്ചൗസേപ്പ് വിങ്ങി വിങ്ങിക്കരഞ്ഞു. സ്വജീവിതം നിഷ്പ്രയോജനമായതുപോലെ ആ സ്നേഹമൂർത്തിയും വിങ്ങി വിങ്ങിക്കരയുന്നതായി ത്തോന്നി. അവിടുന്നു കുരിശിലേറിയത് കൊച്ചൗസേപ്പിനും കുട്ടികൾക്കും വേണ്ടിയാണ്... അപ്പുറം വ്യാകുലമാതാവിന്റെ വിശുദ്ധരൂപം കണ്ടു... അവിടുന്നും കരയുന്നു.

പിന്നിൽ ശബ്ദം കേൾക്കായി. വികാരിയച്ചൻ പരിവാരങ്ങളോടുകൂടി വരികയാണ്. കുട്ടികളെ വാരിവലിച്ചെടുത്തുകൊണ്ട് കൊച്ചൗസേപ്പ് പോയി.

ഒരുദിവസം കൊച്ചൗസേപ്പ് മീൻകച്ചവടം കഴിഞ്ഞു കുറച്ചു വൈകിയാണ് തിരിച്ചുവന്നത്. അന്നു വാങ്ങിയ മീനിൽ പകുതിയും ചെലവായില്ല. വീട്ടിൽ വന്നപ്പോൾ അവിടെ വെട്ടവും വെളിച്ചവും ഇല്ല. മൂത്ത കുഞ്ഞിനെ വിളിച്ചു. അവൻ വിളികേട്ടു. കൊച്ചൗസേപ്പ് ചോദിച്ചു:

"കുഞ്ഞുവർക്കിയും ഒറോതേം ഉറങ്ങിയോ മക്കളെ?"

"കുഞ്ഞുവർക്കി ഇപ്പഴാ ഉറങ്ങിയതപ്പച്ചാ!"

"ഒറോത ഉച്ചയ്ക്കുമുമ്പുറങ്ങിയതാ, ഇതുവരെ ഒണന്നില്ല, ഞാൻ കുലുക്കി വിളിച്ചു. ഒണരുന്നില്ല. എന്തൊറക്കമാ."

സംഭ്രമത്തോടെ കൊച്ചൗസേപ്പ് തീപ്പെട്ടി ഉരച്ചു വിളക്കു കത്തിച്ചു. അവൻ കൊച്ചു മകളെ വാരിയെടുത്തു. മഞ്ഞുകട്ടപോലെ തണുത്തു വിറങ്ങലിച്ചിരുന്നു.

"പൊന്നുമകളേ, ഒറോതേ!"

താഴത്തു കിടത്തിയിട്ടു കുഞ്ഞിന്റെ പകുതി തുറന്നിരുന്ന കണ്ണുപിടിച്ചു തുറന്നു; പകുതി തുറന്ന വായുടെ കീഴ്ച്ചുണ്ട് പിടിച്ചു താഴ്ത്തി. അവൾ ഇനി വിളി കേൾക്കുകയില്ല. ആ കണ്ണുകൾ തുറക്കുകയില്ല.

കുഞ്ഞിന്റെ ആ ശരീരത്തിൽ ശിരസ്സു ചേർത്തു കൊച്ചൗസേപ്പു കരഞ്ഞു.

ഒറോത കൊച്ചുമറിയയുടെ ഛായയായിരുന്നു.

ആ പാവത്തിനു മറ്റൊരു പ്രശ്നം നേരിട്ടു.

എങ്ങനെ ശവമടക്കു നടത്തും? ഒരു കാശ് അവന്റെ കൈവശമില്ല. പക്ഷേ, ജ്ഞാനസ്നാനം ചെയ്ത ശിശുവിനെ പള്ളിയിൽ അല്ലാതെ അടക്കാമോ?

കൊച്ചൗസേപ്പിന്റെ ചിന്താമണ്ഡലം ഇരുണ്ടു. പണ്ടു കൊച്ചുമറിയയുടെ ശവമടക്കിന് എഴുന്നള്ളിക്കപ്പെട്ട മരക്കുരിശിൽ തൂങ്ങിയ മണിയുടേതെന്നപോലെ ഒരു മണിനാദം അവന്റെ ചെവിക്കുള്ളിൽ മുഴങ്ങി. അവന്റെ കണ്ണിൽ ഇരുട്ടു കയറി. തല ചായിച്ചു. കുടിലിന്റെ തൂണിൽ ചാരിയിരിക്കുകയാണ്.

എത്ര നേരം അങ്ങനെ ഇരുന്നു എന്നറിഞ്ഞുകൂടാ. ആരോ കുലുക്കി വിളിച്ചതുപോലെ അവൻ നടുങ്ങി ഉണർന്നു. വിളക്കു കരിന്തിരി കത്തുന്നു. ഒറോത മലർന്നു കിടക്കുന്നു. കുഞ്ഞുവർക്കിയും ശൗരിയാരും ഉറക്കമാണ്.

ഒറോതയുടെ ശവശരീരത്തിൽ അവൻ തുറിച്ചുനോക്കി. അതിനെ ഒരു തസ്ക്കരനെപ്പോലെ അവൻ വാരിയെടുത്തു. ആവേശത്തോടെ ഒന്നു ചുംബിച്ചു. ആ ചുംബനത്തിന്റെ ശബ്ദം അവനെ നടുക്കി. ഉറങ്ങുന്ന കുട്ടികളെ നോക്കിയിട്ട് അവൻ പുറത്തേക്കു പോയി.

പിറ്റേന്നു നേരം വെളുക്കുംമുമ്പു ശൗരിയാർ ചോദിച്ചു:

"ഒറോതയെന്ത്യേ അപ്പച്ചാ?"

അവൻ പതുക്കെപ്പറഞ്ഞു:

"മിണ്ടാതെ, മിണ്ടാതെ."

ശൗരിയാരേയും കൊച്ചുവർക്കിയേയും കൈയ്ക്കുപിടിച്ചുകൊണ്ട് കൊച്ചൗസേപ്പു പോയി. അന്നുദിച്ച സൂര്യൻ ആ കുടിലിനെ ശൂന്യമായി കണ്ടു.

സംവത്സരങ്ങൾ വളരെയേറെ കഴിഞ്ഞു. ഒരു പള്ളി നടത്തിവരുന്ന അനാഥവൃദ്ധജനമന്ദിരത്തിലേക്ക് ഒരു പടുവൃദ്ധനായ തെണ്ടിയെ ഒരു ദയാലു പിടിച്ചുകൊണ്ടുവന്നു. ആ സ്ഥാപനത്തിന്റെ മേലധികാരിയായ പുരോഹിതൻ അയാളെ കൊണ്ടുവന്ന ആളോടു ചോദിച്ചു:

"ഇതു കൊച്ചൗസേപ്പല്ലേ? എവിടെനിന്നിവനെ പിടിച്ചുകൊണ്ടുവരുന്നു?"

ആ വൃദ്ധന്റെ ചുണ്ട് ഒരു വല്ലാത്ത മന്ദഹാസംകൊണ്ടു വക്രിച്ചു. അയാളെ കൊണ്ടുവന്ന ആൾ പറഞ്ഞു:

"റോഡിനരികിലിരുന്ന രൂപത്തിനു താഴെ എഴുതിയിരുന്നതു വായിച്ച് അയാൾ പൊട്ടിച്ചിരിക്കുന്നു. ഭ്രാന്തനാണെന്ന് ആദ്യം ഞാൻ വിചാരിച്ചു. ഭ്രാന്തൊന്നുമുണ്ടെന്നു തോന്നുന്നില്ല."

പുരോഹിതൻ ഗൗരവത്തോടെ പറഞ്ഞു:

"അവനു ഭ്രാന്തോ? ഭ്രാന്തില്ല. അവൻ ശപിക്കപ്പെട്ട ദൈവ വിരോധിയാണ്, പിശാചാണ്."

വൃദ്ധൻ വീണ്ടും അർത്ഥവത്തായി മന്ദഹസിച്ചു.

പുരോഹിതൻ തുടർന്നു: "പള്ളിയേയും പട്ടക്കാരേയും ചീത്ത പറയുകയാണ് അവന്റെ ജോലി. അവനിവിടെ കുറേ നാൾ കഴിഞ്ഞവനാണ്. ഇവിടെ നിന്നും പറഞ്ഞയച്ചതാണ്. കർത്താവിന്റെ സമാശ്വാസം അവനു വേണ്ടാ പോലും."

വൃദ്ധൻ പൊട്ടിച്ചിരിച്ചു. പുരോഹിതന് അരിശംകൊണ്ടു മൂത്തു. അദ്ദേഹം ഒരു നീണ്ട വടി എടുത്തുകൊണ്ടുവന്നു. വൃദ്ധൻ പേടിച്ചില്ല. തിരിഞ്ഞു സാവധാനം നടന്നു.

"ചത്തുകഴിഞ്ഞു സുഖം! ഹ ഹ ഹ ഹ!" അയാൾ പൊട്ടിച്ചിരിച്ചു.

■

അവൻ തിരിച്ചുവരും

ആദ്യമായി ഞാൻ കുടിച്ച മുല അവരുടേതാണ്. അവരുടെ മകൻ ശ്രീധരന് എന്നേക്കാൾ രണ്ടു മാസത്തിനു മൂപ്പേ ഉള്ളൂ. അവരുടെ മറ്റൊരു മകൻകൂടിയായാണ് ഞാൻ വളർന്നത്. മറ്റെ അമ്മ എന്നു ഞാൻ അവരെ വിളിച്ചുപോന്നു.

ഞാനും ശ്രീധരനും ഒരുമിച്ചു വളർന്നുവന്നു. ഞങ്ങൾ ഒരുമിച്ച് എഴുത്തി നിരുന്നു. ഒരുമിച്ചുതന്നെ പഠിപ്പു നിർത്തി. ഒരേ ഫാക്ടറിയിൽ ഒരേ ദിവസമാണു ജോലിക്കു ചേർന്നത്. ഞങ്ങളുടെ ശമ്പളവും തുല്യമായിരുന്നു. പക്ഷേ, യൂണിയനിൽ ശ്രീധരന് എന്നേക്കാൾ കൂടുതൽ സ്ഥാനവും കാര്യസ്ഥത യുമുണ്ടായിരുന്നു.

യൂണിയന്റെ ആഹ്വാനമനുസരിച്ച് ഒരു പൊതുപണിമുടക്കുണ്ടായി. തൊഴിലാളികളുടെ ഒരു വമ്പിച്ച ഘോഷയാത്രയുമുണ്ട്. അന്നു വെടിവയ്പു നടക്കുമെന്ന പ്രബലമായ ശ്രുതിയുണ്ടായിരുന്നു. തൊഴിലാളികളുടേയും പാവപ്പെട്ട വന്റേയും അഭിലാഷങ്ങളുടെ ആ പ്രകടനത്തെ മുതലാളിയും ജന്മിയും സർക്കാരിന്റെ സഹായത്തോടെ എതിർക്കാൻ നിശ്ചയിച്ചിരിക്കുകയാണ്.

എന്നാലും തൊഴിലാളികൾ ആ ഘോഷയാത്ര നടത്താൻതന്നെ നിശ്ചയിച്ചു.

തലേന്നാൾ രാത്രിയിൽ ശ്രീധരൻ എന്നെ വന്നു കണ്ടു. അവൻ പറഞ്ഞ വാചകങ്ങൾ ഇപ്പോഴും ഞാൻ ഓർക്കുന്നു:

"രാമാ, അമ്മയെ നിന്നെ ഏൽപിക്കുന്നു. നീ ഘോഷയാത്രയ്ക്കു വരണ്ട. നാം രണ്ടുപേരുംകൂടി പോകണ്ട. അതു ബുദ്ധിമോശമാണ്."

പിറ്റേന്നു വെടിവയ്പു നടന്നു. വളരെപ്പേർ മരിച്ചു. മറ്റുള്ളവർ രക്ഷപ്പെട്ടു. ആ പ്രവർത്തനരംഗത്തിനടുത്തുള്ള വീടുകൾ അഗ്നിക്കിരയായി. സ്ത്രീകളും കുട്ടികളും മരിച്ചവരിൽ ഉൾപ്പെടുന്നുണ്ടത്രേ! വൃക്ഷങ്ങൾകൂടി വെടികൊണ്ട് ഒടിഞ്ഞുവീണു.

അന്നു ഞങ്ങളുടെ നാട്ടിലും അടുത്ത നാട്ടിലും ഉള്ള വീടുകളിൽ അലയും തല്ലും നിലവിളിയുമായിരുന്നു. ആ വീടുകളിൽനിന്നും ഘോഷയാത്രയ്ക്കു

പോയവർ മരിച്ചെന്നറിഞ്ഞല്ല ആ നിലവിളികൾ. ഒട്ടധികം മരിച്ചു എന്നല്ലാതെ ആരെല്ലാം മരിച്ചു, ആരെല്ലാം രക്ഷപ്പെട്ടു എന്നൊന്നും അറിഞ്ഞുകൂടാ. രക്ഷപ്പെട്ടവരെച്ചൊല്ലിയും കരയുന്നുണ്ട്. രക്ഷപ്പെട്ടിരിക്കാമെന്നുവച്ചു മരിച്ചവരുടെ ബന്ധുക്കൾ ആശ്വസിക്കുന്നുമുണ്ട്. പക്ഷേ, മരണത്തിന്റെ സാദ്ധ്യത സമാധാനത്തെ ഉലച്ചു.

സമയം കഴിയുംതോറും ആ വൃദ്ധ, ശ്രീധരൻ മരിച്ചു എന്നു വിശ്വസിക്കാൻ തുടങ്ങി.

"അവൻ മുമ്പേക്കേറി നിന്നിട്ടൊണ്ട്."

അതു ശരിയായിരിക്കണം. എന്തെന്നാൽ ശ്രീധരൻ സന്നദ്ധ സൈന്യത്തിലെ ഒരു ഭാഗത്തിലെ നേതാവായിരുന്നു. എങ്കിലും എനിക്കതു പറയാനൊക്കുമോ? ശ്രീധരൻ മരിച്ചിട്ടില്ലെന്നുതന്നെ ഞാൻ പറഞ്ഞു.

എങ്കിലും എന്റെ മനസ്സുമിളകി. ശ്രീധരൻ രക്ഷപ്പെട്ടിരിക്കണേ എന്ന് ആഗ്രഹിച്ചുകൊണ്ടുതന്നെ ചിന്തിച്ചിട്ടും, അവന്റെ മരണത്തിനുള്ള സാദ്ധ്യതകളാണു കാണാനുള്ളത്. ശ്രീധരൻ ധീരനാണ്; വർഗ്ഗബോധം തികഞ്ഞ തൊഴിലാളിയാണ്. മരണത്തെ അവൻ കൂസുകയില്ല.

അടുത്ത വീടുകളിൽ അലയും മുറയും കേൾക്കായി. നേരെ തെക്കേ വീട്ടിൽ അഞ്ചു കൊച്ചുകുഞ്ഞുങ്ങളും ഗർഭിണിയായ ഒരു ഭാര്യയുമുണ്ട്. ഗൃഹനാഥൻ പോയിട്ടു വന്നിട്ടില്ല. വടക്കേവീട്ടിൽ അമ്മയില്ലാത്ത മൂന്നു കുട്ടികൾ, രാവിലെ പോയ അച്ഛനെ നോക്കി ഇരിപ്പാണ്. പടിഞ്ഞാറേവീട്ടിൽ ആരോരുമില്ലാത്ത ഒരു സഹോദരി സഹോദരനെ വിളിച്ചു കരയുന്നു. ആ കരച്ചിൽ അങ്ങോളം എത്തുന്നുണ്ട്.

വൃദ്ധയും വാവിട്ടുകരയാൻ തുടങ്ങി. എനിക്ക് ഒരു വഴിയേ ഉണ്ടായിരുന്നുള്ളൂ. അവരുടെ മുഖത്തു നോക്കിക്കൊണ്ടു ശബ്ദമിടറാതെ തീർത്തു പറയുക:

"ശ്രീധരൻ മരിച്ചിട്ടില്ല."

എന്തൊരു വൈഷമ്യമാണതെന്ന് ആലോചിക്കുക! മകൻ മരിച്ച ആ തള്ളയുടെ മുഖത്ത്, ആ ദാരുണയാഥാർത്ഥ്യത്തെ മിഴിതുറന്നു നോക്കണം. ആ നില്പിൽ എന്റെ കാലിടറരുത്! ഹൃദയത്തിന്റെ അനുവാദം കൂടാതെ ആ വാക്കുകൾ ദൃഢമായി പറയണം. ആ നിമിഷത്തിൽത്തന്നെ വമ്പിച്ച ഒരു ഉത്തരവാദിത്തത്തെക്കുറിച്ചു ബോധമുണ്ടായിരിക്കുകയും വേണം. പക്ഷേ, അതു ഞാൻ സാധിച്ചു. മിഴി നനയാതെ തൊണ്ടയിടറാതെ ആ പെരുംനുണ ഞാൻ പറഞ്ഞു. അപ്പോൾ അവർ ചോദിക്കുകയാണ്:

"എന്നാലിന്നു പാതിരാവായല്ലോ. അവൻ വന്നുകാണാത്തതെന്താ?"

ഒരു ക്ഷണനേരത്തേക്ക് എനിക്കുത്തരംപറയാൻ വയ്യാതെവന്നു. ഞാൻ തോൽക്കുന്നെന്നു തോന്നി. മൂച്ചുപിടിച്ചാണു ഞാനത്രയും സാധിച്ചത്.

ഒരുനിമിഷംകൂടി – എന്റെ നുണ നിഷ്പ്രയോജനമാകും. എങ്ങനെയോ എനിക്കു പറയാൻ കഴിഞ്ഞു:

"ഞാൻ നാളെ, അവനെങ്ങോട്ടൊളിച്ചു എന്നന്വേഷിച്ചു പറയാം."

"എന്നാൽ എന്നെ കണ്ടിട്ട് അവനു നാടുവിട്ട് ഒളിക്കരുതോ?"

ഒരു കണക്കിൽ ആ രാത്രി കഴിച്ചുകൂട്ടി.

നാലു മൈൽ അകലെയാണ് ആ വെടിവയ്പു നടന്ന സ്ഥലം. അവിടം മുഴുവൻ സുശക്തമായ പട്ടാളക്കാവലിലായിരുന്നു. അവിടെ ഒളിച്ചോ പതുങ്ങിയോ ജീവൻ രക്ഷിച്ചവരേയും വേട്ടയാടിത്തുടങ്ങിയിരിക്കുന്നു. ഒരറ്റം മുതൽ ശവം ശേഖരിച്ചുതുടങ്ങി. അവൻ മരിച്ചു എന്ന് എങ്ങനെ തീർത്തറിയാൻ കഴിയും?

യൂണിയൻ അംഗങ്ങളെ എല്ലാംതന്നെ പിടികൂടാൻ പോകുന്നുപോലും. അപ്പോൾ എന്റെ കാര്യവും അപകടത്തിലാണ്. ഞാൻ പെട്ടെന്നു വീട്ടിലേക്കു മടങ്ങി. എങ്ങനെ വൃദ്ധയെ നേരിടണം?

അന്നുകൂടി എന്തെങ്കിലും പറയാമെന്നുവയ്ക്കുക. പിന്നെയോ? മരിച്ചു എന്നുതന്നെ ധരിച്ചാലോ? അവൻ മരിച്ചിട്ടില്ലെങ്കിൽ അങ്ങനെ പറയുന്നതു കഷ്ടമല്ലേ?

എങ്ങനെയോ എന്തോ അവർക്ക് ആശ്വാസം നല്കത്തക്കവിധം എനിക്കു ചിരിക്കാൻ കഴിഞ്ഞു. ഹൃദയലാഘവം ഭാവിച്ചു സംസാരിക്കാനും. ശ്രീധരന് ഒരപകടവും വന്നിട്ടില്ലെന്നു ഭാവിച്ച് ഒരു കള്ളക്കഥ മിടഞ്ഞുണ്ടാക്കാൻ എനിക്കു കഴിഞ്ഞു. അതു നാക്കിൽ അങ്ങ് അനർഗ്ഗളം വന്നുകൊണ്ടിരുന്നു. അവൻ രക്ഷപ്പെട്ട കഥ!

എന്റെ വാചാലതയുടെ അപ്പുറം എന്റെ ഹൃദയം നീറുകയായിരുന്നു. ശ്രീധരൻ മരിച്ചില്ലപോലും! അവൻ ഓടിയ വഴി വിവരിക്കുമ്പോൾ, അവൻ മാറുതുളഞ്ഞു നിലംപതിക്കുന്നതു രണ്ടുപ്രാവശ്യം എന്റെ അന്തർനേത്രങ്ങൾ ദർശിച്ചു; അവന്റെ ശവം കാലിൽ പിടിച്ചുവലിച്ച് ആ വലിയ ശവക്കൂനയുടെ മുകളിലേക്ക് എടുത്തിടുന്നു. വൃദ്ധ ചോദ്യമായി:

"അവൻ എവടാ ഒളിച്ചത്?"

"അതിപ്പോൾ പറയാമോ?"

"കൂടെ ആരെല്ലാമുണ്ട്?"

"വളരെപ്പേരുണ്ട്."

അവർ അല്പനേരം മിണ്ടാതിരുന്നു. അവരുടെ വിശ്വാസം ഇളകുന്നതായി മുഖത്തു നോക്കിയാൽ മനസ്സിലാകും. വളരെപ്പേർ മരിച്ചില്ലേ? എന്തുകൊണ്ട് അവരുടെ മകനും അതിലുൾപ്പെട്ടിരിക്കയില്ല? അവൻ ഉൾപ്പെടാതിരിക്കത്തക്കവിധം അവർ ഭാഗ്യവതിയാണോ? അവർ കരയാൻ തുടങ്ങി. ഞാൻ ചോദിച്ചു:

"എന്തിനു കരയുന്നു? അവൻ രക്ഷപ്പെട്ടതിനാണോ?"

"അല്ല, അവൻ ഒണ്ടെങ്കില് ഇന്നലെ രാത്രീല് അവൻ എന്നെ വന്നു കണ്ടേനെ. എന്നെ കാണാതെ എന്റെ മോൻ നാടുവിട്ടു പോകത്തില്ല. എനിക്ക് അവനല്ലാതാരുണ്ട്?"

ആ യുക്തിക്കുമുമ്പിൽ ഞാൻ കുഴഞ്ഞു. ഒരു വഴിയേ ഉണ്ടായിരുന്നുള്ളൂ. അല്പം ദേഷ്യം, അല്പം സൈ്വരക്കേടഭിനയിക്കുക. പാവം; അനന്യശരണയല്ലേ, അടങ്ങിക്കൊള്ളും. ഞാൻ സ്വരമുയർത്തി, അതൊക്കെ അഭിനയിച്ചു കൊണ്ടു ചോദിച്ചു:

"എനിക്കു സൈ്വര്യം തരികയില്ലേ?"

അവർ എന്റെ മുഖത്തു നോക്കി. ഞാൻ മറ്റൊരാൾക്കു ഭാരമായിത്തീർന്നിരിക്കുന്നു എന്നവർക്കു ബോദ്ധ്യമായതുപോലെ തോന്നി. നിസ്സഹായതയോടെ അവർ പറഞ്ഞു:

"ഇല്ല മോനെ, മോൻ ദേഷ്യപ്പെടാതെ. മറ്റെ അമ്മ ചോദിച്ചെന്നേയുള്ളൂ. ഇനി എന്റെ മോനല്ലാതാരാ ഉള്ളത് എനിക്ക്? ഞാൻ മിണ്ടത്തില്ല."

"അവൻ തിരിച്ചുവരും."

II

ഏതു ദുഃഖത്തിലും ആശ്വാസത്തിന്റെ പഴുതാരായുക മനുഷ്യസ്വഭാവമാണ്. ഒരു പുല്ക്കൊടി കിട്ടിയാൽ അതിൽ പറ്റിപ്പിടിച്ച് ആശ്വസിച്ചു പോകും. ആരു മരിച്ചു, ആരു ജീവിച്ചിരിക്കുന്നു എന്ന് അറിഞ്ഞുകൂടായ്കയാൽ, തനിക്കു വേണ്ടപ്പെട്ടവർ ജീവിച്ചിരിക്കുന്നു എന്നുതന്നെ ഓരോരുത്തരും വിശ്വസിച്ചു. അങ്ങനെ ജീവിതം ഇഴഞ്ഞുകൊണ്ടിരുന്നു. ഞങ്ങളുടെ നാട്ടിൽ എല്ലാ വീട്ടിലും, ഒരാൾക്കുണ്ണാനുള്ള അത്താഴം എന്നും കാണും. ഉറക്കത്തിലും ഏവർക്കും ശ്രദ്ധയാണ്. കൊച്ചുജ്യേഷ്ഠാനുജന്മാർ തങ്ങളിൽ തല്ലുമ്പോൾ, അനുജൻ ജ്യേഷ്ഠനോടു പറയും, "അച്ഛൻ വരട്ടെ. ഞാൻ പറഞ്ഞു നല്ല തല്ലുകൊള്ളിക്കും." എന്ന്. കാമുകി കാത്തിരിക്കുകയാണ്. അങ്ങനെ താമരനൂലിൽ തൂങ്ങുന്ന ആശ്വാസത്തിൽ ദുർബ്ബലമായ സന്ദിഗ്ദ്ധതയിൽ ജീവിതാഭിലാഷങ്ങൾ പുലരുന്നത് എവിടെയും കാണാമായിരുന്നു.

"അവൻ തിരിച്ചുവരും." എന്ന് ഒരു യന്ത്രത്തെപ്പോലെ ഞാൻ തീർത്തു പറഞ്ഞുകൊണ്ടിരുന്നു. അന്നു മരിക്കാത്തവർക്കു തിരിച്ചുവരാവുന്ന കാലത്തിനുമുമ്പ് ആ വൃദ്ധ മരിച്ചുപോകുമെന്ന് എനിക്കു ചിലപ്പോൾ തോന്നിയിട്ടുണ്ട്. ശ്രീധരൻ ജീവിച്ചിരിക്കുന്നു എങ്കിൽ, അതിനപ്പുറം അവരുടെ ജീവിതം നീണ്ടാൽ അത് ഒരു അനുഗ്രഹവുമായി. പക്ഷേ, ആ കാലത്തിനുശേഷവും അവർ ജീവിക്കുകയും ശ്രീധരൻ വരാതിരിക്കുകയും ചെയ്താലോ?.....

എന്നാലും അവരുടെ ആശ്വാസം നീണ്ടുകൊള്ളട്ടെ! അവൻ തിരിച്ചു വരുമെന്നുതന്നെ അവർ വിശ്വസിച്ചുകൊള്ളട്ടെ!

അവർക്കു വേണ്ടതെല്ലാം, ശ്രീധരനേക്കാൾ ശ്രദ്ധയോടെ ഞാൻ അന്വേഷിച്ചു. ഒന്നിനും ഒരു കുറവും അവർക്കു വരരുത്. മകനില്ലാത്തത് അവർ അറിയരുത്. പക്ഷേ, എന്റെ ശ്രദ്ധക്കൂടുതൽ അവരെ കൂടുതൽ ദുഃഖിതയാക്കിയിരുന്നു. സമാധാനം നശിപ്പിച്ചിരുന്നു. എന്റെ അന്വേഷണങ്ങളെ കണ്ണീരോടുകൂടി 'വേണ്ട മക്കളേ,' എന്നു വിലക്കിക്കൊണ്ടിരുന്നു. പക്ഷേ, ഞാൻ അത്രയും ശ്രദ്ധിച്ചിരുന്നില്ലെങ്കിലോ? കുറവുകൾ 'എന്റെ മകനില്ലാഞ്ഞല്ലേ' എന്നവർക്കു തോന്നും. അത് ഒരു ധർമ്മസങ്കടമായിരുന്നു.

ഒരമ്മയ്ക്കു മകന്റെ അശ്രദ്ധമൂലമോ കഴിവുകേടുകൊണ്ടോ ഉണ്ടാകുന്ന കുറവുകൾ സഹിക്കാം. ഞാൻ അതു കണ്ടിട്ടുള്ളതാണ്. ശ്രീധരനുള്ളപ്പോൾ അവർക്കു കഷ്ടതകൾ നന്നേ ഉണ്ടായിരുന്നു. പക്ഷേ, അന്നവർ സംതൃപ്തയായിരുന്നു.

അവർ എനിക്കുവേണ്ടി പേറ്റുനോവനുഭവിച്ചിട്ടില്ല.

ഞാൻ സുദൃഢമാക്കിയ വിശ്വാസം ആ വൃദ്ധയുടെ ഭാവനയിൽ ഭാവിയെക്കുറിച്ചുള്ള പല സ്വപ്നങ്ങളേയും സൃഷ്ടിച്ചു. ഏകാകിനിയായി അങ്ങനെ അവർ ഓർത്തുകൊണ്ടിരിക്കുന്നത്, ഹൃദയം നീറി ഞാൻ നോക്കിക്കൊണ്ടിരിക്കും. അവരുടെ ശരീരം ഒന്നു നന്നായിട്ടുണ്ട്. എന്തിനവരുടെ ശരീരം നന്നായി? അതു ശോഷിച്ചുശോഷിച്ച് അവർ അങ്ങു മരിച്ചിരുന്നെങ്കിൽ മതിയായിരുന്നു. എന്നാൽ അവർ മരിക്കയില്ല. അവൻ തിരിച്ചുവരുമെന്നുള്ള വിശ്വാസത്തിൽ, കഴിക്കുന്ന ആഹാരം ദഹിച്ചു ശരീരത്തിൽ ചേരുന്നു, എന്തിന്? ആ സന്ദിഗ്ധതയുടെ കാലം നീളുവാൻ!

ഞാൻ അവരെ വഞ്ചിച്ചു. ആ വഞ്ചനയിൽപ്പെട്ട് അവർ ചിന്തിക്കുന്നു. അവർ ഓർക്കുന്നത് എന്തായിരിക്കുമെന്ന് എനിക്കറിയാം.

അങ്ങനെയിരിക്കവേ അവർ ചോദിച്ചു:

"അപ്പഴേ, മക്കളേ! ശ്രീധരൻ വന്നാല് യൂണിയന്റെ പ്രസേണ്ടാകുമോ?"

എന്തുത്തരം പറയും? മകൻ വന്നിട്ട് പിന്നത്തെക്കാര്യമാണ്, അങ്ങനെ ത്തന്നെ സംഭവിക്കുമെന്ന് ഞാൻ സമ്മതിച്ചു. അല്പനേരം ഓർത്തിരുന്നിട്ട് അവർ വീണ്ടും പറഞ്ഞു:

"എന്റെ കുഞ്ഞിനു പിന്നെ വല്യ ജോലിയാകും. വല്ല പണിമുടക്കോ ഒക്കെ വന്നാല് അവനെ പോലീസുകാരു പിടിച്ചോണ്ടും പോകും."

ആ ആത്മഗതത്തെത്തുടർന്നു വൃദ്ധ മധുരങ്ങളായ പല സ്വപ്നങ്ങളും കാണുന്നുണ്ടായിരുന്നു. ശ്രീധരൻ വിവാഹിതനാകുന്നത്, കുട്ടികളുണ്ടാകുന്നത്, അങ്ങനെ.... അങ്ങനെ..... പക്ഷേ, വൃദ്ധയുടെ സ്വപ്നം കാണൽ എന്റെ അകത്തെ നീറ്റി. മറ്റുവല്ല വഴിക്കും അവരുടെ ചിന്തയെ തിരിച്ചുകൊണ്ടുപോകാമെന്നുവച്ചാൽ– എന്തിന്? അവർ ഓർത്തെങ്കിലും ആനന്ദിച്ചുകൊള്ളട്ടെ!

അവർ പറച്ചിൽ തുടർന്നു:

“അവനെ ജേലിക്കൊണ്ടുപോയാലും എനിക്കു സങ്കടമില്ല. അവൻ നല്ല കാര്യത്തിനല്യോ പോണത്? യൂണിയനുണ്ടായതിനുശേഷം എന്ത് ആശ്വാസ മാണെന്നോ; മക്കളേ, നിങ്ങൾക്കാർക്കുമറിഞ്ഞുകൂട. ഞങ്ങളുടെ ചെറുപ്പ കാലത്ത് ജോലിചെയ്തോണ്ണം. കൂലി ചോദിക്കരുത്. തന്നാ മേടിച്ചോണ്ണം. ഇപ്പം നിങ്ങള് ഉടുപ്പും വെളുത്ത മുണ്ടുമെല്ലാം ഉടുക്കുന്നുണ്ടല്ലോ. അന്ന് അതൊന്നും പാടില്ല.”

അവർ ആ പഴയ കഥ പറഞ്ഞു. പാവപ്പെട്ടവൻ അനുഭവിച്ച മർദ്ദനങ്ങളുടെ ദാരുണകഥകൾ! വെളുത്ത മുണ്ടുടുത്തതിന് അടികൊണ്ടത്, കുട്ടി മരിച്ച തള്ള കരഞ്ഞപ്പോൾ അങ്ങനെ അടുത്തു താമസക്കാരനായ ജന്മിക്കു സൈ്വര ക്കേടുവന്നതിന് കുടിയിറക്കിയത്, കൊടുത്ത കൂലി അന്നത്തേക്കു മതിയാകു ന്നില്ലല്ലോ എന്നു തന്നെത്താൻ പിറുപിറുത്തു പരാതിപ്പെട്ട ഒരു വിപ്ലവ കാരിയെ പിന്നെ കാണാനില്ലാതായത്– ഇങ്ങനെ നൂറു കഥകൾ!

അവർ ആ കഥകൾ ഇങ്ങനെ ഉപസംഹരിച്ചു:

“ഇപ്പഴും നമുക്ക് എല്ലാം കിട്ടീട്ടുണ്ടോ മക്കളേ? നമ്മളു വേലചെയ്യുക, മൊതലാളി ലാഭമെടുത്തു സുഖിക്കുക. അയാക്കിഷ്ടമില്ലെങ്കിൽ പിരിച്ചു വിടുക. വേലചെയ്യാൻ വയ്യാതെ നാലു ദിവസം കിടപ്പായാല് പട്ടിണി.”

ഞാൻ പറഞ്ഞു:

“ഇനീം എത്ര പ്രാവശ്യം വെടികൊണ്ടു ചത്താലാ അതൊക്കെ ശരിയാ കുന്നേ, മറ്റേ അമ്മേ!”

വൃദ്ധ സമ്മതിച്ചു തലകുലുക്കി.

“അതെയതെ, ഈ ചത്തതെല്ലാം ഇനീമൊള്ള കുഞ്ഞുകുട്ടികൾക്കു വേണ്ടിയാ.”

എങ്കിൽ ശ്രീധരൻ വെടിയേറ്റു മരിച്ചുപോയെങ്കിൽത്തന്നെ അവർക്ക് അഭിമാനത്തിനല്ലേ വഴിയുള്ളൂ എന്നു പറയുവാൻ ഞാൻ ആഞ്ഞു. പക്ഷേ, അവരുടെ മുഖത്തുനോക്കി ചോദിക്കുവാൻ എനിക്കു സാധിച്ചില്ല. അതു പെറ്റ തള്ളയാണ്. അങ്ങനെ ഒരു മകന്റെ മരണത്തെക്കുറിച്ചുള്ള അഭിമാനം കൊണ്ടു ദുഃഖമടക്കുവാൻ ഒരു തൊഴിലാളിമാതാവിനു കഴിയുന്ന കാലം എന്നു വരുമോ.

III

അന്നു രക്ഷപ്പെട്ടു ഭൂഗർഭത്തിൽ താഴ്ന്നവരിൽ ചിലരെല്ലാം അപൂർവ്വ മായി ഒളിച്ചും പതുങ്ങിയും നാട്ടിലും വീട്ടിലും വന്നുപോകാൻ തുടങ്ങി. ഒന്നുരണ്ടുപേരെയെല്ലാം ഞാനും കണ്ടു. ശ്രീധരൻ മരിച്ചിരിക്കണമെന്ന്

ഒരാൾ പറഞ്ഞു. രക്ഷപ്പെട്ടെന്നുപറഞ്ഞ ആൾക്ക് അവൻ ഇപ്പോൾ എവിടെയുണ്ടെന്നു പറയാൻ കഴിയുമായിരുന്നില്ല. രക്ഷപ്പെട്ടതു കണ്ടതല്ല, ഊഹിച്ചതാണത്രേ!

ആ വൃദ്ധയ്ക്കു നാളുകൾ കഴിയുംതോറും ഉൽക്കണ്ഠയും ഒരു വെമ്പലും വർദ്ധിച്ചുകൊണ്ടിരുന്നു.

"അവർക്കൊക്കെ എന്നു വരാം മോനേ?" എന്ന് ഒരുദിവസം പത്തു പ്രാവശ്യമെങ്കിലും അവർ ചോദിക്കും. അവരുടെ ഏതു സംസാരവും ഈ ചോദ്യത്തിലേ ചെന്നവസാനിക്കുകയുള്ളൂ. ആദ്യമാദ്യം, ആ തീയതി വളരെ ദൂരെയല്ല എന്നു ഞാൻ പറയാറുണ്ടായിരുന്നു. എത്ര നാളാണ് ഈ വഞ്ചന നടിക്കുക! പക്ഷേ, അവൻ തിരിച്ചുവരുമെന്നു പറയാതെ തരവുമില്ല. ശേഷിച്ച കാലമെങ്കിലും ആ പാവത്തിന്റെ ആശ്വാസം തുടരട്ടെ!

അവൻ എന്നു വരുമെന്നുള്ള ചോദ്യം അവൻ അടുത്തുതന്നെ വരുമോ എന്നായി മാറി. തുടർന്ന് അവർക്ക് ഒരു നൂറു കാര്യങ്ങൾ ചോദിക്കാനുണ്ടായിരുന്നു. എല്ലാം ശ്രീധരനു തിരിച്ചുവരാനുള്ള സാദ്ധ്യതകളെ പരാമർശിക്കുന്നവ. ആ വെടിവയ്പിനുശേഷമുള്ള രാഷ്ട്രീയ വികാസങ്ങളുടെ ഓരോ ഘട്ടത്തേയും ആ ചോദ്യം സ്പർശിച്ചിരുന്നു. എട്ടുംപൊട്ടും തിരിയാത്ത വൃദ്ധ; അവർക്ക് ഇതൊക്കെ എങ്ങനെ കഴിയുന്നോ; അനുഭവത്തിൽനിന്നല്ലേ രാഷ്ട്രബോധമുദയംചെയ്യുന്നത്.

മകൻ വരുന്നതിനുമുമ്പ് താൻ മരിച്ചുപോകുമെന്ന് അവർ വിശ്വസിക്കുന്നു. അവനെ ഒരുകണ്ണു കണ്ടിട്ടു മരിക്കണം. സാദ്ധ്യമാകാത്ത ആശ; എങ്കിലും എനിക്കതു തീർത്തുപറയുവാൻ നാവു വഴങ്ങിയില്ല.

ആ കൂട്ടക്കൊല പൊതുജനക്കോടതിയിൽ ഒരു കൂട്ടക്കൊലയായിത്തന്നെ വിധികല്പിക്കപ്പെട്ടു. അന്നു ഭൂഗർഭത്തിൽ താഴ്ന്നവർക്ക് ഉയരാമെന്നുമായി. പക്ഷേ, ആ സ്മരണീയമായ ദിവസത്തിൽ, വൃദ്ധ രോഗംമൂലം വല്ലപ്പോഴുമെല്ലാം ബോധമുള്ളമട്ടിൽ മരണശയ്യയിലായിരുന്നു. അന്നു മൂന്നുപ്രാവശ്യം അവർ എന്നെ വിളിച്ചു ചോദിച്ചു:

"അവൻ തിരിച്ചുവന്നോ?"

മരിച്ചുപോയെന്നു വിശ്വസിച്ചിരുന്നവർ തിരിച്ചുവന്ന ആഹ്ലാദം നാലുപാടിനും തിരതല്ലുമ്പോൾ, ഞാൻ എന്തു പറയാനാണ്? അവരൊക്കെ വന്ന വിവരം അവർ അറിഞ്ഞിട്ടില്ല. അവർ അറിയാതെയുമിരിക്കട്ടേ. അവൻ തിരിച്ചുവരുമെന്ന എന്റെ വാക്കുകൾ, ആകാരംപൂണ്ട് എന്റെ മുമ്പിൽനിന്ന് എന്റെ മുഖത്തുനോക്കി കൊഞ്ഞനം കുത്തി.

ദിവസങ്ങൾ ചിലതുകൂടി കഴിഞ്ഞു. വരാനുള്ളവരെല്ലാം വന്നു കഴിഞ്ഞു. അവൻ തിരിച്ചുവന്നില്ല.

അവരുടെ സ്ഥിതി ഗൗരവതരമായിരുന്നു. ആ കിടപ്പിൽ നിന്നും അവർ എണീക്കുകയില്ല; തീർച്ച. പക്ഷേ, അവരുടെ ചോദ്യം ആവർത്തിക്കത്തക്ക വിധം അവരുടെ ബോധം തെളിയാതിരിക്കണേ, എന്നുമാത്രമായിരുന്നു എന്റെ പ്രാർത്ഥന. ഒരു പ്രാവശ്യംകൂടി, അവൻ എപ്പോൾ വരുമെന്നു ചോദിച്ചാൽ, അവൻ തിരിച്ചുവരുകയില്ലെന്ന് ഞാൻ പറഞ്ഞുപോകും. ആ പെരുംനുണ ഇനിയും പറയാൻ എനിക്കു വയ്യ.

അവർ പിച്ചും പേയും പറയാൻതുടങ്ങി. പക്ഷേ, അതിനും ഒരു യുക്തിയും അടുക്കുമുണ്ടായിരുന്നു. അവർ ആരെയോ മുമ്പിൽ കണ്ടുകൊണ്ടു വാദപ്രതിവാദം ചെയ്യുന്നതുപോലെ തോന്നി. അവർ പറയുകയാണ്:

"ഈ ഇരുപത്തഞ്ചു തൈകളും ഞങ്ങളാ വച്ചത്. തന്തതന്ത വഴിയേ താമസിച്ചുവരുന്നടത്തൂന്ന് ഇപ്പം മാറാൻ മനസ്സില്ല."

ആ 'മനസ്സില്ലാ'യ്മയ്ക്ക് എന്തൊരു ശക്തിയാണ്; ഉറപ്പാണ്? അതു പറയാൻ അവർക്കു കരുത്തുണ്ട്. ഒരു സുശക്തമായ അവകാശ ബോധത്തിൽ നിന്നാണ് അതുടലെടുത്തത്. ഒന്നിനുംതന്നെയും ആ മനസ്സില്ലായ്മയെ മാറ്റാൻ ശക്തിയില്ല. തുറിച്ചുനോക്കിക്കൊണ്ടു നിറഞ്ഞ നിന്ദയോടെ അവർ ചോദിച്ചു:

"നിങ്ങളുടെ മണ്ണോ? നിങ്ങക്ക് എവിടുന്നാ മണ്ണ്?"

ഒട്ടുനേരം കഴിഞ്ഞ് അവർ ഒരു പഴയ കഥ വിവരിക്കാൻ തുടങ്ങി. അവരുടെ അച്ഛനെ അടിച്ചുകൊന്നെന്ന്; മുത്തച്ഛൻ സഹിച്ചെന്ന്. പരമ്പരയായി നടന്നു വന്ന ഒരു മർദ്ദനകഥ. അവർ കരഞ്ഞു. അമർഷം കൊണ്ടു പല്ലുകടിച്ചു.... അവരുടെ ചെറുപ്പകാലത്ത് അനുഭവപ്പെട്ട ആ മർദ്ദനകഥകൾ അഭിനയിക്കുക തന്നെ ആയിരുന്നു.

അതെല്ലാം ഞങ്ങൾ കേട്ടു; കണ്ടു. ആ പാവം ഇത്രമാത്രം സഹിച്ചോ? ആ കുടുംബത്തിന്റെ അടിച്ചമർത്തപ്പെട്ട അമർഷത്തിന്റെ ചിഹ്നമല്ലേ, ശ്രീധരൻ? ആയിരിക്കാം. അവന്റെ വർഗ്ഗബോധത്തിന്റെയും ധൈര്യത്തിന്റെയും പൊരുൾ ആ വൃദ്ധ പറഞ്ഞ കുടുംബകഥകൾ വെളിവാക്കി.

മറ്റൊരു ഗൃഹസംഭവം. പകൽ മുഴുവൻ പണിചെയ്തിട്ടു കിട്ടിയ കൂലി ഏഴു ചക്രവുമായി വീട്ടിൽ വന്ന ഭർത്താവും ഭാര്യയും തമ്മിൽ ചെലവിനങ്ങളാലോചിക്കുകയാണ്. ആ ചുരുങ്ങിയ കണക്കിലും ആറുചക്രം കുറവുണ്ട്. പുത്രവത്സലയായ അമ്മ മകനോടു പറയുന്നു:

"എന്റെ മോന്, മുഴുവൻ ഊറ്റിവാർത്തായാലും ഇന്നു ചോറുതരാം."

അതും ആ കുടുംബത്തിന്റെ കഥതന്നെ ആയിരുന്നു.

അന്ന്, അവിടെ നിലംപതിച്ച രക്തസാക്ഷികളുടെ ഓർമ്മയ്ക്കായി ആചരിക്കപ്പെടുന്ന ദിനമായിരുന്നു. ഗ്രാമമാകെ ചുറ്റിയുള്ള ഘോഷയാത്രയുണ്ട്. വൃദ്ധ

ആസന്നമരണയായിക്കിടക്കുന്നതിനാൽ എനിക്ക് ആ ചടങ്ങുകളിൽ പങ്കു കൊള്ളാൻ കഴിഞ്ഞില്ല.

ദൂരെ, ദുഃഖകരമായ ബാൻഡിന്റെ ശബ്ദം കേൾക്കായി. ഓരോ രക്ത സാക്ഷിയുടെ വീടിന്റെയും മുമ്പിലും ആ ഘോഷയാത്ര നിന്ന്, ബഹുമാനം പ്രകടിപ്പിക്കുന്നുണ്ട്.

ഘോഷയാത്ര അടുത്തടുത്തുവന്നു. ഞങ്ങളുടെ അടുത്ത വീടിന്റെ മുമ്പിൽ വന്നുനിന്നു. ആ മാതാവ് ഒരു താരാട്ടു പാടാൻ തുടങ്ങി:

"വാ വ വാ വ വാ വോ -ശ്രീധരൻ

വാ വ വാ വ വാ വോ."

അത് അവിടെ കൂടിയിരുന്ന ഞങ്ങൾക്കാർക്കും സഹിക്കാമായിരുന്നില്ല. ഞങ്ങൾ കരഞ്ഞുപോയി.

ഘോഷയാത്ര ഞങ്ങളുടെ പടിക്കൽ വന്നുനിന്നു. ആ ഹൃദയം അലിയി ക്കുന്ന ബാൻഡ്; 'ഞങ്ങൾക്കു പ്രചോദനം തരിക'എന്ന ഗാനമാണ് ആലപി ക്കുന്നത്.

വൃദ്ധ, ഒരു മന്ദഹാസത്തോടെ കണ്ണുകൾ തുറന്നു. അത്രയും ഹൃദയം കുളുർത്ത ഒരു ചിരി, ഞാൻ എത്രനാളായി കണ്ടിട്ട്. അവർ അവരുടെ മകനെ കാണുന്നു!

അവർ കൈകൾ ഉയർത്തി വായുവിനെ ആലിംഗനം ചെയ്തു. എന്തോ! അവരുടെ ആലിംഗനത്തിനായി അവൻ അവിടെ നില്പുണ്ടായിരിക്കാം.

"മക്കളേ, ശ്രീധരോ! എന്റെ മോൻ വന്നോ?"

അവർ പൊട്ടിച്ചിരിച്ചു. ആ കണ്ണുകൾ അടഞ്ഞു.

■

കറാച്ചിയിൽനിന്ന്

ഹോട്ടലിന്റെ പിൻഭാഗത്തുനിന്നും ഇടനാഴിയിൽക്കൂടി ഇറങ്ങിവന്ന്, പരസ്പരം തോളിൽ കൈയിട്ടുകൊണ്ടു റോഡിൽക്കൂടി രണ്ടു തെണ്ടിപ്പിള്ളർ നടന്നുപോയി. എന്നും അങ്ങനെ ആ സമയത്ത് അവർ പോകുന്നതു കാണാം. ഒന്ന് ഒരു മുസ്ലീമാണ്, മറ്റവൻ ഹിന്ദുവും. രണ്ടിനേയും ഒന്നിച്ചേ കാണാനൊക്കൂ. ഉറങ്ങുന്നതും ഒരുമിച്ചാണ്. ഒരു വഴിമുക്കിൽ വിളക്കുകാലിനു താഴെ പരസ്പരം കെട്ടിപ്പിടിച്ചു കിടന്നുറങ്ങും.

ആരുമോരുമില്ലാത്ത ഒരു തെണ്ടിച്ചെറുക്കന്, എച്ചിൽപ്പീപ്പയിൽവച്ചു തന്നെ മറ്റൊരു തെണ്ടിച്ചെറുക്കൻ കൂട്ടുകിട്ടി. പീപ്പയ്ക്കു മുകളിൽക്കൂടി ഉള്ളിലേക്കു ചാടിവീഴാൻ ശ്രമിക്കുന്ന പട്ടിയെ അടിച്ചോടിക്കാൻ അവൻ സഹായിച്ചു. രണ്ടുപേർക്കും വേണ്ടിടത്തോളം വക ആ എച്ചിൽപ്പീപ്പയിലുണ്ടായിരുന്നു. അങ്ങനെ അവർ ഇഷ്ടന്മാരായി. ഒരുവനു കിട്ടിയ ഇലയിൽ ഒരെല്ലിൻകഷണമുണ്ടായിരുന്നു. മറ്റവനു കിട്ടിയതിൽ ഒരു ഉരുളൻകിഴങ്ങും. അവർ അതു പൊതുമുതലാക്കി വീതിച്ചു. ഒരുവനു ചോറുള്ള ഇല കിട്ടി; മറ്റവനു കറിയുള്ള ഇലയും. രണ്ടുപേരും യോജിച്ചപ്പോൾ ഊണു സുഖമായി. അവരെ തമ്മിൽ യോജിപ്പിച്ച ആ പൊതുശത്രുവിനോടു തുടർന്നു ചെയ്യേണ്ടി വന്ന യുദ്ധം, എന്നെന്നും അവരുടെ പൊതു ഉദ്ദേശ്യമായിത്തന്നെ വർത്തിച്ചു. ഒരു പട്ടി രണ്ടു പട്ടികളെക്കൂടി കൂട്ടിച്ചുകൊണ്ടുവന്നതുപോലെ തോന്നി.

അങ്ങനെ അവർ ജീവിച്ചു. തീറ്റിക്കു തീറ്റിയുണ്ട്; ഉറക്കം സുഖമാകുന്നുണ്ട്. പിന്നെന്തു വേണം?...

അവനു മറ്റവനുണ്ട്; മറ്റവന് അവനും. അതു പിരിയാനൊക്കുന്ന ബന്ധമല്ല. മനുഷ്യന്, അവൻ തെണ്ടിയോ കൊലപാതകിയോ ആയിക്കൊള്ളട്ടെ, മറ്റൊരാൾ കൂട്ടായി വേണം.

ഒരു ദിവസം മുസ്ലീംതെണ്ടി ഹിന്ദുത്തെണ്ടിയോടു ചോദിച്ചു: 'നിനക്കാരാ കൃഷ്ണകുമാരനെന്നു പേരിട്ടത്?"

കൃഷ്ണകുമാർ കൈമലർത്തിക്കാണിച്ചു.

"ആ, നെനക്കാരാ അബ്ദുള്ളാന്നു പേരിട്ടെ?"

അവനും വാ പൊളിച്ചു. അവർക്കു വളരെനേരം ചിരിക്കാൻ വകയുണ്ടായിരുന്നു. എങ്ങനെ ആ പേരുകൾ ഉണ്ടായി എന്നു കൃഷ്ണകുമാർ ചോദിച്ചു. അബ്ദുള്ളയ്ക്ക് അറിഞ്ഞുകൂടാ. പേരോടുകൂടിയാണോ ജനിക്കുന്നത്? അതല്ല എന്ന് അബ്ദുള്ള പറഞ്ഞു. പക്ഷേ, അബ്ദുള്ളയ്ക്കു മറ്റൊരു സംശയം! അവർ ഭൂമിയിൽ എങ്ങനെ സംഭവിച്ചു?... അവരെ പെറ്റതാണ്... ആര്? രണ്ടു പെണ്ണുങ്ങൾ. ആ പെണ്ണുങ്ങൾ അവരെ പെറ്റിട്ട്?..... അങ്ങനെ ആ തെണ്ടിപ്പിള്ളരുടെ അന്വേഷണം കുറേ ദൂരം പോയി. അവസാനം അബ്ദുള്ള പറഞ്ഞു: "ആ പെണ്ണുങ്ങൾ ചത്തുപോയിരിക്കും. അല്ലെങ്കിൽ അവരിവിടെങ്ങാനും ഉണ്ടായിരിക്കും: നമ്മളവരെ അറിയത്തില്ല."

കൃഷ്ണകുമാർ പറഞ്ഞു: "അവരുണ്ടെങ്കില് നമുക്ക് അവരെ കണ്ടു പിടിക്കണം. എന്തിനാ പെറ്റതു നമ്മളെ എന്നു ചോദിക്കണം."

അങ്ങനെ പോയി അവരുടെ ജ്ഞാനതൃഷ്ണ.

നാടാകെ യോഗങ്ങളും ഘോഷയാത്രകളും നടക്കുന്നുണ്ടായിരുന്നു. തെരുവുനീളെ തോക്കും ലാത്തിയും ധരിച്ച പോലീസുകാർ റോന്തു ചുറ്റുന്നു. യോഗം കൂടുന്നിടത്തു വെടിവയ്പു നടന്നു. രാത്രി എട്ടുമണി കഴിഞ്ഞാൽ റോഡിൽക്കൂടി നടന്നുകൂടാ പോലും. പക്ഷേ, അപ്പോഴും അവർ ആ വിളക്കുകാലിനു ചുവട്ടിൽ കിടന്നുറങ്ങി.

അതെല്ലാം സായിപ്പന്മാരെ നാട്ടിൽനിന്ന് ഓടിക്കാനായിരുന്നെന്ന് ആ തെണ്ടിപ്പിള്ളരും എങ്ങനെയോ ഗ്രഹിച്ചു.

ഒരുദിവസം കൃഷ്ണകുമാർ ഉണർന്നപ്പോൾ അബ്ദുള്ള അടുത്തെങ്ങുമില്ല. അവൻ ഉച്ചത്തിൽ വിളിച്ചു; വളരെ നേരം കാത്തിരുന്നു. അബ്ദുള്ള വരുന്നില്ല. ഹോട്ടലിൽ സമയമാകുന്നു. അവൻ എവിടെപ്പോയി?

അബ്ദുള്ളയ്ക്കുവേണ്ടി അവൻ ഇറച്ചിക്കഷണങ്ങളും ചോറുമെല്ലാം പ്രത്യേകം എടുത്ത് ഒരിലയിൽ വച്ചു. എന്നിട്ടേ അവന്റെ വയറടക്കാൻ തുടങ്ങിയുള്ളു. അവൻ എപ്പോഴാണു വരുന്നതെന്നറിയാമോ? വരുമ്പോൾ ഹോട്ടലിലെ സമയം കഴിഞ്ഞ് ഒന്നുമില്ലാതായെങ്കിലോ?

മൂന്നു പട്ടികളുമായി തന്നെത്താൻ അവനു മല്ലടിക്കേണ്ടിവന്നു. അവൻ കരഞ്ഞുപോയി. ആ ജന്തുക്കൾ, അവൻ തനിച്ചേയുള്ളു എന്നറിഞ്ഞു മുറുമുറുക്കുന്നു; കുരയ്ക്കുന്നു; അവന്റെ നേരേ ചീറ്റിയടുക്കുന്നു. ഒരു പ്രാവശ്യം അബ്ദുള്ളയ്ക്കുവേണ്ടി കരുതിവച്ചിരുന്ന ഇല കുറച്ചു ദൂരം കടിച്ചുവലിച്ചുകൊണ്ടുപോയി. ആ മത്സരത്തിൽ ഒരു പട്ടി ഒരു കമ്മുകമ്മി. ഭാഗ്യംകൊണ്ട് ഒരു എല്ലിൻകഷണമേ നഷ്ടപ്പെട്ടുള്ളു.

ഒട്ടു പകലായപ്പോൾ അബ്ദുള്ള എവിടെനിന്നോ ഓടിയെത്തി! അവന് എന്തൊക്കെയോ പറയാനുണ്ട്. എന്തൊരു ഉദ്വേഗമാണ്! എവിടെയായിരുന്നു എന്നു കൃഷ്ണകുമാർ ചോദിച്ചു. അവന്റെ ശബ്ദത്തിൽ ദേഷ്യവും സന്തോഷവുമുണ്ടായിരുന്നു. പക്ഷേ, അതിനുത്തരം പറയാനല്ല അബ്ദുള്ളയ്ക്കു തിടുക്കം.

അബ്ദുള്ള കിതപ്പോടെ പറഞ്ഞു:

"ആ മുക്കിലുള്ള മാളികയില്യോ, അവിടുത്തെ മുതലാളിയുടെ പേരും അബ്ദുള്ളാന്നാ."

കൃഷ്ണകുമാർ കൈ വീശുമ്പോൾ ഈച്ച ഉയർന്നു.

ആളിപ്പറന്ന ഇലയും അബ്ദുള്ള കണ്ടില്ല. എത്ര നേരമായി അങ്ങനെ ഈച്ചയെ ആട്ടിക്കൊണ്ടിരിക്കുന്നു!

കൃഷ്ണകുമാർ ചോദിച്ചു:

"നീ വല്ലോം തിന്നോ?"

"എനിക്കു വെശക്കുന്നുണ്ട്."

അബ്ദുള്ള ഇരുന്നു വാരിത്തിന്നുതുടങ്ങി. ആവേശഭരിതനായി അവൻ പറഞ്ഞു:

"ആ മൊതലാളീടെ പ്രസംഗമൊണ്ടാരുന്നു. ഞങ്ങക്ക്, മുസ്ലീങ്ങൾക്ക് ഒരു രാജ്യമൊണ്ടാകാൻപോവ്വാ. പാകിസ്താൻ സിന്ദാബാദ്!"

അവന് എന്തുത്സാഹം! ഘോഷയാത്രയുണ്ടായിരുന്നു; മീറ്റിംഗുണ്ടായിരുന്നു. എല്ലാത്തിലും അവൻ പങ്കുകൊണ്ടു. അബ്ദുള്ളയുടെ ഉത്സാഹപ്രകർഷം കണ്ട്, കൃഷ്ണകുമാറിന്റെ മനസ്സ് ഒന്നു മങ്ങി. അബ്ദുള്ള അവനെക്കൂടാതെ എവിടെയൊക്കെയോ പോയി. എന്തെല്ലാത്തിലുമൊക്കെയോ പങ്കുകൊണ്ടു. അവൻ വല്ലതുമൊക്കെ തിന്നും കാണും. അബ്ദുള്ളയുടെ സ്നേഹം കുറഞ്ഞു വരുന്നു. അവൻ കൃഷ്ണകുമാറിനെ മറന്നു. കൃഷ്ണകുമാർ ചോദിച്ചു.

അതിനെക്കുറിച്ചും അബ്ദുള്ളയ്ക്കു പറയാനുള്ളത് ഉത്സാഹത്തോടെയാണ്. ഒരു തെറ്റുചെയ്തു എന്ന ബോധമില്ല. റെയിൽവേസ്റ്റേഷനിൽ തലേന്നാൾ രണ്ടുപേരുംകൂടി കിടന്നുറങ്ങുമ്പോൾ, ഒരു ഘോഷയാത്ര അവിടെ വന്നു. ട്രെയിനിൽ ഏതോ വലിയ ആൾ വന്നു ചേർന്നിരുന്നു. അദ്ദേഹത്തെ ഘോഷയാത്രക്കാർ മാലയിട്ടു. എന്നിട്ടു കൊണ്ടുപോയി. അതൊക്കെ കാണുവാൻ അബ്ദുള്ള കൃഷ്ണകുമാറിനെ കുലുക്കി വിളിച്ചു. പക്ഷേ, അവൻ കാളപോലെ കിടന്നുറങ്ങുകയായിരുന്നു. അബ്ദുള്ള ആ ഘോഷയാത്രയുടെ കൂടെ പോയി.

കൃഷ്ണകുമാർ ചോദിച്ചു:

"വല്ലതും കിട്ടിയോ?"

"ചോറു കിട്ടി. വല്യ സദ്യയായിരുന്നു. സക്കാത്തുമുണ്ടായിരുന്നു."

കൃഷ്ണകുമാറിന്റെ മുഖം വാടി.

"എങ്കിലും അത്രേയൊള്ളു. നീ എന്നെ കൊണ്ടുപോയില്ലല്ലോ!"

അബ്ദുള്ള പറഞ്ഞു:

"അതു ഞങ്ങൾ മുസ്ലീങ്ങൾക്കേയുണ്ടായിരുന്നുള്ളു."

കൃഷ്ണകുമാർ ഒന്നു മൂളിയുറപ്പിച്ചു.

"അല്ലെങ്കിലും അത്രേയൊള്ളു."

കൃഷ്ണകുമാറിന്റെ കണ്ണുകൾ നിറഞ്ഞു. അവനു ലോകത്തിൽ ഒരൊറ്റ ബന്ധുവേയുള്ളു. അബ്ദുള്ള! അവൻ അവനെക്കൂടാതെ പോയി. സദ്യയുണ്ടു. എന്നിട്ട് ഒരെള്ളുണ്ടാപോലും കൊണ്ടുവന്നിട്ടില്ല.

"ഞാൻ ഇലയിൽനിന്നു വടിച്ചുവച്ചിരുന്നു. നിന്റെ സ്നേഹം. അത്രേയുള്ളു. എങ്കിലും ഇരിക്കട്ടെ."

അതൊരു തെറ്റായി അബ്ദുള്ളയ്ക്കു തോന്നി. സദ്യയുടെ ഏതെങ്കിലും കുറച്ചു കൊണ്ടുവരേണ്ടതായിരുന്നു. അബ്ദുള്ള പറഞ്ഞു:

"ഇനീം സദ്യയ്ക്കു പോകുമ്പം എനിക്കു വെളമ്പുന്നതിന്റെ പാതി കൊണ്ടുവരാം."

ഉൽക്കണ്ഠയോടെ കൃഷ്ണകുമാർ ചോദിച്ചു:

"അപ്പം ഇനീം എന്നെക്കൂടാതെ പോകുമോ?"

അബ്ദുള്ള ഇടയ്ക്കും മുറയ്ക്കും പിന്നീടും പോയിക്കൊണ്ടിരുന്നു. ചിലപ്പോൾ ഒന്നും രണ്ടും ദിവസത്തേക്കു മടങ്ങിവരികയില്ല.

ഈ ലോകത്തിൽ താൻ ഏകാകിയാണെന്ന ഒരു ബോധം കൃഷ്ണകുമാറിനെ ബാധിച്ചു. അബ്ദുള്ള എപ്പോഴെങ്കിലും പോയെന്നുവരാം.ആ പട്ടികളോട് അവൻതന്നെ മല്ലടിക്കണം; തനിച്ചു കിടന്നുറങ്ങണം. ഒരാളോട് ഒന്നു മിണ്ടുവാനില്ല.

അബ്ദുള്ള പോയാൽ മടങ്ങിവരുംവരെ ആ എച്ചിൽപ്പീപ്പയുടെ ചുവട്ടിൽ കൃഷ്ണകുമാർ കാത്തിരിക്കും. അബ്ദുള്ളയ്ക്കു പിരിഞ്ഞുപോകുന്നതിൽ ഒരു വ്യാകുലതയുമില്ല.

അക്കാലത്ത് അബ്ദുള്ളയ്ക്ക് ഒരു നല്ല മുണ്ടു കിട്ടി. ഒന്നുരണ്ടു പ്രാവശ്യം കാശും കൈയിലുണ്ടായിരുന്നു. മുണ്ടു മുറിച്ചു പകുതി കൃഷ്ണകുമാറിനു കൊടുത്തു. കാശും തനിച്ചല്ല ഉപയോഗപ്പെടുത്തിയത്. അബ്ദുള്ളയ്ക്കു പറയാനുള്ളത്, പണ്ട് അവൻ പറഞ്ഞുകൊണ്ടിരുന്ന കാര്യങ്ങളല്ല. ആ കാര്യങ്ങളെക്കുറിച്ച് ഒന്നു തന്നെ അങ്ങോട്ടു പറയാൻ കൃഷ്ണകുമാറിനുമില്ല. അബ്ദുള്ള അവന്റെ പേരുകാരനായ അബ്ദുള്ളമുതലാളിയെയും മുസ്ലീങ്ങൾക്കു പ്രത്യേകമായുണ്ടാകാൻ പോകുന്ന രാജ്യത്തെയുംകുറിച്ച് എപ്പോഴും പറച്ചിലാണ്. ആ രാജ്യത്തു പട്ടിണിയില്ലായിരിക്കും. തെണ്ടികൾ കാണുകയില്ല. അവിടെ അള്ളാവിന്റെ രാജ്യമാണ്.

അബ്ദുള്ള ചിലപ്പോൾ എന്തോ ഓർത്തുകൊണ്ടു നിശ്ശബ്ദനായിരിക്കും. അപ്പോൾ കൃഷ്ണകുമാറിനു തോന്നാറുണ്ട്, അവൻ അകന്നകന്നു പോകുന്നെന്ന്; തന്റേതല്ലാതാകുന്നെന്ന്!... തന്നെക്കൂടാതെ ഓർക്കാൻ ചിലതെല്ലാം അബ്ദുള്ളയ്ക്കുണ്ട്. അവന് അബ്ദുള്ളമൊതലാളിയെ അറിയാം.

കൃഷ്ണകുമാർ നിറഞ്ഞ കണ്ണുകളോടെ ആ എച്ചിൽപ്പീപ്പയോട് ഒന്നുകൂടി ഒട്ടിച്ചേർന്നു. അവനും ഓർത്തിരിക്കുവാൻ കാര്യങ്ങളുണ്ട്. അത് അവന്റെ ഏകാന്തതയാണ്. പഴയപോലെ അബ്ദുള്ളയോടു സ്വതന്ത്രമായി പെരുമാറുവാൻ അവനൊരു പേടി.

ഒരു ദിവസം അബ്ദുള്ള, മുതലാളിയുടെ വീടിനകം കയറിക്കണ്ടിട്ടു മടങ്ങിവന്നു. ആ സംഭവത്തെക്കുറിച്ച് അഭിമാനത്തോടെ അവൻ വിവരിക്കാൻ തുടങ്ങി. കൃഷ്ണകുമാറിനു ദേഷ്യവും സങ്കടവും വന്നു. അവൻ പറഞ്ഞു:

"എന്റെ പേരുള്ള ജമീന്ദാരുടെ വീട്ടിനകത്തും ഞാൻ കയറിട്ടൊണ്ടല്ലോ."

അബ്ദുള്ള പറഞ്ഞു:

"ആ വീടൊന്നും ഇത്രേം ഒക്കത്തില്ല."

"ആരു പറഞ്ഞു? ഇതിലും നല്ലതാ."

"ആരു പറഞ്ഞു?"

അബ്ദുള്ളയ്ക്കു വാശികയറി.

കൃഷ്ണകുമാറിനും വാശിയായി. അബ്ദുള്ള പറഞ്ഞു.

"നിന്റെ മൊതലാളി ഒരു കാഫറാണ്."

"നിന്റെ മുതലാളി ഒരു മ്ലേച്ഛനാണ്."

അബ്ദുള്ള ചാടിയെഴുന്നേറ്റു. അവനു ദേഷ്യം സഹിച്ചുകൂടാ.

"പാകിസ്താൻ സിന്ദാബാദ്!"

കൃഷ്ണകുമാർ 'ബബ്ബബ്ബ'എന്നു കൊഞ്ഞനംകുത്തി. അബ്ദുള്ള കൈ ഓങ്ങി. ആ രണ്ടുപിള്ളരും തമ്മിൽ ഗുസ്തിയായി.

1947 -ജൂൺ 16. അന്ന് ഭാരതത്തിന്റെ വിധിയെഴുതി. ആഗസ്റ്റ് പതിനഞ്ചാം തീയതി പാകിസ്താൻ ജനിക്കും. അബ്ദുള്ള ആ വിശേഷവർത്തമാനം കൃഷ്ണകുമാറിനോടു പറഞ്ഞു:

"ഞാൻ കറാച്ചിയിലേക്കു പോവ്വാ."

കൃഷ്ണകുമാർ നടുങ്ങിപ്പോയി.

"എന്തിനു പോണു അബ്ദുള്ളാ?"

"അതു ഞങ്ങളുടെ രാജ്യമാ."

"പിന്നെ ഇതോ?"

"ഇതു നിങ്ങളുടെ രാജ്യം."

കൃഷ്ണകുമാർ പിന്നീടൊന്നും മിണ്ടിയില്ല. ഇനിയും അവനാരുണ്ട്? അവനെ ഓർക്കാനും, അവനെക്കുറിച്ചോർക്കാനും ആരുമില്ല. ആ എച്ചിൽപ്പീപ്പയിൽ അവന്റെ ആഹാരമുണ്ട്. റോഡരുകിൽ കിടന്നുറങ്ങുകയും ചെയ്യാം.

പക്ഷേ–പക്ഷേ– ആ പക്ഷേ സൂചിപ്പിക്കുന്നതു എന്തൊരു മഹത്തായ മാനുഷികവികാരത്തെയാണ്! ഇനിയും ഒരാളോട് ഉരിയാടാനില്ല. അവന്റെ സുഖത്തെയും ദുഃഖത്തെയും കുറിച്ചു മിണ്ടണ്ട. തനിച്ച് ആ എല്ലിൻകഷണം കടിച്ചുപൊട്ടിക്കണം.

അബ്ദുള്ളയുടെ ജോലി കറാച്ചിയെക്കുറിച്ചു വർണ്ണിക്കുകയാണ്.

"ഞാനൂടെ വരട്ടോ അബ്ദുള്ള?"

കണ്ണീരോടെ കൃഷ്ണകുമാർ ചോദിച്ചു. അബ്ദുള്ള വിലക്കി:

"വേണ്ട വേണ്ട, അവിടെ മുസ്ലീങ്ങളേ പാടുള്ളു."

"പിന്നെ, എനിക്കാരാ?"

കൃഷ്ണകുമാർ പൊട്ടിക്കരഞ്ഞു. അബ്ദുള്ളയുടെ ഹൃദയത്തിൽ ആ കരച്ചിൽ ചെന്നുകൊണ്ടു. ആ കരയുന്നത് അവന്റെ കൂട്ടുകാരനാണ്. അവനു വേണ്ടി കാത്തിരിക്കുന്നവനാണ്. അതെ, താൻ പോയാൽ അവനാരുമില്ല. അബ്ദുള്ളയ്ക്കും വ്യസനം തോന്നി.

അവൻ കൃഷ്ണകുമാറിന്റെ പുറം തലോടി.

"എന്നും ഇങ്ങനെ കഴിഞ്ഞാൽ മതിയോ നമുക്ക്? ഞാൻ കറാച്ചിക്കു പോയി പണമൊണ്ടാക്കി തിരിച്ചുവരും. ഞാൻ പണമൊണ്ടാക്കിയാല് അത് എനിക്കു മാത്രമല്ല. എന്തായാലും അത് എന്റെ കൂട്ടുകാരനൂടാ. എന്റെ ഇഷ്ടൻ കരയാതെ."

അബ്ദുള്ള കൃഷ്ണകുമാറിന്റെ കണ്ണീർ തുടച്ചു.

ആഗസ്റ്റ്മാസം പിറന്നു. ആ തെണ്ടി ഒരു തുർക്കിത്തൊപ്പിയും ഷർട്ടും പിജാമയും എല്ലാം എങ്ങനെയോ സമ്പാദിച്ചു; അതെല്ലാം ധരിച്ചുനില്ക്കുന്ന അബ്ദുള്ളയെ കണ്ടപ്പോൾ, അവൻ ഒരു വലിയ ആളാണെന്നു കൃഷ്ണ കുമാറിനു തോന്നി. അതു തന്റെ പഴയ കൂട്ടുകാരനല്ല.

നീണ്ട ചൂളം വിളിച്ചുകൊണ്ടു വേഗത കൂട്ടിക്കൂട്ടി പായുന്ന ട്രെയിനിന്റെ ജനലിൽക്കൂടി തല പുറത്തിട്ട് അബ്ദുള്ള കൃഷ്ണകുമാറിനെത്തന്നെ നോക്കിക്കൊണ്ടിരുന്നു. ട്രെയിൻ വളവുതിരിഞ്ഞ് അപ്രത്യക്ഷമായി.

കൃഷ്ണകുമാർ കണ്ണിൽ ഇരുട്ടുകയറിയതുപോലെ നിന്നു. പിന്നീടു കാഴ്ചയുണ്ടായപ്പോൾ, ചുറ്റുപാടും നോക്കിയപ്പോൾ, അവനു പേടിയായി. അവൻ തനിച്ചാണ്! അവനു ലോകത്തിൽ ഒരു മനുഷ്യരില്ല!

ആഗസ്റ്റു പതിനഞ്ചും പഞ്ചാബിലെ കൂട്ടക്കൊലയും കഴിഞ്ഞു. അബ്ദുള്ള പോയതു നന്നായി എന്നു കൃഷ്ണകുമാറിനു തോന്നാറുണ്ട്. ഇല്ലെങ്കിൽ ആ നഗരത്തിൽ നടന്ന കൊലയിൽ അവനും പെടുമായിരുന്നു.

എച്ചിൽപ്പീപ്പയിൽനിന്നും തീറ്റികഴിച്ചു കീറിപ്പറിഞ്ഞ പിജാമയുമിട്ട് ഒരുവൻ ഏകനായി ഇന്നും പൂർവ്വപഞ്ചാബിലെ ആ നഗരത്തിൽ നടക്കുന്നുണ്ട്.

ഇന്നും റോഡരികിലാണു കിടപ്പ്. അവനു നാക്കുണ്ടോ എന്നു സംശയമാണ്. ശബ്ദിക്കില്ല. ഒരു കാര്യം തെറ്റാതെ അനുഷ്ഠിക്കുന്നുണ്ട്. കറാച്ചിയിൽ നിന്നുള്ള ട്രെയിൻ വരുമ്പോൾ പ്ലാറ്റ്ഫാമിലുണ്ട്.

സംവത്സരങ്ങൾ ചിലതു കഴിഞ്ഞു. ഇന്നും കറാച്ചിട്രെയിൻ കാത്ത് എല്ലാ ദിവസവും ഒരു തെണ്ടി നില്ക്കുന്നുണ്ട്. ആ ഹോട്ടൽ മോശപ്പെട്ടുപോയെങ്കിലും, ആ പീപ്പ തുരുമ്പുപിടിച്ചെങ്കിലും, അവിടെനിന്നാണ് അവൻ ആഹാരം സമ്പാദിക്കുന്നത്.

ഒരു ദിവസം ഹോട്ടലിന്റെ പിൻവശത്ത് കൃഷ്ണകുമാർ ചെല്ലുമ്പോൾ, പീപ്പയുടെ ചുവട്ടിൽ ശരീരമാകെ നീരുവന്നു വീർത്ത ഒരു രൂപം കിടക്കുന്നതു കണ്ടു. കൃഷ്ണകുമാർ അടുത്തുചെന്നു. അത് അബ്ദുള്ളയായിരുന്നു. അബ്ദുള്ളയ്ക്ക് എഴുന്നേല്ക്കാൻ വയ്യ.

അവന്റെ തല മടിയിലെടുത്തുവച്ചുകൊണ്ട് കൃഷ്ണകുമാർ അവനെ ചുംബിച്ചു. കൃഷ്ണകുമാർ വാവിട്ടു കരഞ്ഞുപോയി.

അബ്ദുള്ള മരിക്കാൻ സമയത്ത് അവനു ജീവിതത്തിലുള്ള ഏകബന്ധുവിന്റെ അടുത്തേക്കു വരികയായിരുന്നു. ആ ജീവൻ ആ എച്ചിൽപ്പീപ്പയിൽ വച്ചുതന്നെ പോകണം.

■

അനാഥമയ്യത്ത്

അങ്ങനെ മക്കാർ മരിച്ചു. മരിക്കാനായിട്ടാണ് ഇഴഞ്ഞിഴഞ്ഞ് അവൻ ആശുപത്രിയിൽ ചെന്നത്. ആ യാത്രയിൽ അവൻ നഗരത്തിലെ പല പ്രധാന വീടുകളുടേയും പടിപ്പുരയിൽ ചെന്നു. അവിടെ കിടന്നു മരിക്കുവാനല്ല, നാഴി കഞ്ഞിവെള്ളത്തിന്; നാലുവിരൽക്കിട വീതി തുണിക്ക്; മഴ തോരും വരെ ഇരിക്കാൻ മാത്രം. എല്ലായിടത്തു നിന്നും അവൻ ആട്ടിപ്പായിക്കപ്പെട്ടു. അങ്ങനെ ആട്ടി ഓടിച്ചവരെ കുറ്റപ്പെടുത്തേണ്ട കാര്യമില്ല. വീട്ടിന്റെ മുൻവശത്ത് ഒരനാഥപ്രേതം കിടക്കുന്നത് എന്തൊരു ശല്യമാണ്!

മക്കാറെ നഗരത്തിലെല്ലാവർക്കും അറിയാം. അഞ്ചുവയസ്സിൽ അവൻ അവിടെ വന്നതാണ്. അന്നുമുതൽ അവൻ തെണ്ടുന്നു. ഒരു പിടിച്ചോറും, ഒരു വട്ടപ്പഴന്തുണിയും. പക്ഷേ, മക്കാർ പരാജയപ്പെട്ടുപോയ ഒരു തെണ്ടിയാണ്. അവന് ഇന്നോളം ഒരൊറ്റയാളിന്റെയെങ്കിലും സഹതാപം സമാർജ്ജിക്കാൻ സാധിച്ചിട്ടില്ല. ഒരു പഴന്തുണിക്കഷണമോ ഒരുപിടി വറ്റോ കിട്ടിയിട്ടുണ്ടെങ്കിൽ; അത്, 'അയ്യോ പാവം, അതിനു വല്ലതും കൊടുക്കണം,' എന്നു വച്ചു കൊടുത്തതല്ല. ഒരു ശല്യം ഒഴിയാൻ, ഒരു ബീഭത്സമായ കാഴ്ചയിൽ നിന്നു രക്ഷ നേടുവാൻ, ഒരു ദുർഗ്ഗന്ധവസ്തുവിനെ അകലത്താക്കുവാൻ നാം ചെയ്യുന്ന ശ്രമം മാത്രമായിരുന്നു. പക്ഷേ, മക്കാർ ജീവിച്ചു. നിങ്ങളിൽ ഒരാക്രമണം നടത്തി ജീവിച്ചു. നിങ്ങളിൽനിന്ന് ഒരു കരം ഈടാക്കി ജീവിച്ചു. സുഖമായി ഊണുംകഴിഞ്ഞ് ഹബീബ് മുതലാളി മാളികമുകളിൽ അദ്ദേഹത്തിന്റെ നാലാമത്തെ യുവതിയായ ഭാര്യയെ മാറോടുചേർത്ത് അവളുടെ അധരത്തിൽ പ്രണയമുദ്ര അർപ്പിക്കുമ്പോൾ പുറത്തു മക്കാറിന്റെ അലർച്ച കേൾക്കാം. അതെന്തൊരു ശല്യമാണ്! അവൻ എന്തെങ്കിലും കിട്ടാതെ പോകുന്നവനല്ല. തന്റെ ആനന്ദാനുഭൂതിയുടെ രസച്ചരടു തല്ക്കാലം പൊട്ടിയാലും വേണ്ടില്ല, അവനു വല്ലതും കൊടുത്തു പിരിച്ചുവിടാൻ മുതലാളി ഭാര്യയെ താഴേക്ക് അയക്കും. ഉദ്യാനത്തിൽ പുഷ്പസൗരഭ്യത്തെ വിഴുങ്ങിക്കൊണ്ട് ആ പരിചിതമായ ദുർഗന്ധം പരക്കുമ്പോൾ മുതലാളിമാർ അവരുടെ കീശകളിൽ കൈയിട്ടുതുടങ്ങും. വീടുകളിൽ കൊതിയന്മാരായ കുട്ടികൾ വയറു നിറഞ്ഞിട്ടും പിന്നേയും ചോറു വേണമെന്നു നിർബ്ബന്ധം പിടിക്കുമ്പോൾ

മക്കാരു വരുന്നു എന്നു തള്ളമാർ പറയും. ആ കുട്ടി മൂക്കു പൊത്തും. പിന്നീട് ആ ചോറ് ഛർദ്ദിക്കാതിരിക്കാനുള്ള ശ്രമമാണ്. നല്ല കാര്യത്തിന് ആര് ഒരുങ്ങിയാലും മുമ്പിൽ ആദ്യം കാണുന്നത് മക്കാറെയാണ്.

അങ്ങനെ മക്കാർ ചോറുണ്ടും പഴന്തുണികൾ സമ്പാദിച്ചു കൂട്ടിത്തയ്ച്ചുടുത്തും മുപ്പത്തഞ്ചു സംവത്സരങ്ങൾ കഴിഞ്ഞു. എന്നാൽ ഇതിനിടയ്ക്ക് എന്തെല്ലാമോ അഴുക്കുകൾ പറ്റിയതെല്ലാം, തുന്നിത്തയ്ക്കാത്ത നീളവും വീതിയുമുള്ള വലിയ മുണ്ടിട്ടു മൂടിപ്പുതച്ചു നടന്ന സന്ദർഭങ്ങൾ രണ്ടുമൂന്നുണ്ട്. അന്ന് അവനിൽനിന്നും ഒരു അളിഞ്ഞു ചീഞ്ഞ ശവത്തിന്റെ ദുർഗ്ഗന്ധം പ്രസരിച്ചിരുന്നു. ആയിടയ്ക്ക് അടുത്തുള്ള മുസ്ലീം പള്ളിയുടെ ശ്മശാനത്തിലെ ചിലരുടെ ശവക്കുഴികൾ മാന്തിയതായും അറിവുണ്ടായിരുന്നു.

പെട്ടെന്ന് മക്കാറിന് ഒരു വയറ്റിളക്കം തുടങ്ങി. തുടങ്ങിയ അന്നുതന്നെ അവശതപ്പെട്ടുപോയി. പടിപ്പുരകൾ പോകട്ടെ, വഴിയരികിൽപോലും കിടക്കാൻ അനുവദിക്കപ്പെട്ടില്ല. നടന്നും, ഇരുന്നും നിരങ്ങിയും ആശുപത്രിയിലെത്തി. ആ നിരക്കത്തിൽ ആശുപത്രിയിലെത്തിയപ്പോൾ അവൻ അരയിൽ ചുറ്റിയിരുന്ന പഴന്തുണി കളഞ്ഞുപോയിരുന്നു. അത് ഏതാനും നാൾ മുമ്പ് ഒരു മയ്യത്തെ (ശവത്തെ) ചുറ്റിയിരുന്ന തുണിയുടെ അവശിഷ്ടമായിരുന്നു.

ശവമുറിയിലേക്കു മക്കാറെ മാറ്റിയപ്പോൾ അവന് ആശുപത്രിയിൽനിന്നു കിട്ടിയ തുണി തോട്ടി കൈവശപ്പെടുത്തി. അങ്ങനെ വീണ്ടും അവൻ നഗ്നനായി.

അന്ന് ആശുപത്രിയിൽ നാലു മരണങ്ങൾ നടന്നു. മറ്റു മൂന്നു ശവശരീരങ്ങളെയും ചുടുകാട്ടിലേക്കു മാറ്റി. പക്ഷേ, മക്കാറിനെ മാത്രം അവിടെ ഇട്ടിരിക്കുകയാണ്. ചീഞ്ഞുനാറിയതു പോരേ? മരിച്ചിട്ടും വേണോ?

ഉച്ചതിരിഞ്ഞപ്പോൾ നഗരത്തിലെ മുസ്ലീംപ്രധാനികളിൽ ചിലർ ഒരു സന്തുഖ് (പെട്ടി)മായി വന്നു. അവർ മക്കാറെ കൊണ്ടുപോകുവാൻ വന്നിരിക്കുകയാണ്; അവന് ഒരു ശവസംസ്കാരം നല്കുവാൻ വന്നിരിക്കുകയാണ്.

ജീവനുള്ള മക്കാറിനു കൊടുക്കാൻ മടിയായിരുന്നു. ജീവനുള്ള മക്കാർ വാങ്ങിക്കുകയായിരുന്നു. മരിച്ച മക്കാറിനു കൊടുക്കാൻ സന്നദ്ധരാകുന്നു. ഒരുപക്ഷേ, ഒരുപദ്രവം ഒഴിയുന്നല്ലോ എന്നുവച്ചായിരിക്കാം.

അടുത്തുള്ള ഒരു മുസ്ലീംഭവനത്തിലേക്കു മക്കാറിനെ കൊണ്ടുപോയി. രാമച്ചമിട്ടു തിളപ്പിച്ച വെള്ളത്തിൽ, വാസനസ്സോപ്പു തേപ്പിച്ച് അവനെ നഗരത്തിലെ പ്രധാനിയായ മോദീൻ കുളിപ്പിച്ചു. ഒന്നാം തരം കുപ്പായം ഇടുവിച്ചു; നല്ല മുണ്ടുടുപ്പിച്ചു. ഒന്നാംതരം ഇരുപത്തൊന്നു മുഴം മൽമൽത്തുണി മരിച്ച മക്കാറിനുണ്ടായി. അത്തറിലും പനിനീരിലും കുളിച്ച് ആ വെണ്മയേറിയ മാർദ്ദവമുള്ള തുണിയിൽ മലർന്നുകിടക്കുന്നത് ആ തെണ്ടിമക്കാറാണ്.

ജീവനുള്ള മക്കാറിന്റെ ആത്മീയാഭിവൃദ്ധിക്കുവേണ്ടി ഒരു കത്തീബും ശ്രമിച്ചിട്ടില്ല. മരിച്ച മക്കാറിന്റെ എന്നെന്നേക്കുമായി അടഞ്ഞ ചെവിക്കുള്ളിലേക്കു നഗരത്തിലെ പ്രധാന കത്തീബ് 'യാസിൻ' ചൊല്ലി.

അലങ്കരിച്ച സന്തുഖിൽ അവന്റെ ശരീരം പള്ളിയുടെ പരിസരത്തിലുള്ള ശ്മശാനത്തിലേക്കു വഹിക്കപ്പെട്ടു. ആ ഘോഷയാത്രയിൽ നഗരത്തിലെ എല്ലാ പ്രധാനികളും 'ദിക്കിർ' ചൊല്ലിക്കൊണ്ടുൾപ്പെട്ടിരുന്നു. സകല ക്ലേശത്തിൽനിന്നും സത്യമോചനം കിട്ടി, ശാശ്വത സമാധാനത്തിൽ ലയിച്ച മക്കാറിനെ മാളികയുടെ ജാലകങ്ങളിൽക്കൂടി കുലാംഗനകൾ നോക്കിക്കണ്ടു. അവരുടെ പവിഴാധരങ്ങളും 'ലാ ഇലാഹ് ഇല്ലല്ലാഹ്' എന്ന വിശുദ്ധമന്ത്രത്തിന്റെ ഉച്ചാരണത്തിൽ ചലിക്കുന്നുണ്ടായിരുന്നു.

അങ്ങനെ മരിച്ച മക്കാർ ഇസ്ലാമിന്റെ പൊതുസ്വത്തായിത്തീർന്നു. ജീവിച്ചിരിക്കുമ്പോൾ മക്കാറിനെ അവകാശപ്പെടാൻ ആരുമില്ലാതിരുന്നത് –അത് അവനു ജീവനെന്ന ദോഷം ഉണ്ടായിരുന്നതിനാലായിരിക്കാം. എങ്കിൽ മുസ്ലീമിങ്ങളിൽപ്പെട്ട എല്ലാ തെണ്ടികളും ആ ദോഷത്തിൽനിന്നുള്ള വിമോചനത്തിനു ശ്രമിക്കരുതോ? അവർക്ക് അവകാശികളുണ്ടാകും. പള്ളിയിൽ കല്ലറ തീർന്നുകഴിഞ്ഞിരുന്നു. ആ ഇരുപത്തൊന്നുമുഴം തുണിയോടുകൂടി മക്കാറിനെ പള്ളിക്കുഴിയിലേക്കു വച്ചു. മുഖത്തെ ആവരണം ചെയ്തിരുന്ന തുണി മാറ്റി. ആയിരത്തിനാനൂറിൽപ്പരം സംവത്സരങ്ങൾക്കു മുമ്പ് എവിടെനിന്നു വിശ്വസാഹോദര്യത്തിന്റെ നിത്യസന്ദേശം പുറപ്പെട്ടോ ആ പുണ്യഭൂമിക്കഭിമുഖമായി മക്കാറിന്റെ മുഖം തിരിച്ചുവയ്ക്കപ്പെട്ടു. ശ്വാസോച്ഛ്വാസം ചെയ്യുന്ന മനുഷ്യഹൃദയത്തിന്റെ അഗാധതയിലെത്തുവാൻ ഉദ്ദേശിച്ചുപുറപ്പെട്ട ആ സാഹോദര്യസന്ദേശം, തണുത്തുറഞ്ഞ ശവക്കുഴിയിലേക്കുള്ള ഒരാചാര നിർദ്ദേശമായി പരിഗണിക്കപ്പെട്ടതു കണ്ടു മനുഷ്യരാശിമുഴുവൻ അവകാശപ്പെടേണ്ട പ്രവാചകൻ വിങ്ങിവിങ്ങിക്കരയുന്നുണ്ടാവാം. എന്തോ!

ഒരു പലകകൊണ്ടു പള്ളിക്കുഴി മൂടിക്കഴിഞ്ഞപ്പോൾ റഹിം സാഹിബും, ഹബീബ്മുതലാളിയും എല്ലാം ഓരോ പിടി മണ്ണുവാരിയിട്ടു. സാഹോദര്യത്തിന്റെ മറ്റൊരു ചിഹ്നംപോലും!

■

ഇതാണു സന്മാർഗ്ഗി

ഒരു നടിയുടെ ചിത്രം കൈയിലെടുത്തു മാധവൻ ഉറ്റുനോക്കിക്കൊണ്ടിരിക്കുകയാണ്. അവൾ എത്ര മധുരമായി ചിരിക്കുന്നു! അയാളുടെ ദൃഷ്ടികൾ ആ ചിത്രത്തിൽനിന്ന് എന്തോ ഒന്നു ദാഹാർത്തനെപ്പോലെ വലിച്ചു കുടിക്കുന്നു. മതിയായില്ല. മതിയാകുകയുമില്ല. ആ ചിത്രം ആനന്ദാനുഭൂതിയുടെ വറ്റാത്ത ഉറവാണെന്നു തോന്നും. അവൾ അയാളെ കടക്കണ്ണാൽ വീക്ഷിച്ചുകൊണ്ടാണ് ആ മധുരമന്ദഹാസം പൊഴിക്കുന്നത്. അങ്ങനെ നോക്കിയിരിക്കവേ അയാൾ അവളെ ചുംബിച്ചു.

മേശമേൽ കടലാസിനിടയിൽ പകുതി മറഞ്ഞു മറ്റൊരു ചിത്രം കിടക്കുന്നുണ്ടായിരുന്നു. അർദ്ധനഗ്നയായ ഒരു സ്ത്രീ. അയാൾ മറ്റൊരുവളെ ചുംബിച്ചതിൽ അവൾ ഈർഷ്യപ്പെടുന്നതുപോലെ തോന്നി. പെട്ടെന്ന് നടിയുടെ ചിത്രം മാധവൻ താഴെ വച്ചു. അതെടുത്തു. അവളുടെ ഉന്നതമായ വക്ഷസ്സിന്റെ വളർച്ച നിലച്ചിട്ടില്ല. ജഘനങ്ങൾക്ക് ഇനിയും ഘനം വരുവാനുണ്ട്. ആവേശത്തോടെ അയാൾ അവളെ നോക്കി! അടുത്ത നിമിഷം തന്നെത്താനറിയാതെ ആ ചിത്രം അയാൾ അമർത്തിത്തുടച്ചു. അതൊരു ചിത്രം മാത്രമാണ്. അവളണിഞ്ഞിട്ടുള്ള അല്പമായ വസ്ത്രങ്ങൾപോലും മാഞ്ഞുപോയില്ല. അവളുടെ വദനം ലജ്ജാസുന്ദരമായുമില്ല.

ആ വിഡ്ഢിത്തത്തിൽ അയാളുടെ ആവേശം ആറിത്തണുത്തുപോയി. മേശപ്പുറത്തു കിടന്ന നഗ്നചിത്രങ്ങൾ ഓരോന്നായി അയാൾ എടുത്തു നോക്കി. എല്ലാം ഇന്നലെ കണ്ടതുപോലെത്തന്നെ ഇരിക്കുന്നു. പടങ്ങൾ സമ്പൂർണ്ണസംതൃപ്തി നല്കാൻ അശക്തങ്ങൾ! ആ ചിത്രങ്ങളുടെ ഉടമസ്ഥകൾ എവിടെയൊക്കെയുള്ളവരായിരിക്കും! ഈ സ്ത്രീകളല്ലാതെ പരിചയസീമയിൽ എത്ര സ്ത്രീകളുണ്ടെന്നു മാധവൻ ഓർത്തുനോക്കി. ലക്ഷ്മിച്ചേച്ചി, ഭഗവതിക്കൊച്ചമ്മ ഇങ്ങനെ പോകുന്നു അവരുടെ പേരുകൾ. പതിനൊന്നിനു താഴെ ഒരുവളില്ല. പത്മാവതി-അവൾ സ്ത്രീയാണെങ്കിലും അനുജത്തിയാണ്.

ആരോ മുറിക്കു പുറത്തു വന്നെന്നു തോന്നി. അയാൾ ആ ചിത്രങ്ങൾ എല്ലാം വാരിയെടുത്തു പെട്ടിയിൽ സൂക്ഷിച്ചു. അതിൽ ഇനിയും വളരെയെണ്ണം

കിടക്കുന്നു. കൂടാതെ സ്ത്രീകൾ ധരിക്കുന്ന ഒരു ബോഡിയും ഒരു കൈലേസു മുണ്ട്. എവിടുന്നു കിട്ടിയോ എന്തോ? ആ ബോഡി എടുത്ത് അയാൾ ചുംബിച്ചു. വല്ല സ്ത്രീകളും നനച്ച് അങ്ങനിട്ടിരുന്നതു മോഷ്ടിച്ചതായിരിക്കാം! നല്ല കൊച്ചന്റെ പെട്ടി ആരും കണ്ടിട്ടില്ല.

മാധവൻ മുണ്ടുമാറി തല ചീകി; പൗഡറുകളെല്ലാം ഇട്ടു. കൊള്ളാം; സുന്ദരനാണ്. കണ്ണാടിയുടെ മുൻപിൽ ചെന്നു നോക്കി തൃപ്തനായി. ആ ആനന്ദം എങ്ങനെയും അനുഭവിക്കണമെന്നു നിശ്ചയിച്ചു. ഒരു കാമുകിയെ തേടിപ്പിടിക്കണം, ഒരു പരിചയക്കാരിയെയെങ്കിലും ഉണ്ടാക്കണം. അയാൾ പുറത്തിറങ്ങി നടന്നു.

അച്ഛന്റെ സ്നേഹിതനായ ഒരു വൃദ്ധൻ എതിരേ വരുന്നുണ്ടായിരുന്നു. അദ്ദേഹം സസ്നേഹം ചോദിച്ചു:

"എവിടെപ്പോകുന്നു പിള്ളേ?"

സവിനയം മാധവൻ പറഞ്ഞു:

"ഒന്നു നടക്കാൻ പോകുന്നു. എങ്ങോട്ടാണ്?"

"ഞാനും അതിനുതന്നെ."

വൃദ്ധൻ കടന്നുപോയി. അയാൾക്കു മൂന്നു മക്കളുണ്ടെന്നു മാധവനറിയാം. തടിച്ചുകൊഴുത്ത ചെറുപ്പക്കാരികൾ. അയാൾ അവരുടെ രൂപം ധ്യാനിച്ചു.

അടുത്തൊരു വീട്ടിൽനിന്ന് ഒരു സ്നേഹിതൻ ചോദിച്ചു:

"എങ്ങോട്ടാ? നടക്കാനോ?"

മര്യാദക്കാരന്റെ ചിരിയോടെ മാധവൻ മറുപടി പറഞ്ഞു:

"അതെ."

ആ സ്നേഹിതൻ ആയിടയ്ക്കു വിവാഹം കഴിച്ചതാണ്. സുന്ദരിയായ ഭാര്യ. അവൾ ഒരു കൃശാംഗിയാണ്. അവരുടെ ശയ്യാഗാരം എങ്ങനെയിരിക്കുമെന്നു മാധവൻ ചിന്തിച്ചു. വികാരനിർഭരമായി വികസിക്കുന്ന ഒരു രംഗം— അവൾ അങ്ങനെ അങ്ങനെ വളർത്തിക്കൊണ്ടിരിക്കും. അത് അവളുടെ ആവശ്യമാണ്. ചിലതെല്ലാം അവൾക്കു വേണം. ഒരു ചുംബനത്തിൽ... അവർ കത്തിക്കൊണ്ടിരിക്കുന്ന വിളക്കണയ്ക്കുമോ?

അല്പം മുമ്പേ ഒരു യുവതി കുണുങ്ങിക്കുണുങ്ങി നടന്നുപോകുന്നു ണ്ടായിരുന്നു. അയാളുടെ കാലുകൾ ദ്രുതതരം ചലിച്ചു. അവളുടെകൂടെ എത്തണം, അവളെ പരിചയപ്പെടണം, സംസാരിക്കണം. ഒരുപക്ഷേ, അവളുടെ ഹൃദയം ഒരു പുരുഷന്റെ വികാരങ്ങൾ സ്വീകരിക്കാൻ സന്നദ്ധമായിരിക്കുക യാവാം. അവൾക്കും ആവശ്യമുണ്ടായിരിക്കാം. അവളുടെ അടുത്തെത്തിയ പ്പോൾ അയാളുടെ തല മറുവശത്തേക്കു തിരിഞ്ഞുപോയി. ക്ഷണം അയാൾ അവളെക്കടന്നു നടന്നു.

ആ ആനന്ദം വിധിച്ചിട്ടില്ലായിരിക്കാം. സ്ത്രീക്ക് ഒരു മഹാധനമുണ്ട്. അതിനെക്കുറിച്ച് അവൾക്ക് അഭിമാനമാണ്. തന്നെ പുരുഷന്മാർ നോക്കണ മെന്ന് അവൾക്കുണ്ട്. അത് അവളുടെ അവകാശമാണ്. അവളുടെ അപാംഗ ങ്ങൾ പുരുഷന്റെ നേർക്കു പായുന്നത് ആ അവകാശം അംഗീകരിക്കപ്പെടുന്നോ എന്ന് ആരായുവാനാണ്. ഒരുവൻ ആശാപൂർവ്വം നോക്കുന്നുവെന്നറിയു മ്പോൾ അവളുടെ മുഖത്ത് ഉദയംചെയ്യുന്നതു കൃതകൃത്യതയുടെ മന്ദഹാസ മാണ്. താൻ അവളെ കടന്നുപോയിട്ടു നോക്കിയില്ല. അവളെ നിന്ദിച്ചു. അവൾ നീട്ടിയതിനെ നിഷേധിച്ചു. അവളുടെ ഉടുപുടവയുടെ ശബ്ദം പിന്നിൽ കേൾക്കുവാനുണ്ടായിരുന്നു. പക്ഷേ, തിരിഞ്ഞുനോക്കുവാൻ പേടി. വളരെ ശ്രമിച്ച് അയാൾ ഒന്നു നോക്കി. അവൾ സാരിത്തുമ്പു നേരെ വലിച്ചിട്ടില്ല. അവൾ തന്നെ ഒരു കുഞ്ഞായിക്കരുതുന്നതുപോലെ തോന്നി.

ഇങ്ങനെ എത്ര നാൾ കഴിയണം? ഒരു കാമുകിയെ എങ്ങനേയും സമ്പാ ദിച്ചേ കഴിയൂ. സദാ സന്നദ്ധയായ കാമുകി! ഉറക്കം വരാതെ കാത്തിരിക്കു ന്നവൾ! ആശകൊണ്ട് അവളുടെ കഞ്ചുകങ്ങൾ പൊട്ടിപ്പോകും. അയാൾ ചിന്തിച്ചുനോക്കി; കാമുകിക്കു ലജ്ജ കാണുമോ? അവൾ തടസ്സങ്ങൾ പറയുമോ? കൈ തട്ടുമോ? അവളെ താൻ ഇക്കിളിയാക്കി ഭ്രാന്തുപിടിപ്പിക്കും.

രവിയുടെ വീട്ടിലേക്കു പോകാൻ അയാൾ നിശ്ചയിച്ചു. രവി മാധവന്റെ ഉറ്റ സ്നേഹിതനാണ്. ആ സമയത്തു രവി അവിടെ കാണുകയില്ലെന്നു മാധവ നറിയാം. അയാളെ അന്വേഷിച്ചു ചെല്ലണം. രവി ഉണ്ടോ എന്നു ചോദിക്കണം. അപ്പോൾ ഇറങ്ങിവരുന്നതു ജാനുവല്ലെങ്കിലോ? അങ്ങനെയല്ല; അവൾതന്നെ വരും. 'കൊച്ചണ്ണൻ പുറത്തുപോയിരിക്കയാണെ'ന്നു പറയും. പിന്നീടോ? അവിടെ സംസാരം നിലച്ചുകൂടല്ലോ. രസമുള്ള കാര്യങ്ങളെക്കുറിച്ചു സംസാരി ക്കണം. അങ്ങനെ ചിരിച്ചും കളിച്ചും നില്ക്കുമ്പോൾ ഒരു നോട്ടം. അവൾ അവനഭിമുഖിയാകും. അങ്ങനെ അവൾ കാമുകിയായി- മാധവൻ പലതും വിഭാവനം ചെയ്തു.

പക്ഷേ, രവിയുടെ വീടിന്റെ പടിക്കലെത്തിയപ്പോൾ അങ്ങോട്ടു കയറാനോ നോക്കാൻതന്നെയോ മാധവനു ധൈര്യം വന്നില്ല. ആരെങ്കിലും അകത്തുനിന്നു വിളിച്ചെങ്കിലോ? അയാൾ ക്ഷണം നടന്ന് അവിടം കഴിഞ്ഞു.

മാധവൻ പല ഇടവഴികളും കയറിയിറങ്ങി നടന്നു. പല സ്ത്രീകളേയും കണ്ടു. കാലം കഴിച്ച വൃദ്ധകൾ. അവർ എങ്ങനെയൊക്കെ ആയിരിക്കും കാലം കഴിച്ചത്? അവർ സുന്ദരികളായിരുന്നോ? ഇന്നും രസിപ്പിക്കാൻ കഴിയുമോ? ചെറുബാലികമാർ! അവർ വളർന്നു വരികയാണ്. ആ മഹാധനം അവർക്കു മുണ്ട്. ഈ മുടുക്കുകളിലെല്ലാം പണമുണ്ടെങ്കിൽ ആ അനുഭവങ്ങൾ സാധിതങ്ങളാകുമെന്നു കേട്ടിട്ടുണ്ട്. പക്ഷേ, എങ്ങനെയെന്നു മനസ്സിലായില്ല.

സന്ധ്യയായപ്പോൾ മാധവൻ മനസ്സുമുട്ടി വീട്ടിൽ വന്നുകയറി, മുറിക്കു ള്ളിൽ വിളക്കു കത്തിച്ചു. അന്നു കണ്ട സകല സ്ത്രീകളേയും ഓരോന്നായി

അയാൾ ഓർത്തു. നാശം! എന്തിനായി ഓർക്കുന്നു? പെട്ടിക്കുള്ളിലുള്ള നഗ്നചിത്രങ്ങളുമായി താൻ കഴിഞ്ഞുകൊള്ളാം.

മാധവൻ മുറിക്കുള്ളിൽ അസ്വസ്ഥനായി നടന്നു. പത്മാവതി കുളി കഴിഞ്ഞ് ഈറനുമുടുത്തു പോകുന്നതു തുറന്നുകിടന്ന ജന്നലിൽക്കൂടി അയാൾ കണ്ടു. അവളും ഒരു സ്ത്രീയാണ്.

അവളുടെ രൂപം അയാളുടെ മനസ്സിൽ സുദൃഢമായി പതിഞ്ഞതുപോലെ തോന്നി. അതു മായുന്നില്ല. അങ്ങനെ ഒരുവൾ പോകുന്നതു താൻ മുൻപു കണ്ടിട്ടേ ഇല്ലെന്നോ? നാശം!

സമയം കുറേക്കൂടി കഴിഞ്ഞു. ആ അസ്വസ്ഥത അത്യുൽക്കടമായി വർദ്ധിച്ചുകൊണ്ടിരുന്നു. അവളെ മറക്കുവാൻ അയാൾ ശ്രമിച്ചു. സാധിക്കുന്നില്ല. അതെന്തൊരു കഷ്ടമാണ്?

"ചേട്ടാ! ഈ കണക്കൊന്നു പറഞ്ഞുതന്നേ."

തുറന്നു കിടന്ന വാതിലിൽക്കൂടി പത്മാവതി അകത്തു കടന്നുവന്നു. അയാൾ അവളെ ഒന്നു സൂക്ഷിച്ചുനോക്കിപ്പോയി. ആ നോട്ടത്തിൽ സ്ത്രീയായ അവൾ ഒന്നു കുണുങ്ങുന്നതായി തോന്നി. അവളുടെ ഹൃദയത്തിനും ഒരു വേലിയേറ്റമുണ്ടായോ? അവൾ മന്ദഹസിക്കുന്നോ?

"പോ!"

മാധവൻ അത്യുച്ചത്തിൽ അലറി. അതിന്റെ പ്രതിദ്ധ്വനിയിൽ അയാൾ നടുങ്ങിപ്പോയി. അവർ പരസ്പരം നോക്കിനിന്നു. മാധവന്റെ കൈകൾ മുന്നോട്ടാഞ്ഞു. അത് അയാൾ അറിഞ്ഞില്ല.

"നീ പോകുന്നോ?" അയാൾ ചോദിച്ചു.

അവൾ ഓടി.

ഭിത്തിയിൽ തൂക്കിയിരുന്ന കണ്ണാടിയിൽ സ്വന്തം മുഖവും ആത്മാവും പ്രതിഫലിച്ചു മാധവൻ കണ്ടു. അതെന്തു വികൃതമായിരിക്കുന്നു! മൃഗം! ഇതാണു സന്മാർഗ്ഗി.

■

ഒരു കണക്കുതീർക്കൽ

പെണ്ണായി ജനിക്കുന്നതിനു വ്യക്തമായി ഒരുദ്ദേശ്യമേയുള്ളൂ; പെറുക; കുഞ്ഞിനെ വളർത്തുക. ആ ശരീരഘടനയ്ക്കു മറ്റെന്താണു സമാധാനം പറയാനുള്ളത്? പെറുക; അങ്ങനെ മനുഷ്യവംശം നശിക്കാതിരിക്കുക!

നഗരമാകെ അലഞ്ഞുതിരിഞ്ഞുകൊണ്ടിരുന്ന പെണ്ണിനു പ്രായം വന്നപ്പോൾ അവൾ ഗർഭിണിയായി. എന്തിനുവേണ്ടി അവൾ ജനിച്ചോ, ആ കാര്യം അങ്ങനെ നിർവഹിക്കപ്പെട്ടു. അവൾ പ്രസവിച്ചു. അവളുടെ മാറത്ത് മുല എന്തിനു വളർന്നുവോ അങ്ങനെ ആ ഉദ്ദേശ്യവും നിർവ്വഹിക്കപ്പെട്ടു. അവൾ ഒരു കുഞ്ഞിനേയും ഒക്കത്തിലെടുത്തുകൊണ്ടു നടക്കുന്നതു കാണായി.

ഗർഭം പൂർത്തിയായിവന്നപ്പോൾ ചില വിമ്മട്ടങ്ങളുണ്ടായിരുന്നു. വലിയ വേദന അനുഭവിച്ചാണ് അവൾ പ്രസവിച്ചതും. ആ കുഞ്ഞ് ഒരു ഭാരമാണ്; ക്ലേശമാണ്. പണ്ടു കിട്ടുന്നതുമുഴുവൻ അവൾക്കു തിന്നാമായിരുന്നു; രണ്ടു കൈയും വീശി നടക്കാമായിരുന്നു. ഇന്നു വല്ലതും കിട്ടിയാൽ അതിനും കൊടുക്കണം.

ആ കുഞ്ഞു വളരണമെന്ന് അവൾക്കുണ്ട്. അതിനെക്കുറിച്ച് പ്രതീക്ഷകൾ അവൾക്കുണ്ടോ? ഉണ്ടായിരിക്കണം. പ്രതീക്ഷകളാണല്ലോ ഉൽക്കണ്ഠകൾക്കു നിദാനം. ആ കുഞ്ഞു വളരണമെന്നും, എന്നിട്ടത് അവളെ സംരക്ഷിക്കണമെന്നും ഒക്കെ അവൾ സ്വപ്നങ്ങൾ കാണും. അതിനെ തീറ്റുന്നതും, വാത്സല്ലിക്കുന്നതും, സൂക്ഷിക്കുന്നതും എന്തിന്റെ പേരിലാണ്? ഇപ്പഴേ അവൾ ഉമ്മ മേടിക്കുന്നുണ്ട്. തലോടിയും താലോലിച്ചും സംതൃപ്തിയടയുന്നുണ്ട്. അപ്പോൾ അവൾക്കു സ്വപ്നങ്ങളുണ്ട്; പ്രതീക്ഷകളുണ്ട്.

പത്തുമാസം ചുമന്നു; നൊന്തു പ്രസവിച്ചു. അവളുടെ ജീവിതരക്തം കൊടുത്തു വളർത്തുന്നു. അമ്മ കുറേയേറെ സഹിക്കേണ്ടേ? അപ്പോൾ തിരിച്ചുകിട്ടണമെന്നു തോന്നും. ഏതു തള്ളയുണ്ട്; മനുഷ്യസമുദായത്തിനു വേണ്ടി പ്രസവിച്ച് കുഞ്ഞുങ്ങളെ വളർത്തിയതായി? ആരുമില്ല. അവൾക്കു വേണ്ടി പെറ്റു; വളർത്തി. തന്തയുണ്ടെങ്കിലും ഇല്ലെങ്കിലും! സ്വാർത്ഥതതന്നെ! അല്ലെങ്കിൽ കൂലിക്കുവേണ്ടി വേലചെയ്യുന്നു.

അപ്പോൾ ഉൽക്കണ്ഠയ്ക്കു നിദാനം എന്തെന്നു വ്യക്തമായല്ലോ. പെറുക; വളർത്തുക; അതാണു തൊഴിൽ. അതിന് ആദായം വേണം. ആ തൊഴിലിനു സ്വാഭാവികമാണ് ഉൽക്കണ്ഠ.

ആ കുഞ്ഞിനു നടക്കാൻ പ്രായമായപ്പോൾ വീണ്ടും അവളുടെ വയറു വീർത്തു. അവൾ പെണ്ണാണ്; പെറാൻ ജനിച്ചവളാണ്. പെറാൻവേണ്ടി സൃഷ്ടിക്കപ്പെട്ടതാണ് ആ ശരീരം. തെണ്ടിയാണെങ്കിലും അവൾ ആഹാരം കഴിക്കുന്നുണ്ട്. ശരീരത്തിൽ മാംസമുണ്ട്. അതിനു തരുതരുപ്പുണ്ട്. വീണ്ടും അവൾ പ്രസവിച്ചു. ഒന്നിനെ ഒക്കത്തിലും മറ്റതിനെ കൈയ്ക്കും പിടിച്ചു കൊണ്ട് അവൾ തെണ്ടി.

തെണ്ടിക്കിട്ടുന്നതിന്റെ മൂന്നിലൊന്നുമാത്രമേ അവൾക്കു കഴിക്കാനൊക്കൂ. ചിലപ്പോൾ ആ കുഞ്ഞുങ്ങളുടെ വയറടയ്ക്കാൻ കിട്ടുന്നില്ല. അപ്പോൾ അവറ്റകൾ കരയും. അവളുടെ വയറും പൊരിയുകയായിരിക്കും. അവൾക്കു ദേഷ്യം വരും.

രാത്രിയിൽ കിടന്നുറങ്ങാൻ ഒക്കുകയില്ല. രണ്ടുംകൂടി കരയും. നടക്കുന്ന കൊച്ച് സിദ്ധാന്തംപിടിച്ചു കരയുമ്പോൾ രണ്ടിനേയും ഓരോ ഒക്കത്തിൽ എടുത്തുകൊണ്ടു നടക്കും. അങ്ങനെ എത്ര ദൂരമാണ് എടുത്തുകൊണ്ടു നടക്കാൻ കഴിയുക!

വൻഭാരത്തിന്റെ ക്ലേശം അവളുടെ മുഖത്തു കാണാം. ചിലപ്പോൾ എണ്ണമയമില്ലാതെ ചകിരിക്കെട്ടുപോലെ പറന്നുകിടക്കുന്ന തലമുടിയിൽ പിടിച്ചു പൊക്കി മൂത്ത കൊച്ചിനെ അലക്കുന്നതു കാണാം. കരയുന്ന ഇളയ കൊച്ചിന്റെ മൂക്കും വായും പല്ലുകടിച്ച് എന്തോ പറഞ്ഞ് അടച്ചു പൊത്തിപ്പിടിക്കുന്നതു കാണാം. എല്ലാം തന്നെത്താൻ മറന്നു ചെയ്യുന്നതാണ്.

വൃക്ഷച്ഛായയിൽ, മടിയിൽ തല വച്ചു കിടന്നുറങ്ങുന്ന കുഞ്ഞുങ്ങളുടെ തലയിൽ പേൻ കൊന്നുകൊണ്ടിരിക്കും. അവരുടെ ശരീരത്തു പറ്റിയ മണൽ തൂത്തുകൊണ്ടിരിക്കും. അവൾ അനങ്ങുകയില്ല. അവൾ ഉറങ്ങട്ടെ! സുഖമായി ഉറങ്ങട്ടെ!

ഗൃഹനായികമാർ അവളോടു ചോദിക്കും:

“ഒന്നല്ല രണ്ടെണ്ണമായല്ലോടീ!”

അവൾ പറയും:

“ദൈവം തന്നതാ അമ്മച്ചീ, ഞാൻ വളർത്തും.”

എന്നിട്ടവൾ തുടരും:

“നാഴി കഞ്ഞി കിട്ടിയാല് വെള്ളം മോന്തിക്കൊണ്ടു വറ്റുകൊടുത്തു വളർത്തും.” എന്നിട്ടവൾ അവരെ നോക്കി ആനന്ദിക്കുന്നു. ഇളയ കുഞ്ഞിന്റെ നിറുകയിൽ ചുംബിക്കുന്നു.

ഹൃദയവതിയായ ഗൃഹനായിക പറഞ്ഞു:

"എത്ര പേര് ഒരു കൊച്ചുകാലു കാണാൻ നൊയമ്പു നോക്കുന്നു."

അപ്പോൾ മറ്റൊരുവൾ പറഞ്ഞു:

"അതേ, വയസ്സുകാലത്ത് അതുങ്ങൾ തെണ്ടിയോ എരന്നോ നാഴി വെള്ളം കൊണ്ടക്കൊടുക്കും!'

തെണ്ടിയുടെ മക്കളെങ്കിലും അവർക്കും ആഗ്രഹങ്ങളുണ്ട്. ഈ ഭൂമിയിലെ വിഭവങ്ങൾ അവർക്കു വിധിച്ചിട്ടില്ലെന്നവർക്കറിയാമോ? ജനിച്ചതു കൊണ്ടുതന്നെ അവർക്കും അവകാശപ്പെട്ടതാണ്; അതുകൊണ്ടുതന്നെ യായിരിക്കണമല്ലോ അവർക്കാശയുമുള്ളത്.

കാപ്പിക്കടയിൽ തൂങ്ങുന്ന പഴക്കുല നോക്കി ചൂണ്ടിക്കാണിച്ചു കരയും. കിട്ടാതെ മാറുകയില്ല. കളിപ്പാട്ടങ്ങൾ വേണം. അവൾ എന്തുചെയ്യും? അവൾ മോഷ്ടിച്ചിട്ടുണ്ട്. അങ്ങനെ കുറേ സിദ്ധാന്തങ്ങൾ സാധിച്ചും കുറേ സാധിക്കാതേയും പോയിട്ടുണ്ട്.

എന്തിനായി കുട്ടികളെ ജനിപ്പിക്കാനുള്ള വാസന അവളിലുണ്ടായി? ഓ, തെറ്റിപ്പോയി. അവൾ പെണ്ണായി ജനിച്ചല്ലോ. ആ മാംസത്തിന്റെ പ്രകൃത മാണത്. വളർത്താനുള്ള ചുമതലയും പെണ്ണിനേയുള്ളോ? അത്രയുമേയുള്ളു. സത്യത്തിൽ ഒരനീതിയാണത്. അവളും കുട്ടികളുംകൂടി അങ്ങനെ റോഡിൽ ക്കൂടി പോകുമ്പോൾ ആ പിള്ളേരുടെ ജനനത്തിന് ഉത്തരവാദിയായ പുരുഷനും അതിലേ പോകുന്നുണ്ടായിരിക്കാം. അവന് ഒരു ചുമതലയുമില്ല. അതിൽ ഒരു നീതികേടുണ്ട്. മനുഷ്യവംശത്തിനുവേണ്ടിയുള്ള ചുമതലയാണ് കുട്ടികളെ വളർത്തുക എന്നാണെങ്കിൽ, പുരുഷനു ചുമതല വേണ്ടേ?

അവൻ കടന്നേക്കുക! അതു പാടില്ല. പെണ്ണിനു പ്രസവവേദനയുണ്ടാകു മ്പോൾ ആണിനും തുല്യമായ വേദനയുണ്ടാകണം. സ്ത്രീക്ക് ഒരു മുല മതി; മറ്റേ മുല പുരുഷനായിരിക്കണം. അപ്പോൾ അങ്ങനെ നിരുത്തരവാദ മായി പുരുഷൻ പോവുകയില്ല. പാലു തിങ്ങി മുല കഴച്ച് അവൻ ഓടി യെത്തും.

ഓ! ബാലിശമായ ചിന്താഗതി! അല്ലേ? സാരമില്ല.

ഒക്കത്തിലിരുന്ന കുഞ്ഞ് നിലത്തിറങ്ങിയപ്പോൾ വീണ്ടും അവളുടെ വയറു വീർത്തു. തെറ്റ് ഒരിക്കൽ വരാം. അന്നവൾ ചെറുപ്പമായിരുന്നു. മാംസ ത്തിന്റെ തരുതരുപ്പുമൂലം വരുംവരായ്ക മനസ്സിലാകാതെ വന്നുപോയി. രണ്ടാമതും സംഭവിച്ചു. ഇത്രയും അനുഭവിച്ച അവൾക്ക്, ഈ ഭാരം ചുമ ക്കുന്ന അവൾക്ക്, മൂന്നാമതു തെറ്റു വന്നതു ശരിയല്ല. ഇനിയും അടക്കവും ഒതുക്കവും വന്നില്ലേ? വരുംവരായ്ക മനസ്സിലായില്ലേ?

അവൾ പെണ്ണാണ്; പെണ്ണ് ഇത്രയുമേ പെറാവൂ എന്നു വച്ചിട്ടില്ല. അതു കൊണ്ട് അതു സംഭവിച്ചതാണോ?

അല്ല, ഒരു രാത്രിയിൽ ഏത്തപ്പഴത്തിനുവേണ്ടി മൂത്ത കൊച്ച് കിടന്നു കരഞ്ഞു. അന്ന് ഓടയിൽനിന്നും ഒരു കഷണം ഏത്തപ്പഴം തിന്ന് അതിനു സ്വാദുപറ്റി. അടുത്ത കടത്തിണ്ണയിൽ കിടന്നുറങ്ങിയ ഒരുവൻ– അവനും ഒരു തെണ്ടിയായിരിക്കാം– ഉണർന്നു അവളും വന്നു. അവനും തമ്മിൽ സംസാരിച്ചു. അവന്റെ ആകെ വക രണ്ടണയാണ്. അതവൾ വാങ്ങി. കുഞ്ഞ് ഏത്തപ്പഴം തിന്നു കിടന്നുറങ്ങി.

അതാണ് പിന്നീടും വയറു വീർത്തത്. അല്ലാതെ മാംസത്തിന്റെ തരുതരുപ്പല്ല. പക്ഷേ, അവളുടെ ശരീരം പച്ചമാംസവും രക്തവുമാണ്. പിന്നീടും അവൾ ഗർഭം ധരിക്കണമെന്നു പ്രകൃതി നിശ്ചയിച്ചു.

മൂന്നാമത്തെ കുഞ്ഞിനെ ഒക്കത്തിലെടുത്ത്, രണ്ടാമത്തേതിനെ കൈക്കു പിടിച്ച്, മൂത്തതിനെ പിന്നാലെ നടത്തി അവൾ നടന്നുപോയി.

മൂത്ത കുഞ്ഞിന് ആഹാരം തേടാൻ നല്ല വാസനയാണ്. അതിന്റെ ഉണ്ടക്കണ്ണുകൾ എവിടെനിന്നും തിന്നാനുള്ള വസ്തു കണ്ടുപിടിക്കും. അതു കൈ വയ്ക്കുന്നിടത്തു തീറ്റിയുണ്ട്. പക്ഷേ, ഇളയ കുട്ടികൾക്കു കൊടുക്കുകയില്ല. അവന്റെ കൈ രണ്ടും എപ്പോഴും നിറഞ്ഞും വായ് ആടിക്കൊണ്ടുമിരിക്കും. ഇളയ കുട്ടികൾ അതുകണ്ടു കരച്ചിലാണ്.

തള്ള മൂത്തവനെ ശപിക്കും:

“അമ്പേ കാലാ, നിന്റെ കൂടപ്പിറപ്പല്യോടാ?”

വായ് നിറഞ്ഞിരിക്കയാൽ അവനു മിണ്ടാൻ വയ്യ.

അവനെ പലപ്പോഴും തള്ളയുടെ പിന്നാലെ കാണുകയില്ല. അവൻ ഓടിച്ചെന്നു കൂടുകയാണ്. അതെന്തിനെന്നോ? അമ്മയുടെകൂടെ നടക്കാൻവേണ്ടിയല്ല. അമ്മയുടെ പങ്കു കിട്ടുവാൻവേണ്ടി.

നിങ്ങൾ അവളെ വേണ്ടുവോളം കുറ്റപ്പെടുത്തിക്കൊള്ളുക. അവൾ നാലാമതും ഗർഭിണിയായി. ഏതു സാഹചര്യത്തിലെന്നു പറയുന്നില്ല. പറയുന്നതുകൊണ്ടു ഫലമില്ല. പക്ഷേ, അവൾതന്നെ ചുമന്നു: അവൾതന്നെ വേദനതിന്നു പെറ്റു. അവളുടെ മുലകുടിച്ച് ആ കുഞ്ഞു വളരുന്നു. നിങ്ങൾക്ക്, മനുഷ്യവംശത്തിന്, ഒരു സംഭാവനയും ചെയ്തു. എന്തിനെന്നോ? ഇങ്ങനെയുള്ള സന്താനങ്ങൾ എന്തിനെന്നോ? അവൾ പെറണമെന്നു പ്രകൃതി നിശ്ചയിച്ചതെന്തിന്?

ഒന്നേ സംശയമുള്ളൂ. ആ കടത്തിണ്ണയിൽ, മൂന്നു സന്താനങ്ങളും ഉറങ്ങിക്കഴിഞ്ഞപ്പോൾ, പരിസരങ്ങൾ നിശ്ശബ്ദമായപ്പോൾ അവളുടെ അടുത്തേക്ക് ഇഴഞ്ഞുചെന്ന പുരുഷനോട് അവൾ എന്തെല്ലാം പറഞ്ഞുകാണും? “അരുത്, അരുത്.” എന്നു വിലക്കിക്കാണുകില്ലേ? “ഇനിയും എനിക്കു പെറാൻ വയ്യ.” എന്നു പറയാതിരിക്കാൻ ഇടയില്ല. വികാരാവേശനായ മനുഷ്യനുണ്ടോ അതെല്ലാം ചെവിക്കൊള്ളുന്നു ഏതായാലും രണ്ടോ നാലോ അണ കൈമാറി

ക്കാണും. ആ കൈമാറ്റത്തോടുകൂടി നടന്ന കരാറിൽ ഭാവിയെക്കുറിച്ച് ഒരു വ്യവസ്ഥയുമില്ലായിരുന്നോ? ഇല്ലായിരുന്നിരിക്കാം.

തെണ്ടികളെങ്കിലും, മനുഷ്യരാണ്. മാംസത്തിനു മാംസത്തോടുചേർന്ന് ഒന്നാവാൻ ഒരു കുതിപ്പുണ്ട്.

രണ്ടു പിള്ളേർ പിന്നിൽ, ഒന്നിനെ കൈയ്ക്കു പിടിച്ചിട്ടുണ്ട്. ഒന്ന് ഒക്കത്തിൽ– ഇങ്ങനെയാണ് ആ ഘോഷയാത്ര. ഒരു പടിക്കൽനിന്നും നാഴി കഞ്ഞിവെള്ളം കിട്ടിയാൽ, അവൾ പ്രതിജ്ഞചെയ്തതുപോലെ പറ്റു കൊടുക്കുവാനായി വെള്ളം കുടിക്കാൻ ചട്ടി ചുണ്ടോടടുപ്പിക്കുമ്പോൾ നാലു കൈകൾ പിടിയായി. ആ വെള്ളവും പറ്റും തൂവിപ്പോവും, അവൾ എന്തുചെയ്യും?

ഇനിയും അവൾ പെറുമോ? എന്തോ, സംശയമാണ്. മാംസമില്ല. എല്ലേ യുള്ളൂ. ആ നിലയിൽ പ്രയാസമാണ്. എങ്കിലും തീർത്തു പറയണ്ട.

ഘോരമായി മഴ പെയ്യുന്ന ഒരു രാത്രിയിൽ മൂന്നാമത്തെ കുഞ്ഞു ഛർദ്ദിൽ തുടങ്ങി. വയറുമിളകി. എന്തു സംഭവിക്കുന്നു എന്നറിഞ്ഞുകൂടാ. രണ്ടാമത്തെ കുട്ടി മാത്രം ഉണർന്നെഴുന്നേറ്റിരുന്നു ചോദിച്ചു:

"എന്താ അമ്മാ, രാമന്?"

രാമനെ അവൻ തലോടിനോക്കി. ഛർദ്ദിൽ നിന്നപ്പോൾ അവൻ ചോദിച്ചു.

"എന്താ അമ്മേ, രാമൻ ഛർദ്ദിക്കാത്തേ?"

അമ്മ രാമനെ വിളിച്ചു നിലവിളിക്കുകയാണ്.

നേരം വെളുക്കുംവരെ രണ്ടാമത്തെ ചെക്കൻ ഉറങ്ങിയില്ല. നേരം വെളുത്തപ്പോൾ അവന്റെ അനുജൻ മരിച്ചു വിറങ്ങലിച്ചു കിടക്കുന്നതു കണ്ടു. ഇളയകുഞ്ഞിനെയും എടുത്ത്, അവൾ ഏത്തപ്പഴത്തിനുള്ള രണ്ടണയ്ക്കു വേണ്ടി ജനിച്ച കുഞ്ഞിനെ അവസാനമായി ഉമ്മ വച്ചു. എന്നിട്ടു നടന്നു. ഇളയ കുഞ്ഞ് മരിച്ചുകിടക്കുന്ന കുഞ്ഞിനെ ചൂണ്ടിക്കാണിച്ചുകൊണ്ട് അതിന്റെ ഭാഷയിൽ എന്തോ പറഞ്ഞു. ഒരുപക്ഷേ, എന്താണു ചേട്ടനെ കൈയ്ക്കുപിടിച്ചു കൊണ്ടുവരാത്തതെന്നു ചോദിക്കുകയായിരിക്കാം!

അവർ നാലുപേരും ഒരുമിച്ചായിരുന്നു ഇന്നുവരെ! രണ്ടാമൻ ഒട്ടുദൂര മാവുംവരെ തിരിഞ്ഞുനോക്കിക്കൊണ്ടിരുന്നു.

ആ ഘോഷയാത്ര മൂന്നുപേരായി കുറഞ്ഞു.

മൂത്ത ചെറുക്കൻ അവന്റെ ആഹാരം തേടി പോകും. വയ്യിട്ടു തിരിച്ചുവരും. വല്ലതും കൈയിലുണ്ടോ എന്നു തള്ള ചോദിക്കും. അവനുതന്നെ തികയണ്ടേ? പക്ഷേ, അവനു വല്ലതുമൊക്കെ വച്ചിരിക്കും; അതു തിന്നാ നാണു വരുന്നത്. എന്നിട്ട് അവിടെത്തന്നെ കിടന്നെന്നുമാവാം, പോയി എന്നുമാവാം. രാത്രിയിൽ അവൻ പോയാൽ തള്ള ഉറങ്ങുകയില്ല. അവന്റെ പിന്നാലെ ആ ആത്മാവ് ഉഴലുകയായിരിക്കും.

ഒരു ദിവസം അവൻ വന്നില്ല. പിറ്റേന്നും കണ്ടില്ല. അടുത്ത ദിവസവുമില്ല. രണ്ടാമത്തെ കുഞ്ഞു ചോദ്യമായി.

"ഏട്ടൻ എന്തിയേ അമ്മേ?"

അവൾ പിന്നെ കുറേ ദിവസത്തേക്കു തെണ്ടുകയായിരുന്നില്ല. നഗരമാകെ പല ആവർത്തി ചുറ്റുകയായിരുന്നു. ഹോട്ടലിന്റെ പിന്നിലും മുടുക്കിലും കുപ്പക്കൂനയ്ക്കു പിന്നിലും എല്ലാം അവൾ പലവട്ടം തിരഞ്ഞു. പലരോടും ചോദിച്ചു. നാലു പിള്ളേർ ഒരുമിച്ചുനില്ക്കുന്നതു കണ്ടാൽ അവിടെ ഓടിയെത്തും.

അവൾക്ക് ഒന്നറിഞ്ഞാൽ മതി. അവൻ ജീവിച്ചിരിക്കുന്നു എന്നറിഞ്ഞാൽ മതി.

ഉറങ്ങാൻ കിടക്കുമ്പോൾ രണ്ടാമത്തെ കുഞ്ഞു പറയും.

"അമ്മച്ചീ, ചേട്ടനിന്നു വരും. വച്ചേക്കണേ ചേട്ടന്."

അവൾ എത്രനാളായി ആ ചിരട്ടയിൽ കിട്ടിയതിന്റെ വീതം വച്ചിരിക്കുന്നു!

ഒരുദിവസം ഉറക്കത്തിൽനിന്നും അവൾ 'മോനേ' എന്നു ചാടിയെണീറ്റു. അവൻ വന്നു വിളിച്ചതായി തോന്നി.

അവൻ മരിച്ചിരിക്കണമെന്നാണ് അവൾക്കു തോന്നിയത്. അവൾ അവന്റെ ശബ്ദം വ്യക്തമായി കേട്ടു. ഉണർന്നപ്പോൾ അവനില്ല. അവൻ മരിച്ചു, ആത്മാവു വന്നു വിളിച്ചതാണ്!

ഒരുപക്ഷേ, പറക്കമുറ്റിയ പക്ഷിക്കുഞ്ഞു പറന്നു വിഹായസ്സിൽ മറഞ്ഞതായിരിക്കാം!

ആ രണ്ടാമത്തെ ചെക്കനു കുറച്ചുനാളായി ഒരു ബുദ്ധി തോന്നുന്നുണ്ട്. അവൻതന്നെ പോയാൽ വല്ലതും കിട്ടുമെന്ന്. തിന്നതിനു ബാക്കി അമ്മയ്ക്കും കൊടുക്കാം. അവൻ ഒരു പാട്ടും പഠിച്ചിട്ടുണ്ട്.

"അമ്മാ പശിക്കിറേൻ

തായേ പശിക്കിറേൻ!"

തള്ള സമ്മതിച്ചു.

അവന്റെ ആദ്യദിവസം വിജയപ്രദമായിരുന്നു.

ആകെക്കൂടി തളർന്നുപോയ തള്ള ഒരിടത്തിരിപ്പാണ്. ഇപ്പോൾ അവളുടെ കുഞ്ഞ് അവൾക്കു തെണ്ടിക്കൊണ്ടുവന്നു കൊടുക്കുന്നു!

ഒന്നേ പ്രസവിച്ചിരുന്നുള്ളു എങ്കിൽ അവൾക്കിതു കിട്ടുമായിരുന്നോ?

അവൻ ഉച്ചയ്ക്കും വയ്യിട്ടും വരും. കിട്ടുന്നതു മുഴുവൻ കൊണ്ടുവരും. ആ പാട്ടുപാടി അവൻ ചെന്നാൽ ആരും കൊടുത്തുപോകുമായിരുന്നു. അത്ര നല്ല നാക്കാണ്; ഭാവമാണ്. അവൻ തെണ്ടാൻതന്നെ ജനിച്ചവനാണ്.

അമ്മയെ തീറ്റി അവനു മതിയായില്ല.

ഒരു ദിവസം ഉച്ചയ്ക്കവൻ വന്നില്ല. തള്ള വയ്യോളം കാത്തിരുന്നു. അവസാനം അവൾ അന്വേഷിച്ചിറങ്ങി.

ഒരു മുക്കിൽ കാറുകയറി നെഞ്ചരഞ്ഞുചേർന്ന് അവൻ കിടക്കുന്നു. അവൻ തെണ്ടിക്കൊണ്ടുവന്നതെല്ലാം, അവളുടേയും കുഞ്ഞിന്റേയും അന്നത്തെ ആഹാരം റോഡിലെങ്ങും വിതറിക്കിടക്കുന്നു.

അവളെ ഭാരമൊഴിഞ്ഞ് ഒറ്റയ്ക്കു കാണായി. നാലാമത്തെ കുഞ്ഞു മരിച്ചിരിക്കാം; അല്ലെങ്കിൽ അതും പാടുനോക്കി പോയിരിക്കാം; അതുമല്ലെങ്കിൽ മൂന്നെണ്ണവും പോയ സ്ഥിതിക്കു നാലാമത്തേതും നിഷ്പ്രയോജനമെന്നു കണ്ട് ഉപേക്ഷിച്ചതായിരിക്കാം. എത്ര നാളായി കാര്യമില്ലാതെ അവൾ ചുമക്കുന്നു. ഒന്നു നേരെ നടക്കട്ടെ.

പിന്നീടവളെ ഒരു കാട്ടുകമ്പിൽ താങ്ങിനടക്കുന്നതു കാണായി.

നഗരത്തിൽനിന്നും പോകുന്ന ഒരു രാജവീഥി. നഗരത്തിന്റെ പരിധി കഴിഞ്ഞു നാട്ടിൻപുറമായിക്കഴിഞ്ഞു. റോഡരികിൽക്കൂടി അവൾ നിരങ്ങുകയാണ്. ആ കാട്ടുകമ്പും ഒരു ഭാണ്ഡക്കെട്ടും ഉണ്ട്. അതും കൈയിൽനിന്നു വിടാതെ നിരങ്ങുകയാണ്.

എന്തിനവൾ നിരങ്ങുന്നു? ഇനിയും എത്തിച്ചേരേണ്ട ലക്ഷ്യമുണ്ടോ? ഉണ്ടായിരിക്കാം. ഓരോ മനുഷ്യനും എത്തിച്ചേരേണ്ട സ്ഥലം നിശ്ചയിക്കപ്പെട്ടിട്ടുണ്ടായിരിക്കാം. അതെവിടമെന്നു നിശ്ചയമില്ല. പക്ഷേ, അവിടെവരെ എത്തിച്ചേർന്നേ പറ്റൂ. അവളുടെ സ്ഥലം എത്തിയില്ല.

ഒരുപക്ഷേ നിരങ്ങാതിരുന്നാൽ അവളുടെ ജീവിതം അല്പസമയംകൂടി ദീർഘിച്ചേക്കും. അതു പാടില്ലല്ലോ. സമയവും ക്ലിപ്തപ്പെട്ടതാണ്. അതിനകം ജീവശ്ശക്തി ക്ഷയിച്ചുതീരണം. അതിനുവേണ്ടിക്കൂടി അവൾ നിരങ്ങുകയായിരിക്കും.

വഴിയാത്രക്കാർ ഒന്നു നോക്കിയിട്ടു പോയി. അവർക്കു നില്ക്കാൻ സമയമില്ല. അവർക്കും അവരുടെ സ്ഥലങ്ങളിൽ എത്തിച്ചേരേണ്ടേ?

മാറത്ത് ഒരു പാടുപോലെ കാണുന്നത് നാലു കുട്ടികൾ കുടിച്ച മുലയാണ്. എളിയിൽ കുഞ്ഞിനെ എടുത്തതിന്റെ തഴമ്പുണ്ട്. അവൾക്ക് അവളുടെ സൃഷ്ടാവിന്റെ മുൻപിൽ സമാധാനം പറയേണ്ടതായില്ല. അവൾ പെണ്ണായി പിറന്നു; ചെയ്യേണ്ടതു ചെയ്തു.

അല്പനേരം നിരങ്ങിയിട്ട് അവൾ തിരിഞ്ഞുനോക്കും. ആരെയാണോ എന്തോ? അതോ, ജീവിതത്തെത്തന്നെ തിരിഞ്ഞുനോക്കുകയാണോ?

അത്രയും കാലം ജീവിച്ച ഒരാൾക്ക് കുറേ കാര്യങ്ങൾ ജീവിതത്തെ ക്കുറിച്ചു പറയുവാൻ കാണും. അവൾക്കും അനന്തരപരമ്പരകൾക്കു നല്കാൻ ഒരു സന്ദേശമുണ്ടായിരിക്കും. അവൾക്ക് അവളുടെ സന്ദേശം ഏല്പിക്കാൻ ആളില്ല.

അവൾ തള്ളയായി. അവളേയും ഒരു തള്ള പ്രസവിച്ചതാണ്. ഒരു ദീർഘ നിശ്വാസംപോലെ ഒരു ചെറുകാറ്റു വീശി വഴിയരികിലെ വൃക്ഷങ്ങളുടെ ഉലച്ചിൽ ഒരു മർമ്മരശബ്ദം ഉതിർത്തു. ആ പരിസരത്തിൽ ഒരുപക്ഷേ, അവളുടെ അമ്മയുടെ ആത്മാവ് ഉഴലുന്നുണ്ടാവാം. അതിന്റെ ദീർഘനിശ്വാസ മാവാം ആ ചെറുകാറ്റ്. അജ്ഞാതമായ ഭാഷയിൽ മകളെ ആ ആത്മാവ് സാന്ത്വനപ്പെടുത്തുകയാവാം.

ഒരു വൃക്ഷത്തിന്റെ ഛായയിൽ എത്തിച്ചേർന്നു. പൊങ്ങിനിന്ന ഒരു വേരിൽ തല വച്ച്, ആ ജീവിതം അവസാനിച്ചു. അവസാനത്തെ ദാഹംകൊണ്ട്, ഒരു തുള്ളി വെള്ളത്തിനുവേണ്ടി തുറക്കപ്പെട്ട വായ് അങ്ങനെത്തന്നെയിരിക്കുന്നു. ഒരുതുള്ളി ജലം വീണിരുന്നെങ്കിൽ അതടയുമായിരുന്നു. കണ്ണുകൾ മിഴിച്ചു തന്നെയിരിക്കുന്നു. ആരും തിരുമ്മി അടയ്ക്കാൻ ഉണ്ടായിരുന്നില്ല. ഒരു കാൽമുട്ടു നിവരാതെ വളഞ്ഞിരിക്കുന്നു.

ആ രംഗത്തിന് ഒരു സന്ദേശമുണ്ട്. അവളുടെ സന്ദേശത്തിന്റെ രത്ന ച്ചുരുക്കം! ഒന്നേ ആരും നോക്കുകയുള്ളൂ. നോക്കി അല്പനേരം നില്ക്കുക യാണെങ്കിൽ ഒരുപക്ഷേ, ആ സന്ദേശം വ്യക്തമായേക്കും.

ഒരു തെണ്ടിച്ചെറുക്കൻമാത്രം അവളെ ഉറ്റുനോക്കി നില്ക്കുന്നുണ്ടാ യിരുന്നു. അവൾ പറയുന്നതായി തോന്നി.

"ഞാൻ എന്റെ ജോലി ചെയ്തു. ജീവിതകാലമത്രയും ഞാൻ ഭാരം ചുമക്കുകയായിരുന്നു. തണുപ്പുള്ള ഒരു സ്ഥലത്തു സമൃദ്ധിയായി വളരുന്ന പുൽപ്പടർപ്പിനു നടുക്ക് ഒരിക്കലും വറ്റാത്ത ഒരടിയുറവയ്ക്ക് അഭിമുഖമായി എന്നെ കിടത്തണേ! ഞാൻ ആശ്വസിക്കട്ടെ!"

അവളുടെ മക്കളുണ്ടായിരുന്നെങ്കിൽ, ഒരുപക്ഷേ, അതായിരിക്കുകയില്ല അവൾക്കു പറയുവാനുള്ളത്.

വിസ്മൃതമായിപ്പോകുന്ന ഒരു ജീവിക്ക് ഇതല്ലാതെ മറ്റൊന്നും പറയു വാനില്ല.

ആ തെണ്ടിച്ചെറുക്കൻ ആരാണ്? അവൻ എന്തിനിങ്ങനെ നോക്കി നിൽക്കുന്നു? ഒരുപക്ഷേ, അവളുടെ അടുത്തിരിക്കുന്ന ഒരു ചെറുഭാണ്ഡ ത്തിലാവാം അവൻ ദൃഷ്ടിയുറപ്പിച്ചിരിക്കുന്നത്!

∎

അറുപതാം വയസ്സിൽ

ബോധിപ്പാൻ എങ്ങനെ അങ്ങയെ സംബോധന ചെയ്യണമെന്ന് എനിക്കറിഞ്ഞു കൂടാ. അങ്ങ് ഇപ്പോൾ എന്റെ ആരാണ്? ഞാൻ അങ്ങയുടെ ആരാണ്? നാം തമ്മിലുള്ള ബന്ധത്തെ നിർവ്വചിക്കുന്ന ഒരു വാക്കു ഭാഷയിലില്ല. മുപ്പത്തി യേഴു സംവത്സരങ്ങൾക്കുമുൻപ് നാം തമ്മിലുള്ള ബന്ധം വിച്ഛേദിക്കപ്പെട്ട തായി ലോകം അറിയുന്നു. അന്നുമുതൽ നമുക്കു പരസ്പരം യാതൊരു ബന്ധവുമില്ലെന്ന് ഉപരിപ്ലവമായി തോന്നിയേക്കാം. പക്ഷേ, ആ ദിവസംവരെ നിലനിന്ന ബന്ധത്തിൽനിന്നും, അതിൽനിന്നു കേവലം വിഭിന്നമായ സ്വഭാവ ത്തോടുകൂടിയ, നിർവ്വചിക്കാൻ കഴിയാത്തതായ ഒരു നൂതനബന്ധം പരിണാമം പ്രാപിച്ചു. അതു ഭാര്യാഭർത്തൃബന്ധമല്ല; സ്നേഹബന്ധമല്ല; ശത്രുത്വമല്ല; കേവലം പരിചയക്കാരുടെ വേഴ്ചയുമല്ല. പിന്നെന്താണ്? എന്തോ! പക്ഷേ, ആ ബന്ധവിശേഷം എന്റെയും അങ്ങയുടെയും ജീവിതത്തെ കാര്യ മായി ബാധിച്ചിട്ടുണ്ട്. നമ്മുടെ ഇഷ്ടാനിഷ്ടങ്ങളും സ്നേഹവും വിദ്വേഷവും വിശ്വാസവും യുക്തികളും എന്തിനേറെ, എല്ലാംതന്നെ ആ അജ്ഞാതമായ ബന്ധത്തിന്റെ അടിയൊഴുക്കുകളെ ആശ്രയിക്കുന്നുണ്ട്. ഉപബോധമനസ്സിലെ പ്രവർത്തനങ്ങളെ നിഷേധിക്കുവാൻ സാദ്ധ്യമല്ല.

അങ്ങനെ ഒരുവൾക്ക് അയാളെയും അയാൾക്ക് അവളെയും മറക്കാ നൊക്കുമോ? അവർക്ക് അനുഭവങ്ങളും സ്മരണകളുമുണ്ട്. പലതും പഠിച്ച വരാണ്.

ജീവാന്തത്തോളമുള്ള പദ്ധതികളും പരിപാടികളും ഇരുവരുംകൂടി നിർമ്മിച്ചതാണ്. അലസിപ്പോയെങ്കിലും അവയെല്ലാം അവരുടെ പില്പാടുള്ള ജീവിതത്തെ നിയന്ത്രിക്കുന്നതു സ്വാഭാവികമല്ലേ? അങ്ങയുടെ ഭാര്യയായി കഴിച്ച നാളുകൾ എന്റെ ജീവിതത്തിൽ നിഴലാടിക്കൊണ്ടിരിക്കുന്നതു ഞാൻ അറിയുന്നുണ്ട്.

നാം തമ്മിൽ പിരിയാൻ കാരണമായ ആ സ്മരണീയരാത്രിയിലെ എല്ലാം തന്നെ ഞാൻ വിശദമായി ഓർക്കുന്നു. ഒന്നും മറന്നില്ല. അന്ന് എനിക്ക് അങ്ങയോടു വളരെയേറെ പറയുവാനുണ്ടായിരുന്നു. പക്ഷേ, ഒന്നും പറഞ്ഞില്ല.

ഒരു സ്ത്രീക്കും അതു സാദ്ധ്യമല്ല. ആ സ്ഥിതിയിൽപ്പെട്ട മറ്റേതൊരുവളേയും പോലെ 'എന്നെ രക്ഷിക്കണേ' എന്നു കാലുപിടിച്ചു കേഴുവാൻ മാത്രമേ എനിക്കു കഴിഞ്ഞുള്ളൂ. ആത്മഹത്യ ചെയ്യുമെന്നു ഞാൻ പറഞ്ഞു; തിളയ്ക്കുന്ന നെയ്യിൽ കൈ മുക്കാമെന്നു പറഞ്ഞു. എന്തെല്ലാം സത്യപ്രതിജ്ഞകൾ ചെയ്തു! ഒരു പുരുഷനും അതൊന്നും സ്വീകരിക്കുകയില്ല.

അന്നെനിക്ക് അങ്ങയോടു ചോദിക്കാനും പറയാനുമുണ്ടായിരുന്നതെല്ലാം ആണ് ഇന്നു ഞാൻ എഴുതുന്നത്. ഈ മുപ്പത്തിയെട്ടു കൊല്ലക്കാലം അതിനു വേണ്ടിവന്നു. എനിക്കിന്ന് ആ വസ്തുതകൾ അടുക്കോടെ പറയാൻ കഴിയുന്നു. അങ്ങനെ അവ പരുവപ്പെട്ടു; ലേഖനം ചെയ്യാൻ അവസരവും വന്നു.

നാം തമ്മിൽ പിരിഞ്ഞതിനുശേഷം ഞാൻ ജീവിച്ചത് ഈ എഴുത്തെഴുതുവാനാണ്. ഈ എഴുത്തെഴുതുവാനുള്ളപ്പോൾ എനിക്ക് ആത്മഹത്യ ചെയ്യാൻ സാദ്ധ്യമല്ല. ഇന്ന് എനിക്ക് അറുപതു വയസ്സു തികയുന്നു. എന്റെ ഭർത്താവു മരിച്ചു. അദ്ദേഹത്തിന്റെ ചിതാഗ്നി അണയുന്നതേയുള്ളൂ. എനിക്കിനി ചെയ്യുവാനുള്ളത് അവിടത്തോടു പറയുവാനായുണ്ടായിരുന്നതു മുഴുവൻ പറയുകയാണ്. ഇനിയും ഞാൻ ആത്മഹത്യ ചെയ്യുമോ എന്തോ!

എന്റെ നാട്ടിൽ അദ്ധ്യാപകനായി അങ്ങു വന്ന ദിവസം ഞാൻ ഓർക്കുന്നു. ആ കുഗ്രാമത്തിൽ അതൊരു വിശേഷ സംഭവമായിരുന്നു. അന്നു വയ്യിട്ട് അമ്പലത്തിൽ അവിടുന്നു തൊഴാൻ വന്നിരുന്നു. പുതുതായി വന്ന സാറിനെ എന്റെ ഒരു കൂട്ടുകാരി കാണിച്ചുതന്നു. സാധുവായ അവൾ മരിച്ചു പോയി.

ഒരാഴ്ചയ്ക്കുശേഷം അങ്ങ് എന്റെ വീടിന്റെ അടുത്ത വീട്ടിലേക്കു താമസം മാറ്റിയത് എന്തിനെന്ന് ഞാൻ ആലോചിക്കാറുണ്ട്. അതു കരുതിക്കൂട്ടിയല്ല എന്ന് അങ്ങ് എന്നോടു പറഞ്ഞിട്ടുണ്ട്. അതു ശരിയാണെങ്കിൽ വിധി അങ്ങയെ എന്നോട് അടുപ്പിച്ചുകൊണ്ടുവന്നു എന്നേയുള്ളു.

അങ്ങ് എന്റെ വീട്ടിലെ പരിചയക്കാരനായി. അത് എങ്ങനെയായിരുന്നു? അതും മനഃപൂർവ്വമല്ലെന്ന് അങ്ങു പറഞ്ഞു. എന്തുമാവട്ടെ. പക്ഷേ, അങ്ങയുടെ അക്കാലത്തെ പെരുമാറ്റം ചില ഉദ്ദേശ്യങ്ങളോടുകൂടിയായിരുന്നു. അതിലും ഞാൻ അങ്ങയെ കുറ്റപ്പെടുത്തുന്നില്ല. ആ കടാക്ഷവും ആവേശഭരിതമായ ചിരിയും എല്ലാം യൗവനയുക്തയായ ഒരു സ്ത്രീക്കു പുരുഷൻ നല്കേണ്ട കപ്പമാണ്. അവയെല്ലാം എന്നെ അഭിമാനഭരിതയാക്കുകയും എന്റെ ഹൃദയത്തെ ത്രസിപ്പിക്കുകയും ചെയ്തു. എന്റെ യൗവനം വിലപിടിപ്പുള്ളതാണെന്ന് എനിക്കു തോന്നി. പക്ഷേ, ഒരു ഭാര്യയെ ഉപേക്ഷിച്ചിട്ടുവന്ന അങ്ങ് ആവിധം ഒരു കാമുകനായതെന്തെന്ന് ഞാൻ ആലോചിക്കാറുണ്ട്. തികഞ്ഞ യൗവനവും ആരോഗ്യവുമുള്ള ഒരുവൾ നില്ക്കുന്നു. ഒന്നു ശ്രമിച്ചുനോക്കാം എന്നുവച്ചായിരുന്നോ? ആയിരിക്കാൻ ഇടയില്ല. എങ്കിൽ അങ്ങ് എന്നെ പിന്നീടു വിവാഹം ചെയ്യുമായിരുന്നില്ല. എന്റെ

നേരെ യഥാർത്ഥമായ ആവേശം തോന്നിയിരുന്നെങ്കിൽ എന്നെ വിവാഹം ചെയ്യണമെന്ന് ആദ്യംമുതൽ അവിടുന്ന് ആഗ്രഹിച്ചിരുന്നെങ്കിൽ, വേണ്ട പ്പെട്ടവരുമായി ആലോചിച്ചു വിവാഹം നടത്തിയാൽ മതിയായിരുന്നു. എന്തിന് അവിടുന്നു കാമുകവേഷം കെട്ടി?

പക്ഷേ, അവിടുന്നു മഹാസമർത്ഥനാണ്. അന്ന് എനിക്കതു മനസ്സിലാ ക്കാൻ കഴിഞ്ഞില്ല. വിശദാംശങ്ങൾകൂടി ഓർക്കുവാൻ കഴിയുന്നതുകൊണ്ട് ഇന്ന് അങ്ങയുടെ സാമർത്ഥ്യം ഞാൻ അറിയുന്നു. വികാരത്തിന്റെ ആവേശം കൂടാതെ അങ്ങയുടെ അന്നത്തെ പ്രവൃത്തികളേയും പെരുമാറ്റങ്ങളേയും നിരീക്ഷിച്ചു ചിന്തിക്കാൻ എനിക്കു കഴിയുന്നുണ്ട്. അങ്ങേയ്ക്കു പഠിച്ചുറച്ച ഒരു പദ്ധതി ഉണ്ടായിരുന്നു.

അങ്ങ് എന്നെക്കൊണ്ടു കാമുകി ചമയിപ്പിച്ചു. അതിനായിരുന്നു അങ്ങു കാമുകവേഷം കെട്ടിയത്. അങ്ങു നമുക്കു കൂടിക്കാണാൻ ഒരു സങ്കേതം നിശ്ചയിച്ചില്ല. അങ്ങു സങ്കേതം വേണമെന്ന് ആശിക്കുന്നതായി നടിച്ചില്ല. സങ്കേതങ്ങൾ നിശ്ചയിച്ചതു ഞാനായിരുന്നു. അത് അങ്ങ് എന്റെ ആവശ്യ മാക്കിത്തീർത്തു. അവിടുത്തെ കണ്ടുമുട്ടാതെ എനിക്കു വയ്യായിരുന്നു. അവിടുന്ന് ഒരു ചുംബനം എനിക്കു നല്കിയിട്ടുമില്ല. അവിടുത്തെ ചുംബനം ചെയ്യേണ്ടത് എന്റെ ആവശ്യമായിരുന്നു. ഒരു കാമലേഖനം അങ്ങ് എഴുതി യിട്ടില്ല. അവിടുന്ന് ഉത്തരങ്ങൾ പറഞ്ഞിട്ടുള്ളതല്ലാതെ ചോദ്യങ്ങൾ ചോദിച്ചിട്ടില്ല. എന്നെ നീ സ്നേഹിക്കുന്നോ? എന്നുപോലും ചോദിച്ചിട്ടില്ല. പക്ഷേ, അവിടുത്തെ കടാക്ഷങ്ങൾ എന്നെ ക്ഷണിക്കുന്നതായി എനിക്കു തോന്നി. അങ്ങനെ എനിക്കു തോന്നണമെന്ന് അങ്ങ് ഉദ്ദേശിച്ചു. ആ കടാക്ഷ ങ്ങൾ എന്നെക്കുറിച്ചുള്ള ആവേശംകൊണ്ടു ഭരിതങ്ങളാണെന്നു ഞാൻ ധരിച്ചു; എന്നെ ധരിപ്പിച്ചു. ചുരുക്കത്തിൽ ആ ഇടപാടിൽ ആവശ്യക്കാരി ഞാനാ യിരുന്നു. ഒന്നും പറയാതെ, ഒന്നും ചെയ്യാതെ, അങ്ങ് ഒരു പദ്ധതിയിൽ ഉറച്ചുനിന്നു. ഏതെല്ലാം ഞാൻ ചെയ്യണമെന്ന് ആഗ്രഹിച്ചുവോ അതെല്ലാം ഞാൻ ചെയ്തു. അങ്ങയുടെ ആഗ്രഹങ്ങൾ പ്രകടിപ്പിച്ചുമില്ല. വേണ്ടിവന്നാൽ അവിടുത്തേക്ക് കൈമലർത്താമായിരുന്നു. ഞാൻ പറഞ്ഞോ എന്നു ചോദിക്കാമായിരുന്നു. അങ്ങനെ അവിടുന്നു സംഗതികൾ കൈകാര്യം ചെയ്തു. അങ്ങ് ഓമനേ എന്ന് എന്നെ മനസ്സറിഞ്ഞു വിളിച്ചിട്ടില്ല. പക്ഷേ, വിളിക്കണമെന്നു തോന്നുമ്പോൾ എന്നെക്കൊണ്ടു പറയിക്കും. 'ഓമനേ എന്ന് എന്നെ വിളിക്കുകയില്ലേ' എന്ന്. അപ്പോൾ എന്റെ ആശ സാധിക്കാനെന്ന പോലെ വിളിക്കും.

ആ ഇടപാടിൽ അവിടുത്തെ ബുദ്ധി പ്രവർത്തിച്ചു; ഹൃദയമല്ല. പ്രണയ ബന്ധത്തിൽ കണക്കുകൂട്ടി. അവിടുത്തെ പരിരംഭണങ്ങൾക്കുകൂടി സമയ ക്ലിപ്തം ഉണ്ടായിരുന്നു.

എന്നാൽ ആ അനുഭവങ്ങളെല്ലാം എനിക്കു സ്തോഭജനകങ്ങളായിരുന്നു. ഞാൻ വളരെയേറെ ആനന്ദിച്ചു. ആ ചുംബനങ്ങളുടെ വികാര തീക്ഷ്ണത

ഭാര്യയായതിനുശേഷം എനിക്കനുഭവപ്പെട്ടിട്ടില്ല. ഞാൻ തന്നെ നിശ്ചയിച്ച ആ സങ്കേതങ്ങളിലെപ്പോലെ രസംപിടിച്ച സംസാരം പിന്നീടുണ്ടായിട്ടില്ല. ഞാൻ ഒരുങ്ങിച്ചമഞ്ഞു നടന്നു. എനിക്കന്നു ചിരിയും കളിയുമുണ്ടായിരുന്നു.

എന്തിനായി അങ്ങ് എന്നെ കാമുകി ചമയിച്ചു? കാമുകിയാകാതെ ഞാൻ ഭാര്യയാകുമായിരുന്നില്ലേ? അങ്ങ് ആ കാലത്ത് എന്നെ പരീക്ഷിക്കുക യായിരുന്നോ? അങ്ങയുടെ ആദ്യഭാര്യ ഒരു രസികത്തിയായിരുന്നതായി അവിടുന്നു പറഞ്ഞിട്ടുണ്ട്. ആ സ്ഥിതിക്ക് അങ്ങു രസികത്വത്തിന്റെ പിന്നാലെ പോയി എന്നും എനിക്കു തോന്നുന്നില്ല. പോകട്ടെ. അതെന്തുമാകട്ടെ, ഞാൻ അന്ന് ആനന്ദമെന്തെന്നറിഞ്ഞു.

അങ്ങയെ സ്ഥലംമാറ്റി ഉത്തരവുവന്ന ദിവസം ഞാൻ ഓർക്കുന്നു. അന്ന് വിവാഹാനന്തരം അഞ്ചുദിവസം കഴിഞ്ഞിരുന്നില്ല. ഞാൻ എന്തുമാത്രം ആ ഉത്തരവിനെ ശപിച്ചു! അവിടുന്ന് ഉദ്യോഗംതന്നെയും രാജിവച്ചേക്കുമെന്ന് ആദ്യം ഞാൻ പേടിച്ചു. അപ്പോൾ അവധി എടുത്താൽ മതിയെന്നുപദേശി ക്കണമെന്നാണ് എനിക്കു തോന്നിയത്. സ്ഥലംമാറ്റം റദ്ദുചെയ്യിക്കാൻ ശ്രമിച്ചാ ലെന്തെന്നു ചോദിക്കണമെന്ന് എനിക്കുണ്ടായിരുന്നു. പക്ഷേ, അന്ന് അവിടുന്ന് എങ്ങനെ പെരുമാറി എന്ന് എനിക്കറിയാം. ആ വേർപാട് ഒരു അസുഖമായി അവിടുത്തേക്കു തോന്നിയതേയില്ല എന്ന് എനിക്കിപ്പോൾ തോന്നുന്നു. ആ രാത്രിയിൽത്തന്നെ ഞാൻ പറഞ്ഞ, അല്ല, എന്നെക്കൊണ്ടു പറയിച്ചു, അവിടുന്നു ജോലിസ്ഥലത്തുപോയി ചാർജ്ജെടുക്കണമെന്ന്. പക്ഷേ, അങ്ങു പറയിച്ചു എന്നു തെളിയിക്കാൻ ആവശ്യപ്പെട്ടാൽ ഞാൻ കുഴയും. എന്റെ മനസ്സിനെ അങ്ങനെ സ്വാധീനംചെയ്ത് അവിടുന്നു പരുവപ്പെടുത്തി.

അവിടുത്തെ എഴുത്തുകൾ എല്ലാം എന്റെ കൈവശമുണ്ട്. ഞാൻ അവ വായിക്കുന്നുണ്ട്. വികാരശൂന്യങ്ങളായ ആ കത്തുകൾ ബുദ്ധിയുടേയും യുക്തിയുടേയും കേളീരംഗമാണ്. അകന്നിരിക്കുകയാൽ അങ്ങു ദുഃഖിക്കു ന്നെന്ന് അവ വായിച്ചാൽ തോന്നിപ്പോകാം. എന്നെക്കുറിച്ചു വളരെ താല്പര്യ മുണ്ടെന്നും ധരിച്ചേക്കാം. അന്ന് അങ്ങനെയൊക്കെ തോന്നിയെങ്കിലും, ആവേശ പൂർണ്ണങ്ങളെന്ന് എനിക്കു തോന്നിയെങ്കിലും, ഏതോ ചില കുറവുകൾ അനുഭവപ്പെട്ടിരുന്നു എന്നു പറഞ്ഞുകൊള്ളട്ടെ. ആ കുറവുകൾ എന്തെന്ന് എനിക്ക് ഇന്നറിയാം. ദൂരെദിക്കിൽ താമസിക്കുന്ന ഭർത്താവിനെക്കുറിച്ചു ഭാര്യയ്ക്കു വലിയ ഉൽക്കണ്ഠയാണ്. മറ്റൊരുവളെ സ്മരിക്കുന്നുപോലു മില്ലെന്ന് ഓരോ എഴുത്തിലും ഭർത്താവ് അഞ്ചുപ്രാവശ്യം വീതമെങ്കിലും ശപഥം ചെയ്യണം. അയാൾക്കു സംതൃപ്തി നല്കാൻ അവൾക്കേ കഴിയൂ എന്നു സമ്മതിക്കണം. അങ്ങനെയൊന്നുംതന്നെ അതിലില്ലായിരുന്നു. നേരെ മറിച്ച് അവിടുന്ന് എന്നെക്കൊണ്ട് ആയിരം പ്രതിജ്ഞകൾ ചെയ്യിച്ചു. അങ്ങ് ആവശ്യപ്പെട്ടു എന്നു പറയാൻ വയ്യ. പക്ഷേ, ഞാൻ ചെയ്തു. ഒരിക്കൽ ആ എഴുത്തുകൾ ഒന്നും എന്നെ തൃപ്തിപ്പെടുത്താഞ്ഞിട്ട്, ഇങ്ങോട്ടയക്കേണ്ട

ഒരു എഴുത്തിന്റെ മാതൃക ഞാൻ എഴുതി അയച്ചു. അവിടുന്ന് ഓർക്കുന്നുണ്ടോ? ഒരു നവവധുവിന് അത്തരം സംബോധനകളും കഥയില്ലാത്ത കാമലേഖനങ്ങളും ആവശ്യമാണ്.

അങ്ങു മാസംതോറും ആ ക്ലിപ്തതീയതി ക്ലിപ്തമായ ഒരു തുക കണിശമായി അയച്ചുകൊണ്ടിരുന്നു. ഒരു മാസത്തേക്ക് ഇത്ര എണ്ണ, ഇത്ര സോപ്പ്, ആണ്ടിൽ ഇത്ര പുടവ എന്നെല്ലാം കണക്കാക്കിയിരുന്നു. ആ കണക്ക് അങ്ങു പാലിച്ചു. ഒരു നവവധുവിന് അതൊന്നും പിടിക്കുകയില്ല. ഓരോ മാസത്തിലും ആ തീയതി ഉദിച്ചാൽ മണിയോർഡർ ഉണ്ട്. അതെന്തു വിരസമാണ്! അങ്ങനെയൊന്നുമല്ല അവൾക്കു വേണ്ടത്. ഒരു മാസം മുഴുവൻ മണിയാർഡർ കാത്തിരുന്നു മുഷിയണം. ഭർത്താവ് 'ഓമനേ' എന്നെല്ലാം വിളിച്ചു പ്രാരാബ്ധങ്ങൾ പറഞ്ഞ്, ദുഃഖത്തിൽ പങ്കുകൊള്ളേണ്ടതു കടമയാണെന്നു ധൈര്യം കൊടുത്ത് എഴുതണം. അവളോട് ഒരു അപരാധം ചെയ്തു എന്നു ഭാവിക്കണം. അങ്ങനെയിരിക്കുമ്പോൾ മണിയാർഡർ കിട്ടണം. ഒരു പുടവ സൂക്ഷ്മക്കുറവുമൂലം കുത്തിക്കീറിപ്പോയാൽ അവളെ ശാസിക്കും. പക്ഷേ, വേറൊന്നു വാങ്ങിക്കൊടുക്കണം. അവൾക്കെത്ര പുടവ ഉണ്ടെന്ന് അയാൾക്കറിഞ്ഞുകൂടായിരിക്കണം. അങ്ങനെയൊക്കെയാണ്.

ഞാൻ പറയുവാൻ പോകുന്നതെല്ലാം അവിടുന്നു വിശ്വസിക്കണമെന്ന പേക്ഷ. എനിക്കിനി കള്ളംപറഞ്ഞിട്ടാവശ്യമില്ല. വിശ്വസിക്കുന്നതുകൊണ്ട് അവിടുത്തേക്കു ദോഷം വരാനുമില്ല. ആ സ്മരണീയമായ രാത്രിവരെ ഞാൻ തെറ്റുകാരിയല്ല. ഞാൻ ചെറുത്തുനില്ക്കുകതന്നെ ചെയ്തു. ഞാൻ ആ പുരുഷനെ ആട്ടിപ്പായിച്ചിട്ടേ ഉള്ളൂ, അയാളെ കാണാതിരിക്കാൻ വളരെ ശ്രമിച്ചിട്ടുണ്ട്. എന്നെ ഇളക്കുവാൻ വളരെ നാൾ അയാൾക്കു കഴിഞ്ഞില്ല. അയാൾ ഏതു വാതിൽ തുറക്കപ്പെടുമെന്നറിയാൻ മുട്ടിമുട്ടി നടന്നു. അവസാനം ദുർബ്ബലസ്ഥാനത്തു മുട്ടി. ആ കഥ ഞാൻ വിവരിക്കാം.

ഒരുദിവസം ഞാൻ എന്തുകൊണ്ടോ എന്തോ, അയാളുടെ അപേക്ഷകൾ കേട്ടുകൊണ്ടിരുന്നുപോയി. ഞാൻ തോറ്റത് അന്നാണ്. അന്നയാൾ പറഞ്ഞതു കേൾക്കാതിരുന്നെങ്കിൽ- ജീവിതം ഇങ്ങനെയൊന്നും തിരികയില്ലായിരുന്നു. ഒരുവൻ അങ്ങനെ കരഞ്ഞുകൊണ്ട് അർത്ഥിക്കുന്നത്, ആരാധിക്കുന്നത്, ഒരു രസമായിരുന്നു. ഞാൻ അയാളെ ചീത്തപറഞ്ഞിട്ടുണ്ട്. അപമാനിച്ചിട്ടുണ്ട്. എല്ലാം സഹിച്ചു. എന്റെ സ്ത്രീത്വം കിക്കിളിയായി. ഞാൻ പ്രശംസിക്കപ്പെട്ടവളായി.

അയാൾ എന്റെ കാല്ക്കൽ വീണ് ആയിരം പ്രതിജ്ഞകൾ ചെയ്തു. സങ്കേതങ്ങൾ നിശ്ചയിച്ചു നേരം വെളുക്കുവോളം മഞ്ഞുകൊണ്ടു വൃഥാ കാത്തിരുന്നു. പിറ്റേന്നു ക്ഷീണിച്ചു വരും. ഞാൻ രസിച്ചു ചിരിച്ചുപോയി. മറ്റൊന്നും വേണ്ട. എന്നെ ഒന്നു സ്പർശിച്ചാൽ മതിയത്രേ! അങ്ങനെയങ്ങനെ

അയാളുടെ സാഹചര്യം ഞാൻ ഇഷ്ടപ്പെടുവാൻ തുടങ്ങി. പക്ഷേ, അയാൾ അർത്ഥിച്ചതു ഞാൻ നല്കിയില്ല.

ആ രാത്രിയിൽ എല്ലാറ്റിനും സാക്ഷിയായി ആറു മണിക്കൂർ കാത്തിരിക്കുവാൻ അങ്ങേക്കെങ്ങനെ കഴിഞ്ഞു? അന്ന് ആ വസ്തുത എനിക്കു ചിന്താവിഷയമായില്ല. കാലം കഴിയുന്തോറും അത് ഒരു മഹാപ്രശ്നമായി വളരുന്നു. ഒരു പുരുഷൻ അയാളുടെ ഭാര്യ രാത്രിയിൽ മറ്റൊരു പുരുഷനുമായി സംസാരിക്കുന്നത് ഒളിച്ചിരുന്നു കേട്ടുകൊണ്ടിരിക്കുക! അതും ആ പരപുരുഷൻ പ്രണയപ്രാർത്ഥന ചെയ്യുന്നത്! അത് അസ്വാഭാവികമല്ലേ? ഭർത്താവിന്റെ ക്ഷമ ആറു മണിക്കൂർ നീണ്ടുനില്ക്കുമോ? ഭാര്യാഭർത്തൃബന്ധമെന്നുള്ളത് ഇത്രയേയുള്ളോ? ഒരു വിശേഷംകൂടിയുണ്ട്. നാംതമ്മിൽ വികാരവിവശമായ ഒരു പ്രണയകഥയ്ക്കുശേഷമാണ് വിവാഹബന്ധത്തിലേർപ്പെട്ടത്. അവിടുന്ന് ഒരു പ്രശ്നമാണെന്നു ഞാൻ പറയുന്നെങ്കിൽ അതിൽ അത്ഭുതപ്പെടാനുണ്ടോ?

ആ രാത്രിയിൽ ആ പുരുഷനും ഞാനും തമ്മിലുണ്ടായതെല്ലാം ഞാൻ ഓർക്കുന്നു.

ഒരു സ്ത്രീയെ ഒരു ഭയങ്കരപരീക്ഷണത്തിൽ അവിടുന്നു കൊണ്ടു ചാടിച്ചു; എന്നിട്ട് ആ അഗ്നിപരീക്ഷ നോക്കിക്കൊണ്ടിരുന്നു. സ്ത്രീ ദുർബ്ബലയാണ്; ചപലയാണ്. ആറു മണിക്കൂറും മറ്റും അവൾക്ക് എതിർത്തുനില്ക്കാൻ കഴിവില്ല. ഒന്നിനെത്തന്നെ അല്പനേരം ഉറ്റുനോക്കിനിന്നാൽ അവൾ അതുമായി പറ്റിപ്പിടിച്ചുപോകും. അവൾ സ്തുതിക്കപ്പെട്ടാൽ, അവളുടെ അനുകമ്പയിൽ സ്പർശിച്ചാൽ, അവളുടെ സ്ഥൈര്യം തീർന്നു. ഒരുവൻ ജീവിതത്തെ മുഴുവൻ വാഗ്ദാനം ചെയ്താൽ, വാഴ്ത്തിയാൽ, മുൻപിൽ മുട്ടുകുത്തിയാൽ, കരഞ്ഞാൽ-ഒരുവളുടെ ചെവി ആ ആവലാതികൾ കേട്ടുപോകും. ഞാൻ അസ്വസ്ഥയായി അവിടെയൊക്കെ ഓടിനടന്നു. എന്നെ രക്ഷിക്കാൻ അവിടെ ഒന്നും ഉണ്ടായിരുന്നില്ല. ആരെങ്കിലും അവിടെ വന്നിരുന്നെങ്കിൽ എന്നു ഞാൻ ആശിച്ചു. എങ്കിൽ അയാൾ പോകുമായിരുന്നു. പെട്ടെന്ന് സൂര്യൻ ഉദിച്ചെങ്കിൽ! എന്നാൽ എനിക്കു കരയാൻ തോന്നിയില്ല. എനിക്ക് അയാൾ പറയുന്നതു കേൾക്കാൻ ഭയമായിരുന്നു. കേട്ടുപോയാൽ അതൊരു തെറ്റായിരിക്കും. അയാൾ എന്നെ ഭീഷണിപ്പെടുത്തിയില്ല; കനകാഭിഷേകം ചെയ്യാമെന്നു പറഞ്ഞില്ല. അയാൾ പാവമാണെന്നു സമ്മതിച്ചു. എന്നെ എന്നെന്നും സ്നേഹിക്കാമെന്നും വിശുദ്ധമായ എല്ലാറ്റിനെയും കൊണ്ടു സത്യം ചെയ്തു. മറ്റൊരാൾക്ക് ആ ഹൃദയത്തിൽ സ്ഥാനമില്ല. എന്നെ അയാൾക്കു തൃപ്തിപ്പെടുത്താൻ കഴിവില്ലെങ്കിലും എന്നെന്നും വിശ്വസ്തനായ ദാസനായിരിക്കും. ഓടിനടക്കുന്ന എന്റെ മുൻപിൽ അയാൾ മുട്ടുകുത്തി. എന്റെ കരം പിടിച്ചു ഞാൻ സമ്മതിക്കാതെ ചുംബിച്ചു. അപ്പോൾ ഞാൻ അയാളെ ആട്ടി; കേൾക്കാൻ വയ്യാത്ത ചീത്ത വാക്കുകൾ പറഞ്ഞു.

തന്റെ ഭാര്യയെ മറ്റൊരുവൻ അലട്ടുന്നത് എങ്ങനെ അങ്ങേയ്ക്കു കണ്ടു കൊണ്ടിരിക്കാൻ കഴിഞ്ഞു? അങ്ങയുടെ സ്ഥാനത്തു മറ്റൊരാളായിരുന്നെങ്കിൽ ചാടി വെട്ടത്തുവന്ന്– അവിടെ കൊലപാതകം നടക്കുമായിരുന്നു. അപ്പോൾ അങ്ങു പ്രത്യക്ഷപ്പെട്ടിരുന്നെങ്കിൽ നാം ഇങ്ങനെ പിരിയേണ്ടി വരുമായിരുന്നില്ല. എന്നെ കോരിയെടുത്തു വികാരമധുരമായ ചുംബനം നല്കുവാൻ കഴിയുമായിരുന്ന ഒരു സുവർണ്ണാവസരമായിരുന്നത്. പക്ഷേ, എനിക്കു മനസ്സിലാകുന്നു. വികാരമധുരമായി ചുംബിക്കാൻ കഴിയുന്നവന് ആറുമണിക്കൂർ സാക്ഷിയായിരിക്കാൻ സാദ്ധ്യമല്ല. അവൻ എതിരാളിയെ തകർക്കും. അവിടുന്ന് ഒരു കല്ലോ മരമോ ആണ്.

വീണ്ടും ആ പുരുഷൻ പ്രാർത്ഥിച്ചു. മനസ്സറിയാതെ ഉത്തരങ്ങൾ പറഞ്ഞു പോയി. ആത്മാർത്ഥതയുടെ പിന്നാലെ വഴുതി. അങ്ങനെ പോയി.

'എന്നെ സ്നേഹിക്കുമോ?' ഞാൻ അറിയാതെ ചോദിച്ചതാണ്. രണ്ടാമതും അയാൾ എന്റെ കരം ഗ്രഹിച്ചപ്പോൾ എനിക്കു കൈ വലിക്കാൻ സാധിച്ചില്ല. ഞാൻ പറഞ്ഞു:

"എന്റെ ഭർത്താവറിഞ്ഞാൽ...."

അയാൾ ഒന്നും മിണ്ടിയില്ല. തേങ്ങിത്തേങ്ങി ഒരു കരച്ചിലായിരുന്നു മറുപടി. എന്റെ ഭർത്താവിനെ ഒരിക്കലും അയാൾ അധിക്ഷേപിച്ചില്ല. അയാൾ പറഞ്ഞു:

"എന്റെ ദേവീ! ഞാൻ ഭാഗ്യഹീനനാണ്."

ഞാൻ അങ്ങോട്ടു ചോദ്യം തുടങ്ങി:

"എന്തുകൊണ്ട്?–"

"ഭവതി വിവാഹിതയാണ്."

"അതുകൊണ്ട്?"

"എന്റെ ഹൃദയം അസ്ഥാനത്താണു പതിച്ചത്."

അതിനു ഞാൻ പറഞ്ഞ മറുപടി ഇപ്പോഴും എന്റെ ചെവിക്കുള്ളിൽ മുഴങ്ങുന്നു. അങ്ങേയ്ക്കും അതു മറക്കാൻ സാദ്ധ്യമല്ല.

"ഓ! അദ്ദേഹം അറിയുകയില്ല."

എന്നിട്ടും ആ മനുഷ്യൻ അതിരു ലംഘിച്ചില്ല. അടുത്ത നിമിഷം ഞാൻ ബോധവതിയായി. അയാളെ യുക്തിവാദംകൊണ്ടു മടുപ്പിക്കാൻ ശ്രമിച്ചു. അതു ശരിയല്ല, എന്റെ ഭർത്താവിനെ ഞാൻ സ്നേഹിക്കുന്നു. അദ്ദേഹത്തെ വഞ്ചിക്കുന്നതു ശരിയല്ല എന്നെല്ലാം പറഞ്ഞു. ആ ന്യായവാദങ്ങളെല്ലാം ആ മനുഷ്യൻ സമ്മതിച്ചു. പക്ഷേ, എന്റെ യുക്തികൾതന്നെ എന്നെ അപഥത്തിലേക്കു നയിച്ചു. എന്റെ ന്യായവാദങ്ങൾ ഉപസംഹരിച്ചതു ഞാൻ ഓർക്കുന്നു:

"നിങ്ങളെ ഞാൻ മറക്കുകയില്ല. എന്നും ഈ സ്നേഹം ഓർക്കാം. എന്നെ ഉപദ്രവിക്കാതെ. എന്നെ സ്നേഹിച്ച്–" ഇങ്ങനെ പോയി ആ വാചകം. എന്നെ ആരാധിച്ചുകൊണ്ടു ജീവിതം പോക്കിക്കൊള്ളാമെന്ന് അയാൾ സമ്മതിച്ചു.

അയാൾ അവസാനമായി ഒരു പ്രാർത്ഥന ചെയ്തു. മറ്റൊന്നും ആവശ്യപ്പെടുകയില്ല. ഈ പ്രാർത്ഥനതന്നെയും ആവർത്തിക്കുകയില്ല. ഒരു ചുംബനം മതി. ഞാൻ നിശ്ശബ്ദമായി നിന്നു. ആ പ്രാർത്ഥന എനിക്കു നിഷേധിക്കാൻ കഴിഞ്ഞില്ല. അനുവാദത്തെ പ്രതീക്ഷിച്ച് അയാൾ നിന്നു. അപ്പോഴാണ് ഞാൻ ചെടികൾക്കിടയിൽ ഒരു നിഴൽപ്പാടു കണ്ടതും അവിടുന്നു പ്രത്യക്ഷപ്പെട്ട് അയാളോടു കുശലപ്രശ്നം ആരംഭിച്ചതും. അപ്പോൾ ഞാൻ അങ്ങയെ കണ്ടിരുന്നില്ലെങ്കിൽ ഒരുപക്ഷേ, അയാൾ എന്നെ ചുംബിക്കുമായിരുന്നു. അങ്ങനെ ഒരു ചുവടുകൂടി വഴുതി, പിന്നൊന്നുകൂടി, അങ്ങനെ ശയ്യാഗാരത്തിനുള്ളിലോളം ഞാൻ വഴുതിപ്പോകുമായിരുന്നു. ആരത് എന്നു ഞാൻ ചോദിച്ചില്ലെങ്കിൽ അവയ്ക്കെല്ലാറ്റിനും അവിടുന്നു സാക്ഷിയാകുകയും ചെയ്യുമായിരുന്നു.

അങ്ങ് എന്നെ പരീക്ഷിക്കുകയായിരുന്നോ? മനഃപൂർവ്വം ചതിക്കുകയായിരുന്നോ? എന്നെ ഉപേക്ഷിക്കണമെന്നു കരുതിയിരിക്കെ, അതിന് ഒരവസരമായി അങ്ങ് അതുപയോഗപ്പെടുത്തുകയായിരുന്നോ? എന്റെ പുതുമ നശിച്ചിരുന്നില്ല. എന്നെ വേണ്ടാതാകുവാൻ കാലമായിരുന്നില്ല. യാന്ത്രികമായ അവിടുത്തെ ജീവിതത്തിന്റെ ഉരുൾച്ചയിൽ സംഭവിച്ചതായിരിക്കണം. ആദ്യംമുതൽതന്നെ ആ സംഭവത്തിന്റെ വികാസം ബുദ്ധിപരമായ ഒരു നിരീക്ഷണത്തിനു വിധേയമാകുമായിരുന്നു. അങ്ങനെയേ അവിടുത്തേക്കു കഴിയൂ. ഇങ്ങനെ അസ്വാഭാവികമെന്നു തോന്നാവുന്ന പലതും അവിടുത്തെ ജീവിതത്തിൽ സംഭവിക്കാം.

ഭാര്യയെ രക്ഷിക്കുകയും അവൾ വഴുതാതെ സൂക്ഷിക്കുകയും ചെയ്യേണ്ടതായ ഭാരം ഭർത്താവിനുണ്ട്. അവൾ ഒരു മനുഷ്യസ്ത്രീയാണ്; അയാളുടെ കണക്കിന് ഓടുന്ന ഒരു യന്ത്രമല്ല. ഭാര്യ മറ്റൊരുവന്റെ കൈയ്ക്കുള്ളിലേക്കു വഴുതുന്നതു നോക്കിനിന്നു ശാസ്ത്രജ്ഞനെപ്പോലെ അതു മനസ്സിലാക്കാൻ ശ്രമിക്കുന്ന ഭർത്താവ് തോറ്റുപോകും. അവിടുന്നു പടിക്കലെത്തിയപ്പോൾ ഒന്നു ചുമച്ചിരുന്നെങ്കിൽ– പോകട്ടെ, അവിടുത്തേക്കും കഴിയാത്തതാണത്. ഒളിഞ്ഞിരുന്നു കണ്ടു പിടിക്കാനല്ലാതെ തടയാൻ അങ്ങേയ്ക്കു കഴിവില്ല. അവിടുത്തെ മൂന്നാം വിവാഹവും പരാജയത്തിൽ കലാശിച്ചതിൽ അത്ഭുതത്തിന് അവകാശമില്ല.

പക്ഷേ, അങ്ങയുടെ ജീവിതവുമായി ബന്ധപ്പെട്ട യാതൊരു സ്ത്രീക്കും അങ്ങയെ മറക്കാൻ സാദ്ധ്യമല്ല. ആ ഒരു ശക്തിവിശേഷം അങ്ങയ്ക്കുണ്ട്. അവൾക്കു പിന്നീട് എത്ര പുരുഷന്മാരുമായി വേഴ്ചയുണ്ടായിക്കൊള്ളട്ടെ, അവിടുന്നുമായി കഴിച്ച നാളുകൾ ഓർത്തുപോകും. സ്ത്രീക്ക് ആവശ്യമായ പലതും നല്കുവാൻ അവിടുത്തേക്കു കഴിയും. അവൾ അടിമയായിപ്പോകും. സ്ത്രീയുടെ ഏതൊന്നിനെ തൃപ്തിപ്പെടുത്താൻ അങ്ങേക്കു കഴിയുന്നുവോ അതിനെമാത്രം തൃപ്തിപ്പെടുത്താനുള്ള ബാദ്ധ്യതയേ പുരുഷനുള്ളു എന്ന അങ്ങയുടെ ധാരണയായിരിക്കാം അങ്ങയുടെ കുറവ്. മറ്റൊരുവൻ ഭാര്യയെ

ചുംബിക്കാൻ ആയുന്നതു നോക്കിനില്ക്കാൻ കഴിയുന്ന അങ്ങ്, സ്ത്രീയുടെ കാമവികാരത്തെ തൃപ്തിപ്പെടുത്താൻ കഴിയുന്നവനായിരിക്കും. അതാണ് അവിടുന്നു പഠിച്ചത്. ആ ഒരു തൃപ്തി മതി അവൾക്ക് എന്നു ധരിച്ചു. അതിനു പഠിച്ചു. ആ പാഠമാണ് ജീവിതത്തിലെ കണക്കുകൂട്ടൽ. അങ്ങയുടെ മറ്റു രണ്ടു ഭാര്യമാർക്കും ഇങ്ങനെ ഓരോ എഴുത്തെഴുതുവാൻ കാണും. ഓരോ രാത്രികളും അവർ ഓർക്കുന്നുമുണ്ടാവും.

ഇനി ഞാൻ എന്റെ രണ്ടാമത്തെ ഭർത്താവിനെക്കുറിച്ചുകൂടി അല്പമൊന്നു പറഞ്ഞുകൊള്ളട്ടെ. അന്ന് അവിടുന്ന് എന്റെ കൈപിടിച്ച് ആ മനുഷ്യന്റെ കൈയിൽ വച്ചുകൊടുത്തല്ലോ. അദ്ദേഹം ആ പിടി ജീവാവസാനം വരെ അയച്ചില്ല. സാധുമനുഷ്യൻ! അവസാനകാലംവരെ എന്നെ ആരാധിച്ചു. എന്റെ അഭീഷ്ടങ്ങൾക്കുവേണ്ടി ജീവിതം ഉഴിഞ്ഞുവച്ചു. മറ്റൊന്നിനെക്കുറിച്ചു ചിന്തിച്ചിട്ടുകൂടിയില്ല. എന്നെ നോക്കിയിരുന്ന് ആനന്ദിക്കും. എനിക്കെന്തു വേണമെന്നറിയാൻ അങ്ങനെ കാത്തിരിക്കുകയാണ് അദ്ദേഹത്തിന്റെ ജോലി.

എനിക്ക് ആ ജീവിതം ചെടിച്ചു. പാൽപ്പായസം എന്നും കുടിച്ചാലോ? ഇടയ്ക്ക് ഒരെരിവും പുളിയും കയ്പും ഒക്കെ വേണം. കേവലം അപൂർണ്ണനായ ഒരു ഭർത്താവായിരുന്നു അദ്ദേഹം. ഒരു സ്ത്രീക്ക് അങ്ങനെ ഒരു ഭർത്താവിനെ ലഭിക്കുന്നത് ദുഃഖമാണ്. അവളെ ഭരിക്കുന്നവനായിരിക്കണം ഭർത്താവ്. ഭരിക്കപ്പെടുന്നതാണ് അവളുടെ ആവശ്യം. പക്ഷേ, അവൾ ഭർത്താവിനെ ഭരിക്കുന്നതായി ഭാവിക്കും. അതൊരു ഭാവന മാത്രമാണ്. അവളെ ആരാധിക്കണം; എന്നിട്ട് അപ്രതീക്ഷിതമായി നിലത്തിട്ടു ചവിട്ടിത്തൂക്കണം, സ്നേഹിക്കണം, ദ്വേഷിക്കേണ്ടത് ആവശ്യമാണ്. ചാടുവാക്കുകൾ അത്യാവശ്യമാണ്. എന്നാൽ ചീത്ത പറയുകയും വേണം. അവളുടെ തന്നിഷ്ടങ്ങൾ വകവച്ചുകൊടുക്കുന്നതായി ഭാവിച്ചിട്ടു നിയന്ത്രിക്കണം. താലോലിക്കുകയും തല്ലുകയും വേണം. അവളിൽ ആവേശഭരിതനെന്ന ബോദ്ധ്യം വന്നിരിക്കുമ്പോൾ വേറൊരുവളെ നോക്കണം; ഇങ്ങനെയൊക്കെയാണു വേണ്ടത്.

ആ സാധുമനുഷ്യനെ ഞാനിട്ടു കുരങ്ങു കളിപ്പിച്ചു. എനിക്കു പുച്ഛമായിരുന്നു എന്നു തോന്നുന്നു. പക്ഷേ, അദ്ദേഹം എന്റെ ഭർത്താവായിരുന്നു.

എന്റെ ഈ കത്ത് ഒരുപക്ഷേ, അങ്ങു വായിച്ചു ചിരിച്ചേക്കും. എന്നാൽ ഈ എഴുത്തിലെ കാര്യങ്ങളിൽ അങ്ങയുടെ ചിന്ത ചെലുത്തുമെന്നു വിശ്വസിക്കുന്നു. മറുപടി അയയ്ക്കുമല്ലോ.

■

പട്ടാളക്കാരൻ

പോലീസ്സ്റ്റേഷനിൽ ഒരു ആൾക്കൂട്ടം കണ്ട് അങ്ങോട്ടു കയറിച്ചെന്നു. അവിടെ ഓരോരുത്തരുടെയും പൊക്കവും വണ്ണവും അളന്നു നോക്കി; വീട്ടുപേരു ചോദിച്ചു. അതിനുത്തരം പറയാനില്ലായിരുന്നു. അങ്ങനെ അന്നു നൂറ്റിയൻപതുപേരെ എടുത്തകൂട്ടത്തിൽ അയാളെയും എടുത്തു.

അന്നുതന്നെ അവരെ കൊണ്ടുപോയി. ഉത്സാഹകരമായ ഒരു യാത്രയായിരുന്നു. മൂന്നുനേരവും നല്ല ആഹാരമുണ്ട്; സ്വകാര്യച്ചെലവിനു കുറേ പണവുമുണ്ട്; കൂട്ടുകാരും കൊള്ളാം.

ട്രെയിൻ പുതിയ പുതിയ പല സ്ഥലങ്ങളിലും കൂടി കടന്നുപോയി. വമ്പിച്ച പല നഗരങ്ങളും അവൻ കണ്ടു. എട്ടു ദിവസങ്ങൾ കഴിഞ്ഞപ്പോൾ അവരെ ഒരു സ്ഥലത്തുകൊണ്ടുചെന്നിറക്കി.

പരിശീലനകാലം കുറേ ക്ലേശകരമായിരുന്നു. എങ്കിലും മൂന്നു നേരവും ആഹാരമുണ്ടെന്ന ബോദ്ധ്യം എന്താശ്വാസമാണ്! എന്നല്ല, ജീവിതം ഒന്നിനൊന്നു വിശാലമായിക്കൊണ്ടും പുതിയ പുതിയ അനുഭവങ്ങൾ അതിനെ സ്തോഭപൂർണ്ണമാക്കിക്കൊണ്ടുമിരുന്നു. തെണ്ടിയെന്ന ബോധം പോയിത്തുടങ്ങി. വിരിച്ചുകിടന്നെങ്കിലേ ഉറക്കം വരൂ. തല ഒന്നു പൊക്കിവയ്ക്കണം. നാക്കിനു സ്വാദറിയാമെന്നുമായി!

ചെയ്യാൻ എന്തോ ഉണ്ടെന്ന തോന്നൽകൊണ്ടു ജീവിതത്തിനും പിടിപ്പും കനവും വന്നു. അവനും ചില കടമകളുണ്ട്. അവകാശങ്ങളുണ്ട്.

ആ സൈന്യത്തെ രണ്ടായിരം മൈൽ അകലെ ഒരിടത്തേക്കു മാറ്റി. പിന്നീടു മറ്റൊരിടത്തേക്കു പോയി. മൂന്നാമതൊരിടത്തും കുറച്ചുനാൾ കഴിഞ്ഞു. ഇപ്പോൾ അയാൾക്കു ഹിന്ദുസ്ഥാനി അറിയാം. ഇന്ത്യയിലെ എല്ലാ പ്രധാനനഗരങ്ങളും കണ്ടു. ജീവിക്കുവാനും കുറെയൊക്കെ പഠിച്ചു. കൈയിൽ പണമുണ്ട്; സർക്കാരിൽനിന്നു കിട്ടുവാനുമുണ്ട്.

ഒരു ദിവസം, മേലധികാരി, അവരെ അറിയിച്ചു, ആവശ്യമുള്ളവർക്ക് ഒരു മാസത്തെ അവധിയിൽ വീട്ടിൽ പോയി വേണ്ടവരെയെല്ലാം കണ്ടിട്ടു വരാമെന്ന്. വേണ്ടവർ ഉടൻ അപേക്ഷിച്ചുകൊള്ളണം. ആ സൈനിക നിലയത്തിലെ അന്നത്തെ ഉത്സാഹം പറഞ്ഞറിയിക്കാൻ വയ്യ. അയാളും

അതിൽ പങ്കുകൊണ്ടു. പക്ഷേ, അയാളുടെ ഉത്സാഹത്തിനു സാരാംശത്തിൽ എന്തോ കുറവുണ്ടായിരുന്നു. അത് ഒരു ഭാവനയാണെന്നു തോന്നിപ്പോകും.

അയാളും ഒരു ഫാറം പൂരിപ്പിച്ചയച്ചു.

അന്നു രാത്രിയിൽ ഭക്ഷണം കഴിഞ്ഞു നാലഞ്ചുപേരായി ഓരോ സംഘം കൂടിയിരുന്നു വർത്തമാനം പറയുകയായിരുന്നു. ഒരു മൈസൂർക്കാരൻ തിരുനെൽവേലിക്കാരനോടു ചോദിച്ചു: "നമുക്കൊന്നിച്ചു തിരിക്കരുതോ?"

"പക്ഷേ, എനിക്കു നാളെ വയ്യിട്ടുതന്നെ പോകണം."

"ഞാനും അങ്ങനെ തീർച്ചപ്പെടുത്തിയിരിക്കയാണ്. കൊള്ളാം! എന്റെ മകളെ കണ്ടിട്ട് എത്ര നാളായി!"

ആ മൈസൂർക്കാരൻ തെല്ലിട എന്തോ ഓർത്തിരുന്നു. മകളെ അന്തശ് ചക്ഷുസ്സുകൾക്കുമുമ്പിൽ കണ്ടിട്ടെന്നപോലെ അയാളുടെ മുഖം പ്രകാശിച്ചു.

തിരുനെൽവേലിക്കാരൻ പറഞ്ഞു: "എന്റെ വയസ്സായ അമ്മ- അവരറിയാതെയാണു ഞാൻ പോന്നത്. ഞാൻ ഒറ്റ മകനുമാണ്."

അയാൾക്കും ഓർക്കുവാനുണ്ടായിരുന്നു. സ്വഗതമായി അയാൾ പറഞ്ഞു:

"പാവം! ആ കൊച്ചുകുടിലിൽ മകന്റെ വരവും കാത്തു കാത്തു തനിച്ചിരിക്കയാണ്."

പാലക്കാട്ടുസ്വദേശിയായ ഒരാൾ അപ്പോൾ രാമനോടു ചോദിച്ചു: "നിങ്ങൾ എന്നു പോകുന്നു? നമുക്കൊരുമിച്ചു പോകരുതോ?" രാമൻ നായർ യാന്ത്രികമായി മറുപടി പറഞ്ഞു: "ഓ-ഹോ!"

മദ്രാസുകാരനായ മറ്റൊരാൾ എല്ലാവരോടുമായി ഒരുപദേശം ആവശ്യപ്പെട്ടുകൊണ്ടു പതുക്കെ ചോദിച്ചു:

"മുപ്പതുദിവസങ്ങളിൽക്കൂടുതൽ താമസിക്കാൻ വല്ല വശവുമുണ്ടോ?"

പാലക്കാട്ടുകാരൻ ഉത്തരം പറഞ്ഞു: "സുഖക്കേടാണെന്നു പറഞ്ഞ് കമ്പി കൊടുക്കണം. അത് എനിക്കും നോട്ടമുള്ള കാര്യമാണ്. വീട്ടിൽച്ചെന്നിട്ട് ആയിരംകൂട്ടം സംഗതികൾ സാധിക്കാനുണ്ട്." മറ്റൊരാൾ അഭിപ്രായപ്പെട്ടു: "അതൊന്നും നടക്കുമെന്നു തോന്നുന്നില്ല. എന്തിനാ ഈ അവധി തരുന്നതെന്നറിയാമോ? വീടു കാണാനാണ്. എല്ലാം കണ്ടിട്ടു പോരണം. ഇനിയും യോഗമുണ്ടെങ്കിലേ അമ്മയെയും മകളെയും ഒക്കെ കാണാനൊക്കൂ. നമ്മെ യുദ്ധത്തിനയയ്ക്കാൻ പോവുകയാണ്."

ആരുമാരും മിണ്ടിയില്ല. ആ രംഗം പെട്ടെന്ന് അപ്രസന്നമായി. ഒരു ദീർഘനിശ്വാസത്തോടെ മൈസൂർക്കാരൻ പറഞ്ഞു:

"എന്റെ മകൾക്ക് ആയിരം രൂപാ കിട്ടും; ഓ! അതുമതി." തിരുനെൽവേലിക്കാരൻ തുടർന്നു: "ആയിരം രൂപായുള്ളതുകൊണ്ട് എന്റെ അമ്മയെ അവസാനകാലത്തു ശുശ്രൂഷിക്കാൻ ആരെങ്കിലും കാണും."

ദീർഘനിശ്വാസങ്ങൾകൊണ്ടു കലുഷമായ ആ രാത്രിയിൽ ആർക്കും പെട്ടെന്ന് ഉറക്കം വന്നില്ല. ആ മുപ്പതു ദിവസങ്ങൾകൊണ്ടു ചെയ്യാനുള്ള തെല്ലാം ചെയ്തു തീർക്കണം.

രാമൻനായരും അവധിക്കാലത്തെ പരിപാടി തയ്യാറാക്കാൻ ശ്രമിച്ചു. പക്ഷേ, ഒന്നും ചെയ്യാനില്ലായ്കയാൽ ഒരു പരിപാടിയും വിശദമാവുന്നില്ല. അലസങ്ങളായ മുപ്പതു ദിവസങ്ങളാണ് നീണ്ടുനിവർന്നു മുന്നിൽ കിടക്കുന്നത്.

അടുത്തുകിടക്കുന്ന പാലക്കാട്ടുകാരൻ രാമൻനായരോടു ചോദിച്ചു: “രാമൻനായർക്കു വീട്ടിൽ ആരെല്ലാമുണ്ട്?”

“ആരുമില്ല.”

“അവധിക്കാലത്ത് എങ്ങോട്ടു പോകുന്നു?”

അതിനയാൾക്ക് ഉത്തരം പറയാനില്ല. കൂട്ടുകാരൻ വീണ്ടും ചോദിച്ചു: “നാടു തിരുവനന്തപുരമല്ലേ?”

രാമൻനായർ ഒന്നുകൂടി കുഴങ്ങി; അതിനും ഉത്തരം പറയാനില്ല.

“എന്നെ എടുത്തതു തിരുവനന്തപുരത്തുനിന്നാണ്.”

“നാടെവിടെയാണ്?”

“ഞാൻ വരുന്നില്ല. എനിക്കവധി വേണ്ട.” രാമൻനായർ ദേഷ്യപ്പെട്ടു പറയുന്നതുപോലെ തോന്നി.

കൂട്ടുകാരൻ ചോദിച്ചു: “താൻ എന്തിനാ പിണങ്ങുന്നേ? താൻ വീട്ടിൽ നിന്നു പെണങ്ങിയാണു പോന്നതെങ്കിൽ ഞാനെന്തു പിഴച്ചു?”

അങ്ങനെ ആ സംസാരം നിലച്ചു.

രാത്രിയുടെ മൂന്നാംയാമത്തിന്റെ അവസാനത്തിലും അവിടെ ഉറങ്ങാതെയൊരാളുണ്ടായിരുന്നു: ‘രാമൻ.’ ഈ പേര് ആരാണിട്ടതെന്ന് അയാൾ അത്ഭുതപ്പെട്ടു. നായരെന്ന സ്ഥാനം എങ്ങനെ കിട്ടി? തെരുവു നീളെ തെണ്ടിനടന്ന ബാല്യകാലത്ത് ആ പേരുചൊല്ലി ആരും വിളിച്ചിട്ടില്ല. ജീവിതത്തിൽ എവിടെമുതൽ ഈ പേർ ആരംഭിക്കുന്നു?

“ഞാൻ വരുന്നില്ല. എനിക്കവധി വേണ്ട.”

ഈ വാചകങ്ങൾ ഒരു ശാപംപോലെ അയാളുടെ ചെവിക്കുള്ളിൽ മുഴങ്ങിക്കൊണ്ടിരുന്നു. അങ്ങനെ തീർത്തുപറയേണ്ടായിരുന്നു. കേരളത്തിൽ എവിടെയോ ആ ഭാഗ്യംകെട്ട സ്ത്രീ ഉണ്ടായിരിക്കും– അമ്മ! അല്ലെങ്കിൽ ആ പുരുഷൻ–അച്ഛൻ! അതുമല്ലെങ്കിൽ താൻ കിടന്ന വയറിൽനിന്നും അതിനു മുൻപോ പിൻപോ വന്ന ഒരാളെങ്കിലും! അങ്ങനെ തന്നെക്കുറിച്ച് ഓർക്കുന്ന ഒരാൾ ലോകത്തിലില്ലെന്നു വരുമോ? ഒരുപക്ഷേ, അന്വേഷിച്ചാൽ കണ്ടെത്തിയെന്നും വരാം.

അയാൾ പല നാടു കണ്ടു– പല ജാതിക്കാരുമായി ഇടപെട്ടു– പല ഭാഷകളും പേശിക്കേട്ടു. പക്ഷേ, കേരളത്തിൽ തെണ്ടിനടന്നാലും ക്ഷീണമില്ല. അവിടുത്തെ പച്ചവെള്ളത്തിനും ഒരു പ്രത്യേകതയുണ്ട്. അവിടുത്തെ ഉച്ചവെയിലും വാടിത്തളർത്തുകയില്ല. മലയാളികളുടെ ചിരിക്കേ ഹൃദയംഗമത്വമുള്ളു. ആ ഭാഷയ്ക്കു സ്നേഹത്തെ ആവിഷ്കരിക്കാനേ കഴിയൂ.

ജനിച്ച നാട്, പെറ്റമ്മയെപ്പോലെ അയാളെ മാടിവിളിച്ചു. കേരളത്തിലെ സുഖശീതളമായ തെങ്ങിൻതണലിൽ കിടന്നുറങ്ങണം. പുറവേലികളിൽക്കൂടി അലയണം. അങ്ങനെ കേരളത്തിലെ ഒരുപിടി ചോറുകൂടി ഉണ്ണണം.

പ്രഭാതത്തിൽ എല്ലാവരെക്കാളും മുമ്പേ അയാൾ എഴുന്നേറ്റു. മറ്റുള്ളവർ ഉണർന്നപ്പോൾ അയാൾ യാത്രയ്ക്കു തയ്യാറായിക്കഴിഞ്ഞു.

ആലപ്പുഴപ്പട്ടണത്തിലെ എല്ലാ റോഡുകളിലും മുക്കുകളിലും ഒരു പട്ടാളക്കാരനെ മുന്നുനാലു ദിവസങ്ങളായി കാണാറുണ്ട്. നഗരത്തിന്റെ എല്ലാ ഭാഗത്തും മൂന്നും നാലും തവണ അയാൾ പ്രത്യക്ഷപ്പെടും. രാത്രിയിലും നടപ്പുതന്നെയാണ്. ഒരു രാത്രി ബോട്ടുജട്ടിയിൽ നിന്ന കോൺസ്റ്റബിളിനോട് ഒരു വൃദ്ധനായ ചുമട്ടുകാരൻ മഹമ്മദീയനുമാത്രം അയാളെക്കുറിച്ചെന്തോ ഒന്നു പറയാനുണ്ടായിരുന്നു. അയാൾ എവിടെ താമസിക്കുന്നു എന്നോ എവിടുത്തുകാരനെന്നോ ഒന്നും ആർക്കും അറിഞ്ഞുകൂടാ.

ഒരുദിവസം അയാളെ കണ്ടില്ല. പിറ്റേന്നു രാവിലെ കൊല്ലത്ത് ആനന്ദവല്ലീശ്വരക്ഷേത്രത്തിനു സമീപം ഒരു വീടിന്റെ അടച്ചിരുന്ന പടിപ്പുരയ്ക്കു പുറത്ത് അയാൾ നില്ക്കുന്നതു കാണായി. ഒരു ഇരുമ്പു പെട്ടി തൂക്കിപ്പിടിച്ചിട്ടുണ്ട്. റോഡിൽക്കൂടി പോയ ഒരു ചെറുപ്പക്കാരൻ അയാളോടു കയറിപ്പറഞ്ഞു, അവിടെയാരും താമസമില്ലെന്ന്.

ആ സമയം ക്ഷേത്രത്തിൽനിന്നും ഇറങ്ങിവന്ന ഒരു മാന്യന്റെ പിന്നാലെ അയാൾ നടന്നു. കുറച്ചുദൂരം ചെന്നിട്ട് അദ്ദേഹം ഒരു പടിക്കലേക്കു തിരിഞ്ഞു

"ഞാൻ രാമനാണ്."

ഈ ശബ്ദം കേട്ട് അദ്ദേഹം തിരിഞ്ഞുനോക്കി. പെട്ടിയും തൂക്കിപ്പിടിച്ചു ശിലാപ്രതിമപോലെ ആ പട്ടാളക്കാരൻ നില്ക്കുന്നു.

"രാമനോ, ഏതു രാമൻ?" ആ മാന്യൻ ചോദിച്ചു.

ഒന്നും മിണ്ടാൻ കഴിയാതെ അയാൾ തെല്ലിട അങ്ങനെ നിന്നിട്ടു നടന്നു. അങ്ങകലെ റോഡിന്റെ വളവിൽ അയാൾ അപ്രത്യക്ഷനാകുന്നതുവരെ അദ്ദേഹം നോക്കിനിന്നു. രാമൻ! അങ്ങനെ ഒരാളെ അദ്ദേഹം ഓർക്കുന്നില്ല.

ചിന്നക്കടയിൽ ഒരു ഹോട്ടലിന്റെ ഒരു വാതിൽപ്പലകയിൽ 'രാമൻ'എന്ന വാക്കു പിച്ചാത്തിമുനകൊണ്ടെഴുതപ്പെട്ടിരുന്നു. ആ പട്ടാളക്കാരൻ, ഹോട്ടലുടമസ്ഥൻ പോറ്റിയോടു പറഞ്ഞു:

"അതു ഞാൻ വരച്ചതാണ്."

പോറ്റി ഒന്നും പറഞ്ഞില്ല.

ഒരു പരമുവണ്ണനെത്തേടി തിരുവനന്തപുരത്ത് അയാൾ അലഞ്ഞു നടന്നു. കണ്ടുകിട്ടിയില്ല.

അങ്ങനെ പതിനേഴു ദിവസങ്ങൾ കഴിഞ്ഞു. പരിചിതമായ ഒരു മന്ദഹാസം അയാൾക്ക് എങ്ങുനിന്നും ലഭിച്ചില്ല. എപ്പോൾ വന്നു എന്ന ചോദ്യത്തിനു വേണ്ടി അയാൾ കേരളത്തിലെ നഗരങ്ങളിലെല്ലാം ഓടി നടന്നു. ഒരു പരിചയം സമ്പാദിക്കാൻ പാടുപെട്ടു. അഞ്ച്, ആറ്, ഏഴ്, ഇങ്ങനെ ദിനങ്ങൾ കഴിഞ്ഞു. കാണുന്നവരോടെല്ലാം വർത്തമാനം പറഞ്ഞു. വളരെപ്പേരെ അനുജാ എന്നു വിളിച്ചു. കാണുന്നവരുടെയെല്ലാം നേരെ ചിരിച്ചു. അയാൾക്ക് ഒരാളെയെങ്കിലും ഓർമ്മയിൽ വയ്ക്കാൻ കഴിഞ്ഞില്ല. ഒരാളെങ്കിലും അയാളെ ഓർക്കുന്ന മട്ടുമില്ല. കോഴിക്കോടു മുതൽ നാഗർകോവിൽവരെ അയാൾ പക്ഷിവേഗത്തിൽ യാത്രചെയ്തു. അങ്ങനെ ഇരുപത്തെട്ടു ദിവസംവരെ കഴിഞ്ഞു. ഇനി രണ്ടു ദിവസങ്ങൾ മാത്രമുണ്ട്. ഇപ്പോഴും എവിടെയും ഊണു കഴിയുമ്പോൾ പണത്തിനു കൈനീട്ടുന്നു. ഒരു പേരുചൊല്ലി വിളിക്കുന്നില്ല. എന്തിന് ഈ പേരുണ്ടായി?

ഭ്രാന്തുപിടിച്ച നഗരങ്ങളിൽനിന്നു ബഹുദൂരം അകന്ന്, ശാന്തിയും സമാധാനവും നിറഞ്ഞ നാട്ടിൻപുറം. കുന്നിൻചെരുവിൽ, വയലിൻ ചെരുവിൽ, പച്ചക്കാട്ടിനിടയ്ക്ക് ഒരു കൊച്ചു വീട്. അതിന്റെ കോലായിൽ ഒരു നിലവിളക്കിനു മുന്നിലിരുന്നു സമാധാനത്തോടെ ആ പട്ടാളക്കാരൻ ഉണ്ണുകയാണ്. വളരെ നേരമായി ഉണ്ണാനിരുന്നിട്ട്. ഒരു വൃദ്ധ ചോറും കറിയും അടുത്തു കൊണ്ടു വച്ചു കുറേശ്ശെ വിളമ്പിക്കൊടുത്തു വർത്തമാനവും പറഞ്ഞ് അയാളെ ഊട്ടുകയാണ്.

അയാൾ അവരെ 'അമ്മ' എന്നാണു വിളിക്കുന്നത്. അമ്മ! അവർ അയാളെ 'മോനെ'ന്നും; അവർക്കു പറയാനുള്ളതു വീട്ടുകാര്യങ്ങളും!

ആ അമ്മ പറയുന്നു:

"എന്റെ മോനേ! ആറെണ്ണം കഴിയണം. ഉടുക്കണ്ടയോ. തേയ്ക്കണ്ടയോ; ഉണ്ണണ്ടയോ? എല്ലാം നടക്കണം. ഈ 'ഠ'വട്ടം സ്ഥലവുമുണ്ട്. കഴിഞ്ഞേന്റ ങ്ങേക്കൊല്ലം മാത്രം അഞ്ചുകണ്ടി കപ്പയൊണ്ടാരുന്നു. ഒരിത്തിരി മോരൊഴിച്ച കൂട്ടാനൊഴിക്കാം മോനേ! പിന്നെ മോരൊഴിക്കാം," വൃദ്ധ കുറച്ചു പുളിശ്ശേരി വിളമ്പിക്കൊടുത്തു.

"ചോറു വേണ്ടായിരുന്നമ്മ! ഞാൻ ഇന്ന് ഒരുപാട് ഉണ്ടു. ഒരു ഇടങ്ങഴിയരിയുടെ ഉണ്ടിട്ടുണ്ട്. ഇല്ലേയമ്മ?"

"ഇതാ കൂത്ത്! ആകെ നാഴൂരി അരിയേ വച്ചൊള്ളു."

വീണ്ടും വൃദ്ധ വർത്തമാനം തുടർന്നു. രാമൻനായർ ചോദിച്ചു: "അപ്പോൾ അമ്മയ്ക്ക് ആൺമക്കളില്ലേ?"

ഒരു ദീർഘനിശ്വാസത്തോടെ വൃദ്ധ പറഞ്ഞു:

"ഒരു നരന്തിനെ ദൈവം തന്നു. അതിനെ കൊണ്ടുപോവുകയും ചെയ്തു. ഇപ്പോഴൊണ്ടാരുന്നെങ്കിൽ ഇരുപത്തിമൂന്നു വയസ്സായേനെ. എന്റെ നാണിയുടെ നേരെ എളേതാ. രണ്ടു വയസ്സു മൂപ്പുണ്ടവൾക്ക്."

വൃദ്ധ കുറച്ചു ചോറുകൂടെ വിളമ്പി. വേണ്ടെന്നു വിലക്കിയിട്ടും കുടഞ്ഞിട്ടു.

"നീ എന്റെ കൈയേന്നു വിടൂ മോനേ."

"മതിയമ്മാ എനിക്കു ശ്വാസം മുട്ടുന്നു."

അങ്ങനെ ഒരു ഊണ് ജീവിതത്തിൽ ഇദംപ്രഥമമായിരുന്നു. അയാൾ ഉണ്ടതു മതിയായില്ല എന്ന് ഒരാൾക്കും ഇന്നോളം തോന്നിയില്ല.

ആ രാത്രിയിൽ ആ കൊച്ചുവീടിന്റെ മുറ്റത്ത് അസ്വസ്ഥനായി അയാൾ നടന്നുകൊണ്ടിരുന്നു. ഈ ഓണംകേറാമൂലയുമായാണ് അയാളുടെ ജീവിതത്തിലെ നിർവ്വചിക്കാൻവയ്യാത്ത ഒരു ബന്ധമുണ്ടാകുന്നത്. ഇപ്പോൾ സമാധാനമായാണ്, ഹൃദയം തുടിക്കുന്നതെന്ന് അയാൾക്കു തോന്നി. ചിന്തകൾ വെളിവാകുന്നുമുണ്ട്. അയാൾക്ക് ഒരമ്മയെ കിട്ടി.

അമ്മ! അമ്മ! "ഒരുരുളച്ചോറുകൂടി, അമ്മ പുളിശ്ശേരി ഒഴിക്കാം." ആ വൃദ്ധ യുടെ മന്ദഹാസം ഒരിക്കലും മറക്കാൻ സാദ്ധ്യമല്ല. താൻ നിറച്ചുണ്ണണമെന്ന് അവർ ആഗ്രഹിച്ചു. എന്നാൽ നിറച്ച് ഉണ്ടിട്ടില്ലെങ്കിലോ? രാത്രിയിൽ ഉറക്കം വരുത്താത്തവിധം അത് അവരെ തപിപ്പിക്കുകയില്ല. നാഴിച്ചോറും വച്ചു കൊണ്ടു വിളക്കണയ്ക്കാതെ അവർക്കു കാത്തിരിക്കേണ്ട കാര്യമില്ല. എന്തു കൊണ്ടെന്നാൽ പ്രസവത്തിന്റെ ആ വലിയ നൊമ്പരം അവർക്കുണ്ടായിട്ടില്ല.

ഇല്ല, ആരുമാരും കാത്തിരിക്കാനില്ല. സമുദ്രാന്തങ്ങൾക്കപ്പുറത്തു യുദ്ധ രംഗത്തിൽവച്ച് ഈ ശരീരം ചിന്നിച്ചിതറിച്ചാൽ ആർക്കും ഒരു നഷ്ടവും വരുവാനുമില്ല. അങ്ങനെ വരാതെയിരിക്കുവാൻ ഒരുത്തരും പ്രാർത്ഥിക്കു വാനുമില്ല.

പിറ്റേന്നു രാവിലെ ആ വൃദ്ധയോട് അയാൾ പറഞ്ഞു:

"അമ്മാ, ഞാൻ ഒരു കാര്യം പറയട്ടോ?

"എന്റെ മക്കളു പറ."

"ഞാൻ- ഞാൻ ഒരു നായരാണമ്മാ!"

"അതു മക്കളിന്നലേ പറഞ്ഞതാണല്ലോ."

"എനിക്കു നാടും വീടുമില്ല. ആരുമില്ല."

"അതും നീ അത്താഴമുണ്ടുകൊണ്ടിരുന്നപ്പോൾ പറഞ്ഞല്ലോ?"

"എനിക്കാരുമില്ലമ്മാ!" അയാൾ പൊട്ടിക്കരഞ്ഞുപോയി. ആ വൃദ്ധ അമ്പരന്നുനിന്നു.

അന്നുച്ചയ്ക്ക് ഒരു ചെറിയ കല്യാണം ആ വീട്ടിൽ നടന്നു. അങ്ങനെ ഇരുപത്തഞ്ചാം വയസ്സിൽ നാണിക്കൊരു ഭർത്താവുണ്ടായി.

മനോഹരമായ ഒരു സായാഹ്നമായിരുന്നു അത്. കൊയ്തൊഴിഞ്ഞ ആ പാടം അസ്തമനകാന്തിയിൽ കനകധൂസരമായിരുന്നു. ആ ഏലായുടെ നിശ്വാസംപോലെ മന്ദമാരുതൻ വീശിക്കൊണ്ടിരുന്നു. കാളകളെ അടിച്ചു കൊണ്ട് നുകവും ചുമലിലെടുത്തു പരിക്ഷീണനായ ഒരു കൃഷീവലൻ കടന്നു പോയി. അയാൾ കുശലം ചോദിച്ചു:

“എന്താ ഇവിടെ നിക്കുന്നേ?”

“ചുമ്മാതെ.” രാമൻനായർ മറുപടി പറഞ്ഞു. അയാൾക്കു ബന്ധുക്കളുണ്ടായി!

“ഇന്നെന്തിനു പോകുന്നു?”

എന്നൊരു ചോദ്യം കേട്ട് അയാൾ തിരിഞ്ഞുനോക്കി. അവൾ പിന്നിൽ നില്ക്കുന്നു. അവളെ അയാൾ ഒന്നു സൂക്ഷിച്ചുനോക്കി. അവൾ അവനതാസ്യയായി.

“എനിക്കു പോകണം. ഞാൻ–ഞാൻ–വിധിയുണ്ടെങ്കിൽ കാണാം. നീ കന്യകയായിത്തന്നെയിരിക്ക്.”

അയാളുടെ തൊണ്ട ഇടറുന്നുണ്ടായിരുന്നു.

“ഞാൻ ഇരിക്കാം. എങ്കിലും നാളെ–”

അയാൾ നിഷേധരൂപത്തിൽ തല കുലുക്കി.

പത്തുനാഴിക രാച്ചെന്നു. പൂർണ്ണചന്ദ്രൻ ഉദിച്ചുയർന്നിരുന്നു. ആ പാടത്തു കൂടി പെട്ടിയും തൂക്കിപ്പിടിച്ചുപോകുന്ന രൂപത്തെ അവൾ നോക്കി നിന്നു. അരുവി അതിന്റെ ജീവിതഗാനം പാടിക്കൊണ്ടിരുന്നു.

അവിടെ ഒരു പട്ടാളക്കാരന്റെ ഫാമിലി അലോട്ടുമെന്റ് വരുന്നുണ്ട്. മാസം നാല്പതു രൂപാ. ഒരു ഉരുളി, രണ്ടു ചെമ്പുകലം, മൂന്നാലു കട്ടിലുകൾ ഇത്രയും അവൾ വാങ്ങി. അതിൽ അവളുടെ പേരു വെട്ടിച്ചു. ആ വീട് ഒന്നു പുതുക്കി പ്പണിതു. പറമ്പിനു ചുറ്റും കയ്യാല വച്ചു. പറമ്പിൽ നിറച്ച് ഏത്ത വാഴയാണ്. അവൾ ഇന്നവിടുത്തെ പ്രധാനിയാണ്. അമ്മപോലും അവൾ പറയുന്നതു കേൾക്കും.

എന്നും അമ്പലത്തിൽപോയി അവൾ എന്തൊക്കെയോ പ്രാർത്ഥിക്കു ന്നുണ്ട്. അവിടെ എന്നും ഒരാൾക്കുണ്ണാൻ ചോറിരിക്കും. രാത്രിയിൽ എന്തെങ്കിലും ഒരു ശബ്ദം കേട്ടാൽ അമ്മ വിളിച്ചുചോദിക്കും അതാരെന്ന്. അതുകേട്ട് അവൾ ഉരുണ്ടുപിരണ്ടെഴുന്നേൽക്കും. നിന്റെ നായർ എന്നു വരുമെന്നു കൂട്ടുകാരികൾ ചോദിക്കുമ്പോൾ മാത്രം അവൾക്കുത്തരം പറയാനില്ല.

ഒരു ദിവസം പോസ്റ്റുമാൻ ഒരു വലിയ കവർ കൊടുത്തു. അത് ആ പട്ടാളക്കാരന്റെ ഫോട്ടോയായിരുന്നു. അന്നുമുതൽ ആ വീടിന്റെ മൺഭിത്തിയെ ഒരു പടം അലങ്കരിച്ചു.

മൂന്നു മാസങ്ങൾ കഴിഞ്ഞപ്പോൾ പ്രതിമാസം നൂറുരൂപാ അവളുടെ മേൽവിലാസത്തിൽ വരാൻ തുടങ്ങി. ആറു മാസം കഴിഞ്ഞപ്പോൾ അതു വീണ്ടും വർദ്ധിച്ചു.

ഒരു ദിവസം സ്ഥലത്തുള്ള പോലീസ് സ്റ്റേഷനിൽനിന്നും മൂന്നു വലിയ ഇരുമ്പുപെട്ടികൾ ഏറ്റുവാങ്ങാനുള്ള നോട്ടീസു കിട്ടി. അതു നിറയെ ഉയർന്ന തരം പട്ടാള ഉദ്യോഗസ്ഥന്റെ ഉടുപ്പുകളായിരുന്നു. ഒരു പെട്ടിയിൽ അവൾ അയാളുടെ കഴുത്തിലിട്ട വിവാഹമാല്യം ഉണ്ടായിരുന്നു. അത് ഉണങ്ങി ക്കരിഞ്ഞുപോയി.

നാണി അകാരണമായി നടുങ്ങി.

ഒരാഴ്ചക്കുശേഷം പതിനായിരം രൂപയുടെ ചെക്ക് അവൾക്കു ലഭിച്ചു. പിന്നീടു പ്രതിമാസമുള്ള മണിയാർഡറുകളുമില്ല.

■

സാഹസം

ഞങ്ങളുടെ തെക്കേവീട്ടിന്റെ മുൻവശമുള്ള വഴിയിൽക്കൂടി ഞാൻ പോകുമ്പോൾ പടിക്കൽനിന്ന് ഒരു ചോദ്യമുണ്ടായി.

"ചേട്ടൻ വരുന്ന വഴിയാണോ?"

സ്വരം അപരിചിതമായിരുന്നു. ഞാൻ തിരിഞ്ഞുനോക്കി. പ്രസന്നമായ ഒരു പുഞ്ചിരിയോടുകൂടി യൗവനത്തിലേക്കു കാലൂന്നിത്തുടങ്ങിയ ഒരു കുമാരി നില്ക്കുന്നു. പെട്ടെന്ന് എനിക്ക് ആൾ മനസ്സിലായില്ല.

ആ വീട്ടിലെ ആ കൊച്ചുപെണ്ണ്, മാലതി, ആയിരുന്നു അത്. നാലുകൊല്ലം കൊണ്ട് എന്തൊരു മാറ്റം വന്നിരിക്കുന്നു! അന്നു കുമ്പാള മാത്രമുടുത്ത് ഓടിനടക്കുന്ന ഒരു കൊച്ചു കുഞ്ഞായിരുന്നു. എന്റെ പുറത്ത് അവൾ കയറി മറിഞ്ഞിരുന്നു. ഞാൻ അവൾക്കു സമ്മാനിക്കാൻ ഒരു ഫ്റാക്കാണു തൈപ്പിച്ചുകൊണ്ടു വന്നിരിക്കുന്നത്! ഞാൻ ചോദിച്ചു:-

"അമ്മയില്ലേ മാലതീ ഇവിടെ?"

അവൾ പറഞ്ഞു:-

"അകത്തൊണ്ട്."

"ഞാൻ പോയിട്ടുവരാം. അമ്മയോടു പറയണേ."

ഞാൻ നടന്നു. അല്പദൂരം നടന്നിട്ടു ഞാൻ തിരിഞ്ഞുനോക്കി. അവൾ അവിടെത്തന്നെ നില്ക്കുന്നു.

ആ മുഖത്തിന് ഒരു പ്രത്യേകമായ പുതുമയുണ്ട്. ഒന്നോ രണ്ടോ മുഖക്കുരുക്കൾ കൂമ്പാനെന്നപോലെ കവിളുകളിൽ തുടിപ്പുണ്ടായിരുന്നു. അവളുടെ കണ്ണുകൾ വലുതായി. അവയ്ക്ക് ഒരു നീലിമയുണ്ട്, ചൈതന്യമുണ്ട്, അവ ഒരു ബാലികയുടെ നിഷ്ക്കളങ്കമായ നയനങ്ങളല്ല. അവ സ്വപ്നം കാണുന്നതുപോലെ തോന്നി; ചടുലങ്ങളാകാൻ തുടങ്ങി. അവൾക്കു നല്ല രക്തപ്രകാശമുണ്ട്, അവൾക്ക് ഉന്മേഷമുണ്ട്, അവൾ വളരുകയാണ്, വികസിക്കുകയാണ്.

അവളുടെ അമ്മയാണ് എന്റെ തലതൊട്ടമ്മ. ഞാൻ അവരുടെ മുലയാണ് ആദ്യം കുടിച്ചത്. അങ്ങനെ അവരെയും ഞാൻ അമ്മയെന്നു വിളിച്ചുപോന്നു. എന്നെ മകനെപ്പോലെ സ്നേഹിക്കുകയും ചെയ്തു.

അന്നുച്ചതിരിഞ്ഞു ഞാൻ തെക്കേതിൽ ചെന്നു. അമ്മയ്ക്കു കുറെ മുറുക്കാനും ഒരു പുടവയും നാലഞ്ചു രൂപായും കൊണ്ടുപോയി. അവൾക്കു ഞാൻ ഒരു നല്ല ബ്ലൗസും അന്നു തയ്പിച്ചു.

അമ്മ എന്നെ കണ്ട ഉടൻ ഓടിവന്നു എന്നെ കെട്ടിപ്പിടിച്ചുകൊണ്ടു പറഞ്ഞു.

“എന്റെ മോൻ അങ്ങു വളർന്നേ!” അവർ എന്നെക്കണ്ട് കണ്ണു കുളുർത്തു, ആനന്ദിച്ചു.

“പക്ഷേ ചേട്ടൻ ക്ഷീണിച്ചു പോയമ്മേ.”

വാതുക്കൽനിന്ന് അവൾ പറഞ്ഞു. ഞാൻ അവളെ നേരെ കണ്ടു.

അവൾക്കു പൊക്കംവച്ചു; ശരീരത്തിനു യൗവനത്തിന്റെ നവചൈതന്യം അനുഗ്രഹിച്ചു; അവളുടെ വക്ഷസ്സുയർന്നു; അല്ല നിമിഷംപ്രതി ഉയർന്നുകൊണ്ടിരിക്കുന്നു; ഞാൻ നോക്കിനിന്നുപോയി. അല്പം കഴിഞ്ഞാണ് അത് അപമര്യാദയാണെന്ന് എനിക്കു തോന്നിയത്. എന്റെ നോട്ടം ഏറ്റ് അവളുടെ വക്ഷസ്സു കുഴിഞ്ഞു താഴ്ന്നു എന്ന് എനിക്കു തോന്നി. ഒരു ശരം ഏറ്റതുപോലെ, കിക്കിളിയായതുപോലെ അവൾ കതകിന്റെ പിന്നിലേക്കു മാറി. അവളുടെ കണ്ണുകൾ ഒന്നു ചലിച്ചു. ലജ്ജകൊണ്ട് അവ സുന്ദരമായി. അവളിൽ സ്ത്രീത്വം പ്രകടിതമായി. എല്ലാം അമ്മ കാണുന്നു.

ഞാനും അമ്മയുംകൂടി വളരെനേരം വർത്തമാനം പറഞ്ഞിരുന്നു. എന്റെ ഉള്ളു കിടുകിടാ അടിച്ചുകൊണ്ടിരുന്നു. എനിക്കൊരു ജാള്യത ബാധിച്ചതുപോലിരുന്നു. എന്റെ ദൃഷ്ടികളെ എനിക്കു നിയന്ത്രിക്കാൻ കഴിയാത്തതുപോലെ തോന്നി. കൂടെക്കൂടെ അവ അങ്ങോട്ട് അവളുടെ നേർക്കു പോകുന്നു. എന്റെ വികാരങ്ങൾ എന്നെ വഞ്ചിക്കുന്നു. അങ്ങനെ ഞാൻ അവളെ നോക്കിക്കൂടാ. അവളുടെ മാർവിടത്തിൽ എന്റെ ദൃഷ്ടി പതിഞ്ഞുകൂടാ.

അടുത്ത ദിവസംതന്നെ എനിക്കു നാടുവിടേണ്ടതായി വന്നു.

രണ്ടുകൊല്ലങ്ങൾ വീണ്ടും കഴിഞ്ഞു. എന്റെ വിവാഹം സംബന്ധിച്ചു ഒരു നീണ്ട അവധിയിന്മേൽ നാട്ടിലേക്കു വരികയായിരുന്നു.

എന്റെ വീട്ടിനു തെക്കുമാറി വഴിയരികിൽത്തന്നെ ഒരു പൊതുക്കുളമുണ്ട്. ഞാൻ വരുംവഴി ആ കുളത്തിനടുത്തെത്തിയപ്പോൾ കുളികഴിഞ്ഞ് ഒരു സ്ത്രീ എന്റെ മുമ്പിൽ കുറച്ചകലെയായി പോകുന്നതു കണ്ടു.

ആ രൂപം എന്നെ അത്യധികം ആകർഷിച്ചു. പിന്നിൽനിന്നു നോക്കിയിട്ട്–ഇത്രയും കുറ്റമറ്റ ആകൃതി ഞാൻ കണ്ടിട്ടില്ല. അവളുടെ ചലനം മനോജ്ഞമായിരുന്നു. അധികം പൊക്കമില്ല. പൊക്കത്തിനൊത്ത വണ്ണമുണ്ട്. ധാരാളം തലമുടി. ഉടൽ കുറ്റമറ്റിരുന്നു. അവൾ ഈറനാണുടുത്തിരുന്നത്. ബ്ലൗസും

ബോഡിയും നനച്ചു തോളിലിട്ടിരുന്നു. തോർത്തുമടക്കി മാറുമറച്ചിരിക്കുക യാണ്. ഒരു കൈകൊണ്ടു ഈറമുണ്ടിന്റെ താഴത്തെ തുമ്പു വാരിപ്പിടി ച്ചിരുന്നു. കടഞ്ഞെടുത്തതുപോലെ കണങ്കാലുകൾ കാണാം. അവൾ ക്ഷണം നടക്കുന്നു. ആ വേഗതയിൽ ശരീരത്തോടു പറ്റിച്ചേരുന്ന ഈറൻ മുണ്ടിൽ ചെറിയ ചുളിവുകളുണ്ടാക്കിക്കൊണ്ടു ജഘനം വെട്ടിക്കുന്നുണ്ടായിരുന്നു. അവൾ അരക്കെട്ടിനു തളയായ ഒരു വലിയ അരഞ്ഞാണം ഇട്ടിട്ടുണ്ട്.

ഞാൻ വേഗം നടന്നു. അവൾ ഒന്നു തിരിഞ്ഞു നോക്കി. ഞാൻ മുഖം കണ്ടു, സുന്ദരമായ മുഖം. എനിക്കു ആൾ മനസ്സിലായില്ല. അവളുടെ ഗതിക്കു വേഗത കൂടി. ഞാനും വിട്ടില്ല; അവൾ പതുക്കെ അല്പദൂരം ഓടി.

തെക്കെ വീടിന്റെ പടിക്കലെത്തിയപ്പോൾ ഞാൻ അവളെ ഒട്ടു സമീപിച്ചു. അവൾ പടിപ്പുരയിൽക്കൂടി അകത്തേക്കോടി. അപ്പോഴാണ് അതു മാലതി യായിരുന്നെന്ന് എനിക്കു മനസ്സിലാകുന്നത്.

മുറ്റത്തുകൂടി അവൾ ഓടി അകത്തുകയറി തിണ്ണയിൽനിന്നു തിരിഞ്ഞു നോക്കി. പരിചയസൂചകമായ, സ്നേഹദ്യോതകമായ ഒരു പുഞ്ചിരി അവളുടെ അധരങ്ങളിൽ ഉദയം ചെയ്തു. ആ യുവതിയുടെ ലജ്ജാസുന്ദരമായ നയനങ്ങൾ എന്നെ കണ്ടതുകൊണ്ടുള്ള ഉത്സാഹം കൊണ്ടു വികസിച്ചു.

ഞാനും അങ്ങോട്ടു കയറി. തിണ്ണയിലെത്തിയപ്പോൾ അവളെ കാൺ മാനില്ല. ഞാൻ അമ്മയെ വിളിച്ചു. ആരും വിളികേട്ടില്ല.

"മാലതി! അമ്മയെവിടെ?"

എന്തുകൊണ്ടോ എന്റെ ശബ്ദം തെല്ലു വിറയ്ക്കുന്നതായി തോന്നി. എനിക്ക് അകാരണമായി ഒരു സംഭ്രമവും ഉണ്ടായി. അവിടെ മാലതിയുണ്ട്. അവൾ അകത്തു മുറിക്കുള്ളിൽനിന്നു മുണ്ടു മാറുകയാണ്. ഞാൻ തളത്തി നുള്ളിലേക്കു കയറി.

"ചേട്ടൻ വരുന്ന വഴിയാണോ?"

മുറ്റത്തുനിന്ന് അവൾ ചോദിക്കുന്നു.

അവൾ ഈറൻ മാറിക്കഴിഞ്ഞു. എങ്ങനെ അവൾ പുറത്തിറങ്ങിയോ എന്തോ? ഞാൻ പറഞ്ഞു.

"അതെ, അമ്മയെന്ത്യേ?"

അവളുടെ കണ്ണുകളിൽ സ്ത്രീത്വത്തിന്റെ സുന്ദരമായ ലജ്ജ പൂർണ്ണമായി വികസിച്ചു. ഞാൻ കണ്ടു അവളുടെ വക്ഷസ്സു പൂർണ്ണവളർച്ചയെ പ്രാപിച്ച തായി. ഒരു പുരുഷനെ അവൾ പ്രതീക്ഷിക്കുന്നുവെന്ന് അന്യർ അറിയുന്ന തായി, അവൾ പാകമായ വസ്തുവായതായി അവൾക്കു ബോദ്ധ്യമുണ്ട്. ആ ബോധം അവളുടെ കണ്ണുകളിൽ ഞാൻ ദർശിച്ചു. അവൾ പറഞ്ഞു:

"അമ്മ പശുവിനെ കൊണ്ടുവരാൻ പോയി."

ഞാൻ ഒന്നും മിണ്ടിയില്ല. എന്റെ കരൾ ദ്രുതമായി തുടിക്കുന്നു. എന്തോ എനിക്കുതന്നെ അപ്പോൾ അജ്ഞാതമായിരുന്ന ചില വികാരങ്ങൾ അകത്തു കിടന്നു തുടിക്കുന്നുണ്ട്. ഞാൻ ഒരു ചൂളമടിച്ചു.

ഒട്ടുനേരം ഞാൻ അകത്തും, അവൾ പുറത്തുമായി നിന്നു. അവൾ അകത്തു കയറിവരുമെന്നു ഞാൻ പ്രതീക്ഷിച്ചു. ആ പ്രതീക്ഷ വളർന്നു ഞാനറിയാതെ തന്നെ ഒരു ചോദ്യം എന്റെ വായിൽനിന്നു വീണു.

"നീ എന്താ അവിടെ നില്ക്കുന്നെ?"

ആ ചോദ്യം ഒരു അപമര്യാദയായി പെട്ടെന്ന് എനിക്കു തോന്നി. അവളെ അകത്തേക്ക് എന്തിനാണു വിളിച്ചത്? അതും ഒതുങ്ങിയ ശബ്ദത്തിൽ തൊണ്ട യിടർച്ചയോടെ. ഞാൻ എടുത്തുകൊണ്ടു നടന്നു ലാളിച്ച പെണ്ണാണവൾ. എങ്ങനെ ഞാൻ അവളുടെ മുഖത്തു നോക്കും?

പടിഞ്ഞാറുവശത്തുനിന്ന് അവൾ അമ്മേ എന്നു വിളിക്കുന്നു. ഞാൻ സാഹസം വല്ലതും ചെയ്യുമെന്ന് അവൾ പേടിക്കുന്നുണ്ടാവാം. എന്നോട് എന്തു ബഹുമാനം ആണ് അവൾക്കുണ്ടായിരുന്നത്. എല്ലാം പോയിക്കാണും.

ഞാൻ പുറത്തിറങ്ങി ഓടി.

എങ്കിലും അവളുടെ വികാരത്തെ തട്ടി ഉണർത്തുന്ന രൂപം- അതിനെ മറ്റൊരുതരത്തിൽ ഓർക്കാൻ കഴിഞ്ഞിരുന്നെങ്കിൽ! അതു സാദ്ധ്യമല്ല. എങ്ങനെ സാധിക്കും. ആ അരഞ്ഞാണമണിഞ്ഞ ജഘനം, നനവാർന്ന ചുണ്ടുകൾ- സർവ്വോപരി അവളുടെ ആ ലജ്ജ. വളരുന്ന വികാരത്തെ അമർത്തുവാനുള്ള ശ്രമത്തിന്റെ പ്രകടനമാണ് ആ ലജ്ജ എന്ന് എനിക്കു തോന്നി.

എപ്പോഴും അവിടെ പോയിരിക്കുന്നതു ശരിയല്ലെന്ന് എനിക്കറിയാം. അപഖ്യാതി തീർച്ചയാണ്. എന്നാലും ഞാൻ എപ്പോഴും അവിടെയാണ്. തിണ്ണയിൽ തെക്കേ അറ്റത്ത് ഒരു ഈസിച്ചെയറുണ്ട്. അതിൽ കിടക്കും. അവിടെ കിടന്നാൽ അടുക്കളയിലെ എല്ലാ വിശേഷവും കാണാം. അങ്ങനെ അവളെ ഞാൻ കണ്ടുകൊണ്ടേ കിടക്കും.

എന്നാൽ ഞങ്ങൾ തമ്മിൽ സംസാരിക്കാറില്ല. ഞാൻ അവിടെ ഉള്ളതായി അവൾ ഭാവിക്കാറില്ലെങ്കിലും എന്റെ സാന്നിദ്ധ്യത്തെക്കുറിച്ച് അവൾക്ക് എപ്പോഴും ഓർമ്മയുണ്ട്.

എനിക്ക് ഒന്നാന്തരം സന്ദർഭങ്ങൾ ലഭിച്ചിട്ടുണ്ട്. പക്ഷേ ഞാൻ പ്രയോജന പ്പെടുത്തിയിട്ടില്ല. ഞങ്ങൾ മാത്രമുള്ള മണിക്കൂറുകൾ അനവധിയാണ്. മിണ്ടാതെ, അനങ്ങാതെ, ഞാൻ അങ്ങനെ കൊതിപിടിച്ച് ഓർത്തോർത്ത് ആ കസേരയിൽ കിടക്കും. അടുക്കളയിൽ ജോലിചെയ്യുന്ന അവൾ എന്റെ കണ്ണിനു മുമ്പിലുമുണ്ട്. ആ സന്ദർഭം കഴിയുമ്പോൾ അതു കളഞ്ഞല്ലോ എന്നു ഞാൻ ഖേദിക്കും.

ഒരു ദിവസം അങ്ങനെ ഒരു സന്ദർഭത്തിൽ വളരെ ആലോചിച്ചു ഞാൻ പറഞ്ഞു.

"കുറച്ചു വെള്ളം തരൂ മാലതി."

അവൾ വെള്ളവും കൊണ്ടടുത്തു വരുമ്പോൾ ഞാൻ നിശ്ചയിച്ചുറച്ച താണ്. ഇന്ന് അതു സാധിക്കണം. അവൾ വെള്ളവും കൊണ്ട് അടുത്തടുത്തു വരുന്നതു ഞാൻ കണ്ടു. അവൾ അടുത്തു വന്നു വെള്ളം കൊണ്ടുവച്ചു. അങ്ങു പോയി. ഞാൻ അങ്ങനെ ഇരിക്കുകയാണ്.

എനിക്ക് ഈ കാത്തിരിപ്പു സഹിച്ചുകൂടാ! എത്ര നാൾ ഇരിക്കും. ഒരു പക്ഷേ എന്റെ മടയത്തരം കൊണ്ടായിരിക്കാം ഇതു സാധിക്കാത്തത്. എനിക്കു ധൈര്യമില്ല. ധൈര്യമായി സമീപിച്ചാൽ- അതെ, അവളും രക്തവും മാംസവുമാണ്. തിളയ്ക്കുന്ന രക്തവും മജ്ജ ഊറുന്ന മാംസവും! അങ്ങനെ ഞാൻ പിടിക്കുന്നതു നോക്കിയിരിക്കയാവാം.... പക്ഷേ സ്ത്രീ ഇതിൽ മുൻകൈ പ്രവർത്തിക്കയില്ല. അവൾക്കു വഴങ്ങാനാണു വാസന.

ഒരു സന്ധ്യാസമയം. അവിടെ ആരുമില്ല. പടിഞ്ഞാറുവശത്ത് വാഴക്കൂട്ടത്തിൽ അവൾ തല കോതിക്കൊണ്ടു നില്ക്കുകയായിരുന്നു. ഞാൻ പെട്ടെന്ന് അവളുടെ മുമ്പിൽ പ്രത്യക്ഷനായി. ഞങ്ങൾ പരസ്പരം നോക്കി ഒട്ടുനേരം നിന്നു. അവൾ തല കുനിച്ചു. ഞാൻ അവളുടെ കൈയ്ക്കു കടന്നു പിടിച്ചു.

അവൾ തലകുനിച്ചു നില്ക്കുകയാണ്. അവളുടെ കൈ എന്റെ പിടിയിൽ ഞെരിയുന്നുണ്ട്. എത്ര നേരം ഞങ്ങൾ നിന്നു എന്ന് എനിക്കറിഞ്ഞുകൂടാ. വളരെനേരം നിന്നിരിക്കണം. അവൾ കൈ ഒന്നു തിരിച്ചു.... ഞാൻ പിടി വിട്ടു... അവൾ പോയി.

നല്ല ഇരുട്ടായിരുന്നു എത്ര നേരം അവൾ നിന്നു തന്നു. കഷ്ടം ഞാൻ തിരുമടയൻ തന്നെ. ഒരു പക്ഷേ നിറഞ്ഞ പുച്ഛത്തോടായിരിക്കാം അവൾ പോയത്.

"ഓ! ഈ ചേട്ടന് എപ്പോഴും നേരമ്പോക്കാ."

അവൾ പോയി. എന്റെ അകംനിറഞ്ഞ ആഗ്രഹത്തെ അവൾ നേരമ്പോക്കായി ഗണിച്ചുകളഞ്ഞു.

വീണ്ടും സൗകര്യം നോക്കി ഞാൻ അപേക്ഷിച്ചു.

"ഞാൻ എത്ര നാളായി ആഗ്രഹിക്കുന്നു മാലതി."

"ഓ! പിന്നെ."

അവൾ കടന്നു കളഞ്ഞു

അങ്ങനെ അവൾ എന്റെ പ്രാർത്ഥനകൾക്കു നേരിട്ടൊരു മറുപടി തരാതെ ഒഴിഞ്ഞുമാറിക്കൊണ്ടിരുന്നു. അവളുടെ ഭ്രാന്തുപിടിപ്പിക്കുന്ന ആ നാണം

ഒന്നിനൊന്ന് ആശ വളർത്തുമാറ് പ്രകടമായിക്കൊണ്ടുവരുന്നു. അവൾ എന്റെ പ്രാർത്ഥനകളെ നിഷേധിക്കുന്നുമില്ല.

ഒരുപക്ഷേ പേടികൊണ്ടായിരിക്കാം; അല്ലെങ്കിൽ സന്ദർഭമില്ലാഞ്ഞായിരിക്കാം. അവൾ എന്നോടു മുഷിയുന്നുമില്ല.

ഒരു ദിവസം ഞാൻ അവളോടു പറഞ്ഞു.

"കതകിന്റെ സാക്ഷയിടരുതു കേട്ടോ."

അവൾ ഒന്നും മിണ്ടാതെ പോയി.

ഒരുപക്ഷേ അവൾ കേട്ടില്ലായിരിക്കാം.

ഞാൻ വീണ്ടും പറഞ്ഞു.

ഒരു രാത്രി മുഴുവൻ ആ കതകിനു പുറത്തു കുത്തിയിരുന്നു കൊട്ടിയും വിളിച്ചും കഴിഞ്ഞുകൂടിയതിനെക്കുറിച്ച് എനിക്കവളോടു പരാതി പറയാനുണ്ടായിരുന്നു.

എല്ലാ ഉപായവും കഴിഞ്ഞു. എനിക്കു മനസ്സുമുട്ടി. ഒരു ദിവസം ഞാൻ ആത്മഹത്യ ചെയ്യുമെന്നുപോലും പറഞ്ഞു. അതു കേട്ടിട്ടും അവൾക്കു കൂസലില്ല. എങ്ങനെയും സാധിക്കണമെന്നു ഞാൻ നിശ്ചയിച്ചു.

ഒരു ദിവസം എന്നെങ്കിലും, ഞാൻ നിന്റെ മുറിയിൽ കാണും.

മുറിയുടെ മൂലയിൽ ഞാൻ പതുങ്ങി നില്ക്കുകയായിരുന്നു. അവൾ കിടക്കമുറിയിലേക്കു കയറി. കയ്യിൽ ഒരു വിളക്കുമുണ്ട്. എന്നെ അവൾ കണ്ടു. അവൾ നടുങ്ങി. പെട്ടെന്ന് അവൾ വിളക്ക് ഊതിയണച്ചു. എന്നിട്ട് കയറിവന്ന വാതിൽ അടച്ചു സാക്ഷയിട്ടു.

ആവൂ! അവൾ അനുകൂലിതന്നെ എന്നു തീർച്ചയായി. ഞാൻ സാവധാനത്തിൽ, ആ ഇരുട്ടിൽ തപ്പിത്തടഞ്ഞ് അവളുടെ അടുത്തെത്തി. എന്റെ കൈകൾ അവളുടെ ശരീരത്തിൽ മുട്ടി. അവൾ എന്റെ രണ്ടു കരങ്ങളും കൂട്ടിപ്പിടിച്ചു. എന്നെ കട്ടിലിൽ ഇരുത്തി. അവളും അടുത്തിരുന്നു.

അങ്ങനെ അവളുടെ പിടിയിലമർന്നു ഞാൻ ഇരുന്നു. വളരേനേരം കഴിഞ്ഞു. ഞാൻ വളരെ പതുക്കെ പറഞ്ഞു.

"ഞാൻ സന്ധ്യയ്ക്കുമുമ്പേ ഈ മുറിയിൽ കയറിയതാണ്."

ഒരു കൈയ്ക്കുള്ളിൽ എന്റെ കൈകൾ അമർത്തിക്കൊണ്ടു മറ്റേകൈ കൊണ്ട് അവൾ എന്റെ വായ്പൊത്തി. ആരും പിന്നെ മിണ്ടിയില്ല.

ഞാൻ എത്രനേരം വേണമെങ്കിലും കാത്തിരിക്കാം.

അങ്ങനെ മണിക്കൂറുകൾ ചിലതുകൂടി കഴിഞ്ഞു. അവൾ എന്റെ കൈകൾ കൂട്ടിപ്പിടിച്ചു വച്ചിരിക്കുകയാണ്.

എങ്ങും നിശ്ശബ്ദത. ഏവരും ഉറങ്ങി. പാതിരാക്കോഴി കൂവി.

അവൾ പതുക്കെ എന്റെ ചെവിയിൽ ചോദിച്ചു.

"ഇതു ശരിയാണോ ചേട്ടാ?"

അവൾ അല്പം ഗൗരവത്തിലാണ് ചോദിച്ചതെന്ന് എനിക്കു തോന്നി. കാര്യമായി, ശരിക്കുത്തരം പറയുവാനായി ചോദിച്ചതാണ്. എനിക്ക് ഒന്നും പറയുവാനില്ല. അവൾ തുടർന്നു.

"ഞാൻ ഇങ്ങനെ അല്ല ചേട്ടനെ വിചാരിച്ചത്." എന്റെ രക്തം തണുത്തു തുടങ്ങി. ആ ഇരുളിൽ ഞാൻ അവളുടെ മുഖം കണ്ടു. ഒരു ജലകന്യകയുടെ തേജസ്സുള്ള മുഖം! അവൾ ചോദിക്കുന്നു. അവൾ തുടർന്നു.

"ചേട്ടൻ എന്നെ എടുത്തുകൊണ്ടുനടന്നു കളിപ്പിച്ചതാണ്. ചേട്ടൻ എന്നെ ഉടപ്രന്നവളായി കരുതിയിട്ട്"– അവൾ അർദ്ധോക്തിയിൽ വിരമിച്ചു. അതെ അതു ശരിയാണ്!

അവൾ വീണ്ടും പറഞ്ഞു.

"ഇതമ്മ അറിഞ്ഞാൽ– ചേട്ടൻ ഓർത്തുനോക്കൂ."

അവൾ പലതും വീണ്ടും പറഞ്ഞു. അവൾ ഗർഭിണിയായാൽ എന്തു ചെയ്യും? അവൾക്കു ഒരു നല്ല ഭർത്താവു വരണമെന്ന് എനിക്ക് ആഗ്രഹമില്ലേ എന്ന് അവൾ ചോദിച്ചു. അവൾ ആ ഭർത്താവിനുവേണ്ടി അവർ തമ്മിലുള്ള ഐക്യത്തിനുവേണ്ടി അവളുടെ കന്യകാത്വം സൂക്ഷിക്കേണ്ടേ? ഞാൻ വിവാഹം കഴിക്കുവാൻ പോകുന്നവൾക്ക് ഇങ്ങനെ ഒന്നു സംഭവിക്കുക യാണെങ്കിൽ– ഒന്നാലോചിക്കാൻ അവൾ ആവശ്യപ്പെട്ടു.

അവളുടെ യുക്തികൾ ഫലിച്ചു. ഞാൻ ചിന്തിച്ചു. എന്റെ രക്തം ഉറയുക തന്നെ ചെയ്തു. ഒരക്ഷരം ഞാൻ പറഞ്ഞില്ല. അതെ, ഇതൊരു തെറ്റാണ്!

അവൾ പിടിവിട്ട് എന്റെ കൈകളെ സ്വതന്ത്രമാക്കിക്കൊണ്ടു പറഞ്ഞു. "ഇനിയും ചേട്ടന് ആഗ്രഹമുണ്ടെങ്കിൽ ഞാൻ തയ്യാറാണ്."

ഞാൻ മിണ്ടാതിരിക്കുകയാണ്. എനിക്കു വല്ലവിധത്തിലും അവിടെ നിന്നും പോയാൽ മതി. ആരെങ്കിലും ഇതറിയുമോ എന്നായി എന്റെ ഭയം.

ഞാൻ അങ്ങനെ ഇരുന്നു. അവളും അടുത്തിരുന്നു. ഏഴരക്കോഴി കൂകി. ഇപ്പോൾ നിലാവ് ഉദിച്ചു കാണും. ഞാൻ പറഞ്ഞു.

കതകു തുറക്ക്, ഞാൻ പോകട്ടെ.

അവൾ ചോദിച്ചു.

"പോകുകയാണോ?"

"അതെ."

അവൾ കതകു തുറന്നു. ഞാൻ പുറത്തിറങ്ങി ഓടി.

വെളുത്ത കുഞ്ഞ്

മൂന്നു ദിവസമായി അവൾക്കു പ്രസവവേദന തുടങ്ങിയിട്ട്. തീണ്ടപ്പുരയിൽ*നിന്ന് അതിദീനങ്ങളായ ഞരക്കങ്ങൾ കേട്ടുകൊണ്ടിരുന്നു. അവൾ പ്രാണവേദന അനുഭവിക്കുകയാണ്.

കർക്കടകമാസക്കാലം. വലിയ വെള്ളപ്പൊക്കം. ഒരാഴ്ചയായി സൂര്യനെ കണ്ടിട്ട്. അത്യുഗ്രമായി കാറ്റും അടിച്ചുകൊണ്ടിരുന്നു. തിരകൾ ഉയർന്നു മറിയുന്ന ഒരു വലിയ പാടത്തിന്റെ മധ്യത്തിലാണ് ആ പറത്തറ. അടുത്തെങ്ങും വീടുകളില്ല. അങ്ങകലത്തിൽ തണുപ്പിലും കാറ്റിലും മരവിച്ച്, മഴയിൽ മങ്ങിക്കാണുന്ന കരയാണ് അയൽപക്കം.

കൊടുങ്കാറ്റിന്റെ അലർച്ചയ്ക്കിടയിൽ പ്രാണവേദനയോടെയുള്ള അവളുടെ നിലവിളി കേൾക്കായി. സംഭ്രാന്തനായി ഇട്ട്യാതി ചാടി എഴുന്നേറ്റു. അവൻ കുടിലിനു പുറത്തിറങ്ങി തീണ്ടപ്പുരയിലേയ്ക്കു നടന്നു.

അവൾ ആ പ്രാണവേദനയ്ക്കിടയിൽ പറയുന്നത് അയാൾ കേട്ടു: "അയ്യോ! ആ അരുംപാവി- എനക്കു മേലേ ഏനമ്മോ!"

അവൾ ആരെയാണ് പാപി എന്നു പറയുന്നത്?

ഒരു അജ്ഞാതമായ അപരാധബോധംകൊണ്ട് ഇട്ട്യാതിയുടെ ഹൃദയം നൊന്തു. അവൻ പുറത്തുനിന്ന് അവളോടായി പറഞ്ഞു: "ഏനിത് അറിഞ്ഞോടീ?"

അവൾ ഇപ്പോൾ അനുഭവിക്കുന്ന കഠിനവേദനയ്ക്കു കാരണക്കാരനായ മനുഷ്യനെയാണ് ചിരുത ശപിക്കുന്നത്. അവനെയാണ് പാപി എന്നു വിളിക്കുന്നത്. അത് ഇട്ട്യാതിക്കു മനസ്സിലായി.

അവൻ നിശ്ചയിച്ചു, ഇനി ഇല്ല.

ആ തീണ്ടപ്പുരയിൽനിന്ന് ഒരു ശബ്ദം പൊങ്ങിവന്നു. ഇട്ട്യാതി ഉൽക്കണ്ഠാകുലനായി ചോദിച്ചു: "എങ്ങനെ ഇർക്കണു?"

---

* കുട്ടനാടൻ പുലയർക്കു പ്രസവിച്ച സ്ത്രീയെ തീണ്ടലുണ്ട്. പ്രസവാവശ്യത്തിന്നു താല്ക്കാലികമായി ഉണ്ടാക്കുന്ന കുടിലിന്നു തീണ്ടപ്പുര എന്നു പേർ. ഗർഭിണി മാസം തികയുമ്പോൾ ആ കുടിലിലേയ്ക്കു മാറണം. പ്രസവാനന്തരം കുറെ ദിവസങ്ങൾ കഴിഞ്ഞേ സ്ഥിരം കുടിലിലേയ്ക്കു മാറാവൂ.

“താനങ്ങു പോ.” ആ പറച്ചി പറഞ്ഞു.

അകത്തു കയറിച്ചെന്ന് അവളോടു സമസ്താപരാധവും പൊറുക്കണ മെന്ന് അപേക്ഷിക്കുവാൻ ഇട്ട്യാതിക്കു തോന്നി; ഇനി ഇങ്ങനെ വരിക യില്ലെന്ന് ഉറപ്പു കൊടുക്കണമെന്ന്. വന്നതു വന്നുപോയി.

പ്രിയതരമായ ഒരു സ്വപ്നപരമ്പരയുടെ അവസാനമാണിത്. ജീവിത ത്തിലെ ഒരു ദശാസന്ധിയുമാണ്. നിങ്ങളുടെ ഭാര്യ ഗർഭമുണ്ടെന്നു നിങ്ങ ളോടു ലജ്ജാവനതമുഖിയായി അറിയിക്കുമ്പോൾ നിങ്ങൾ എങ്ങനെ ആഹ്ലാദിക്കുന്നു?

ഇട്ട്യാതി അന്നു ദിവസവും അവളുടെ വയർ തടവി നോക്കും, കുഞ്ഞിന്റെ വളർച്ച അറിയാൻ. ആ വയറിൽ ഇട്ട്യാതി ആയിരം ഉമ്മവച്ചു. കറുത്തു കൊഴുത്ത ആ കൊച്ചു കുസൃതിക്കിടാത്തനെ അവന്നു കാണാൻ വൈകിക്കഴിഞ്ഞു. പത്തു വയസ്സു പതിനാറു വയസ്സ്- ഇങ്ങനെ അവൻ വളരുന്നു. അവൻ വളർന്നാൽ വേലയ്ക്കു മറ്റ് ആരേയും കൂട്ടിന്നു വിളിക്കണ്ട. അവനും ഒരു കൊച്ച് ഇട്ട്യാതിയായിരിക്കും.

അഴകുള്ള കറുത്ത നിറം, ചുരുണ്ട തലമുടി, ഉണ്ടക്കണ്ണുകൾ, നല്ല ആരോഗ്യമുള്ള ശരീരം- ഇങ്ങനെ അവൾ പറയരുടെ കൂട്ടത്തിൽ സുന്ദരി യായിരുന്നു. നല്ല വെളുത്ത മുണ്ടുടുത്തേ അവൾ നടക്കൂ. അവൾ തലമുടി ചീകും, പൊട്ടു തൊടും, നിത്യവും കുളിക്കും. അവളെ ചില പ്രായംചെന്ന പറച്ചികൾ ശൃംഗാരി എന്നു വിളിച്ചു പോന്നു. യഥാർത്ഥത്തിൽ, അവളുടെ നോട്ടത്തിലും നടപ്പിലും വാക്കിലും അതിന്റെ ഛായ ഉണ്ടായിരുന്നു താനും.

സന്ധ്യ കഴിഞ്ഞതേയുള്ളൂ. പക്ഷേ കൂറ്റാക്കൂറ്റിരുട്ടായിരുന്നു. മഴയും കാറ്റും ശമിച്ചിട്ടില്ല. വെള്ളം നിമിഷം പ്രതി ഉയരുന്നു.

പറച്ചിവയറ്റാട്ടി-നീലി- തീണ്ടപ്പുരയിൽനിന്നു പുറത്തിറങ്ങിവന്നു. അവളെക്കൊണ്ട് അസാധ്യമാണെന്നു നീലി ഇട്ട്യാതിയെ അറിയിച്ചു.

“നീ പോയി കണ്ണന്ത്ര പെമ്പളാമ്മയെ വിളിച്ചോണ്ടുവാ.”

ഒരു ക്ഷണം ഇട്ട്യാതി ചിന്താമഗ്നനായി.

അവിടെ വള്ളമില്ല. അവൻ എങ്ങനെ ഒറോതപ്പെമ്പിളയെ കൊണ്ടുവരും.

തോർത്തുമുണ്ട് ഉരിഞ്ഞു തലയിൽ കെട്ടിക്കൊണ്ട് അവൻ ആ ജലാശയ ത്തിലേയ്ക്കു ചാടി. കാറ്റിന്റെ അലർച്ചയും അലകളും ശബ്ദവും മാത്രം കേൾക്കുന്നുണ്ട്. അങ്ങ് അക്കരെ നക്ഷത്രങ്ങൾ പോലെ വിളക്കുകൾ നിരന്നു കാണുന്നു.

തീണ്ടപ്പുരയിൽ ഒരു കൊച്ചു മണ്ണെണ്ണവിളക്കു കത്തുന്നുണ്ട്. ഓലകൾ പൊങ്ങി കാറ്റും തൂവാനവും അകത്തു കയറുമ്പോൾ ആ ചെറുദീപം കെടാൻ തുടങ്ങും. ഒരു കീറപ്പായിലാണ് ഗർഭിണി കിടക്കുന്നത്. അകത്തേയ്ക്കു വെള്ളം എത്തിനോക്കിത്തുടങ്ങി.

അതിദയനീയങ്ങളായ രോദനങ്ങൾ! അപ്പോഴും അവൾ ആരെയൊക്കെയോ ശപിക്കുന്നു. നീലി, "അങ്ങനെ പറയാതെ മോളേ" എന്നു നിറഞ്ഞ കണ്ണുകളോടെ പറയുന്നു. ഉടയതമ്പുരാൻ അവളെ രക്ഷിക്കും.

"ഏൻ ചാകും." അതാണ് ചിരുതയുടെ മറുപടി. "ഏനു ചത്താ മതി."

ആ കൊടിയ തണുപ്പിലും അവൾ വിയർത്തൊലിക്കുന്നു! അവൾക്ക് ഇരിക്കാൻ വയ്യാ, കിടക്കാൻ വയ്യാ, നില്ക്കാൻ വയ്യ.

ഇങ്ങനെ പല രംഗങ്ങളും കണ്ട വയറ്റാട്ടിയുടെ മനസ്സും അലിഞ്ഞുപോയി. ഒരുപക്ഷേ അവൾ മരിച്ചു പോയേക്കാം. നീലി ചിന്തിച്ചു: "പേറും പിറപ്പും ഇല്ലാതിരിക്കയാണ് നന്ന്."

ഇട്ട്യാതി വരുന്നുണ്ടോ എന്നറിയാൻ കൂടെക്കൂടെ ഓല പൊക്കി നീലി പുറത്തു നോക്കും. ഒന്നും കാണുവാനില്ല. ആ വിളക്കുകൾ എല്ലാം അണഞ്ഞു. ചിരുത ചോദിച്ചു: "അയ്യാളെന്ത്യേ?"

"കണ്ണന്ത്ര അമ്മെ വിളിക്കാനെക്കൊണ്ടുപോയി."

"അയാളെ എന്തിനാ കഠപ്പെടുത്തണ്?"

"പിന്നാരൊണ്ടു മോളേ?"

ചിരുത ഒരു മഹാപാപിയെ ശപിക്കുന്നു.

എന്തോ ഓർത്തുകൊണ്ട് കുറച്ചു നേരം കിടന്നിട്ട് അവൾ നീലിയോട് ആവശ്യപ്പെട്ടു: "ആ നാച്ചിപ്പാട്ട് ഒന്നു പാടിക്കേ, അമ്മച്ചി! എന്നാലെക്കൊണ്ട് ഏനൊന്നു മയങ്ങാം."

നീലി പാടിത്തുടങ്ങി:

"താരനത്താരനത്താരനത്തെയ്യോം

താരനത്താരനത്താരനത്തെയ്യോം."

ആ വൻകാറ്റിന്റെ ചൂളത്തിൽ വികലമായി അസംസ്കൃതസംഗീതം കൊച്ചുകുടിലിന്റെ പരിസരത്തിൽ പരന്നു. അജ്ഞാതനായ ഒരു പുരാതന പറയകവി, വാചകശുദ്ധിയും വാക്യശുദ്ധിയും ഇല്ലാതെ പണ്ടു പാടിയതാണ്. അയാൾ ആ സമുദായത്തിന്റെ സംസ്കാരപ്രതിനിധിയായിരുന്നു.

"താരനത്താരനത്താരനത്തെയ്യോം." ശോകാത്മകമായ ഒരു മധുര സംഗീതത്തിന്റെ പല്ലവി!

ആ പരിഷ്കാരമില്ലാത്ത സമുദായക്കാരുടെ ഇടയിൽ ഒരു കഥയുണ്ട്. പണ്ടുപണ്ട് ഒരു പറച്ചി മനസ്സറിയാതെ പിഴച്ചതും, അതിന് അവൾക്കു ലഭിച്ച ശിക്ഷയും. അതാണ് ആ പാട്ട്; അമ്മയുടെ മടിത്തട്ടിലും, വേലത്തലയ്ക്കലും ഒക്കെവെച്ച് ഒരു പറക്കിടാത്തി പഠിക്കുന്ന കഥ. അവളുടെ പുരാണം അതാണ്... അങ്ങനെ ഇന്നുവരെ ഒരു പറച്ചി മാത്രമേ വഴി തെറ്റിയിട്ടുള്ളൂ.

നീലി പാടിക്കൊണ്ടിരിക്കുമ്പോൾ ചിരുത പറഞ്ഞു:

"അമ്മച്ചീ, ഏന് ഒരു കാര്യം പറാം. ആരോടും പറേല്ല്."

"ഇല്ല മോളേ!"

"അല്ലേ, വേണ്ട."

ചിരുത പറഞ്ഞില്ല; നീലി നിർബന്ധിച്ചുമില്ല.

തീണ്ടപ്പുരയുടെ ചെറ്റ പൊക്കി ഒറോതപ്പെമ്പിള അകത്തു കടന്നു. അപ്പോൾ അകത്തേക്കു കാറ്റടിച്ചു വിളക്കണഞ്ഞു. വിളക്കു കൊളുത്താൻ അവിടെ തീയുമില്ല.

ഇട്ട്യാതി എവിടെനിന്നോ ഒരു വള്ളം വാങ്ങിയാണ് ഒറോതയെക്കൊണ്ടു വന്നത്. അതിൽക്കയറി അയാൾ വിശാലമായ ഇരുട്ടിൽ വീണ്ടും അപ്രത്യക്ഷ നായി.

ഓറോതയോടു നീലി കാര്യങ്ങൾ പറയുകയാണ്. ചിരുത നിലവിളി ക്കുന്നു. അപ്പോൾ ഒറോത അവളെ ശാസിച്ചു: "പെണ്ണുങ്ങക്ക് ഇങ്ങനെയൊ ക്കെയൊണ്ടടീ."

"ഏനു പെറണ്ട, ചത്താ മതി."

"ചത്താ മതിയോ? ഇതാ ഇപ്പം കൂത്ത്. ദൈവം തമ്പുരാൻ നിച്ചയിച്ചാ രണ്ടു നാഴികയ്ക്കകം വീർപ്പു പിടിപ്പിക്കാം."

"വേണ്ടമ്മച്ചി."

അപ്പോഴും ചിരുത ശപിക്കുന്നു. അങ്ങനെ അരുതെന്നു നീലി ഉപദേശിച്ചു. അവൾ പറഞ്ഞു: "പാവം കിടാത്തൻ! അവൻ പുല്ലു തിന്നാത്തതു പൈക്കടെ പാക്യം. അവനു ജീവനാ ഇവളെ. പാവത്തിന്റെ കഠപ്പാട്-"

"അയാളെ അല്ലമ്മച്ചി!"

ഒറോത ഈർഷ്യയോടെ ചോദിച്ചു: "പിന്നാരെയാ? ഒടേതമ്പുരാനെയോ?"

വീണ്ടും ചിരുത പിഴച്ചുപോയ ആ പഴയ പറച്ചിയെക്കുറിച്ചു ചോദിച്ചു. അവൾ എങ്ങനെ പിഴച്ചു? ആ കഥ അതിൽ വ്യക്തമല്ല. നീലി അത് ഒന്നുകൂടി പാടാ മെന്നു പറഞ്ഞു. പക്ഷേ ചിരുതയ്ക്കു കേൾക്കണ്ട. ആ പറച്ചിക്കു വയറ്റി ലുണ്ടായോ എന്നു ചിരുതയ്ക്കറിയണം. അവൾ പ്രസവിച്ചോ? ആ കുട്ടി എങ്ങനെ, നല്ലവനായോ ദുർമ്മാർഗ്ഗിയായോ വളർന്നത്?

"നീ എന്തിനാ ഇതറിയുന്നേ?"

"ചുമ്മാ അമ്മച്ചി! ഞാൻ ഒരു കാര്യം പറാം. ആരോടും പറേല്ല്."

"ഇല്ല മോളേ."

“മങ്കളാവൂ പണിതപ്പം ഏൻ വേലയ്ക്കു പോയി.”

നീലി മൂളിക്കേട്ടു. പക്ഷേ ചിരുത പിന്നീട് ആ കാര്യം തുടർന്നില്ല.

ഇട്ട്യാതി തീയുമായി തിരിച്ചുവന്നു. ആ മഴയിൽ അവൻ തീ കെടുത്താതെ സൂക്ഷിച്ചത് അത്ഭുതമായിരുന്നു.

ഒറോത ചിരുതയുടെ വയർ തടവി നോക്കി. കുറെ എണ്ണ കൊണ്ടു വരുവാൻ അവൾ പറഞ്ഞു. എണ്ണ അവിടെയില്ല. ഒറോത ഇട്ട്യാതിയെ ശകാരിച്ചു. അവൻ അവന്റെ കടമ അറിയേണ്ടതായിരുന്നു എന്നു ഗുണദോഷിച്ചു. ചിരുത പറഞ്ഞു: “അയ്യാളെന്തിനറിയണം അമ്മച്ചി?”

പുറത്തു നിന്ന ഇട്ട്യാതി ഒന്നു നടുങ്ങി. ഒറോതയുടെ ശകാരം അയാളെ തെല്ല് ആശ്വസിപ്പിക്കുകയാണ് ചെയ്തത്. പക്ഷേ എന്തിന്നറിയണമെന്ന് അവൾ ചോദിക്കുന്നു? കുറ്റപ്പെടുത്തലോ പരിഭവമോ? അവളുടെ ഏത് ആവശ്യങ്ങളാണ് സാധിക്കാതെ ഇരുന്നിട്ടുള്ളത്? ഒന്നുമില്ല.

“ഏനറിഞ്ഞോ ചിരുതേ, എണ്ണമേണമെന്ന്?” ഇട്ട്യാതി ചോദിച്ചു.

“അതല്ല.”

അത്യുച്ചത്തിലുള്ള രോദനങ്ങൾ!

“കൈ രണ്ടും ചവിട്ടിപ്പിടിച്ചോ” എന്നു പറച്ചി പറയുന്നു. എന്തു ഹേമദണ്ഡമാണ് അകത്തു നടക്കുന്നത്! ‘അയ്യോ, അയ്യോ’ എന്നവൾ നിലവിളിക്കുന്നു!

ഇട്ട്യാതിക്കു ഭ്രാന്തു പിടിച്ചു. അയാൾ കൈവിരലുകൾ കോർത്തു ഞെരിച്ചു. ഈശ്വരനെ വിളിച്ച് ആയിരം വഴിപാടുകൾ നേർന്നു.

അപ്പോഴും കൊടുങ്കാറ്റലറുന്നു. അലകൾ അടിച്ച് ആ ദുർബ്ബലമായ തീണ്ടപ്പുര ആടുന്നു. അങ്ങു കരയിൽ ഒരു ദീപംപോലും കാണ്മാനില്ല. ആ കൊച്ചു കൊട്ടിലിലെ ഉൽക്കണ്ഠകളും ഹൃദയയാതനകളും കഷ്ടതകളും ആരറിയുന്നു? അങ്ങ് അക്കരെയുള്ള തമ്പുരാന്റെ ഗൃഹങ്ങളെ പുതച്ചു മൂടുന്ന അന്ധകാരം, അതിന്റെ ഞൊറികൾക്കിടയിൽ ഈ കൊച്ചുകുടിലിനേയും ചേർത്തു.

അവളുടെ ശബ്ദം കേൾക്കാനില്ല. പെണ്ണുങ്ങൾ ഇരുവരും മന്ത്രിക്കുന്നു. ഇട്ട്യാതിയുടെ കരൾ പൊട്ടുന്നു. അയാൾ ഒറോതപ്പെമ്പിളയെ വിളിച്ചു. ആരും ഒന്നും മിണ്ടിയില്ല. ഓലക്കണ്ണുകൾക്കിടയിലൂടെ ഇട്ട്യാതി അകത്തേയ്ക്കു നോക്കി. അവൾ രക്താഭിഷിക്തയായി മലർന്നു കിടക്കുന്നു. വയർ അപ്പോഴും വീർത്തുതന്നെ ഇരിക്കുന്നു.

“ഹെന്റെ ചിരുതേ!” എന്ന് ഇട്ട്യാതി അത്യുച്ചത്തിൽ നിലവിളിച്ചു. അതെന്തൊരു കിടപ്പാണ്! ചെറ്റയുടെ ഒരോല അയാൾ വലിച്ചുപൊളിച്ചു. നീലി പുറത്തുവന്ന് അയാളെ കൊട്ടിലിലേക്കു കൊണ്ടുപോയി.

ആ ദീപം അണഞ്ഞു. വീണ്ടും അവൾ കരഞ്ഞുതുടങ്ങി. മണ്ണെണ്ണ വാങ്ങാൻ അയാൾ വള്ളത്തിൽ കയറി വീണ്ടും യാത്രയായി.

അല്പനേരം കഴിഞ്ഞു ചിരുത നീലിയോടു ചോദിച്ചു: "അമ്മച്ചീ, ഇതൊള്ള താണോ?"

"ഏതാ മോളേ?"

"ആ പാട്ട്."

"അതേ മോളെ, അമ്മച്ചി പാടട്ടെ."

"വേണ്ടമ്മച്ചി, ഏന് അതു കേൾക്കണ്ട."

ആ അന്ധകാരത്തിൽ ആരെയോ ആലിംഗനം ചെയ്യാൻ കൈ ഉയർത്തി. ആരോ അവളെ നോക്കിച്ചിരിക്കുന്നു. ആരുടേയോ കണ്ണുനീർ അവളുടെ മുഖത്തു വീഴുന്നതായി അവൾക്കു തോന്നി.

"അമ്മച്ചീ, ഏൻ വെളുത്ത തുണി ഉടുത്തൂടാരുന്നു; തല ചീപ്പണ്ടാരുന്നു. ഏനു അങ്ങനെ നാറി നടന്നാലെക്കൊണ്ടു മതിയായിരുന്നു."

"അതെന്താ മോളേ?"

"അതങ്ങനാ അമ്മച്ചി."

ചിരുത അമർഷത്തോടെ അവളുടെ വീർത്ത വയറിൽ മൂന്നുനാലടിച്ചു. നീലി അവളുടെ കൈക്കു കടന്നു പിടിച്ചു.

"അതങ്ങു ചാകട്ട് അമ്മച്ചി."

"അവൻ ഒരു കൊച്ചു കാലു കാണാൻ കാത്തിരിക്കുവാ."

"അയാളെന്തിനാ ഇതിനെ കാണുന്നേ?"

"അതെന്താ മോളേ?"

"മങ്കളാവു പണിതപ്പം ഏൻ വേലയ്ക്കു പോയി, അമ്മച്ചി."

"അതിന്?"

"ഒന്നുമില്ല."

ആ പ്രാണവേദനയ്ക്കിടയിൽ ഒരു തീവ്രയാതന അവളുടെ ആത്മാവിനെ ദഹിപ്പിച്ചുകൊണ്ടിരുന്നു. ഹൃദയവതിയായ ആ വയറ്റാട്ടിക്ക് അതു മനസ്സിലായില്ല. ചിരുത വീണ്ടും ചോദിച്ചു: "അമ്മച്ചീ, ആ പറച്ചിയേ, വെളുത്ത തുണി ഉടുത്തിരുന്നോ? അവക്ക് ചൊമന്ന സ്വർണ്ണചക്രം കിട്ടിയോ?" നീലിക്ക് ആ ചോദ്യത്തിന്റെ അർത്ഥം മനസ്സിലായില്ല.

നനഞ്ഞൊലിച്ചു കിടുകിടാ വിറച്ച് ഇട്ട്യാതി കയറിവന്നു. മണ്ണെണ്ണയും കൊണ്ടുവരുമ്പോൾ വള്ളം കമഴ്ന്നു പോയി.

പ്രഭാതമായപ്പോൾ മഴ തുള്ളിവിട്ടു. പക്ഷേ അപ്പോഴും കാറ്റടിച്ചുകൊണ്ടിരുന്നു. ഒരിഞ്ച് വെള്ളംകൂടി പൊങ്ങിയാൽ മതി, തീണ്ടപ്പുരയിൽ വെള്ളം കയറും.

അവളുടെ വയർ പുരപോലെ വീർത്തിരിക്കുന്നു. അവൾ അനങ്ങാൻ വയ്യാതെ മലർന്നു കിടക്കുന്നു. അപ്പോഴും അവൾ ആരെയോ ചീത്ത പറയുന്നു. ചിരുത നീലിയോടു പറഞ്ഞു: "കഠം കാണിച്ചാല്, ഒടേതമ്പ്രാൻ തഹിക്കത്തില്ല, ഇല്യോ, അമ്മച്ചി?"

"നീ എന്തു കാട്ടി മോളേ?"

"അതോ, അമ്മച്ചി, ഒരുത്തിയേ ഇന്നുവരെ പെഴച്ചിട്ടൊള്ളോ?"

"അത്രേയൊള്ളൂ മോളേ!"

"എന്നാല് ഏനും പെഴച്ചു അമ്മച്ചി!" നീലി ഒന്നു നടുങ്ങി. ചിരുതയെ അടക്കിപ്പിടിച്ചുകൊണ്ടിരുന്ന കൈകൾ, തീ മുട്ടിയിട്ടെന്നപോലെ, വലിഞ്ഞു.

"എന്നെ അമ്മച്ചി തൊടണ്ട. നിങ്ങക്കും തോഷം വരും."

കുട്ടനാടൻ പറച്ചിക്ക് ഒരു മഹാധനമുണ്ട്- അവളുടെ തമ്പുരാട്ടിക്കില്ലാത്ത ധനം. ലോകാരംഭകാലംമുതൽ ഒരുത്തി മാത്രമേ അവരുടെ ഇടയിൽ പിഴച്ചിട്ടുള്ളൂ.

"അമ്മച്ചി, ആ പാട്ട് ഒന്നു പാടണം."

നീലി മിണ്ടിയില്ല.

"അമ്മച്ചി പെണക്കമാണോ?"

ഒരു ദീർഘനിശ്വാസത്തോടെ നീലി അല്ല എന്നു പറഞ്ഞു.

"ഏൻ ചാകട്ടമ്മച്ചി! അയ്യാക്ക് എന്നോടിഠമായിരുന്നു. അമ്മച്ചി, ആ പാട്ടു കേട്ടാലെക്കൊണ്ട്, ആ പറച്ചിയുടെ കഠപ്പാടു കേട്ടാല് ഏനു ആചാതമാ."

മരിക്കുന്ന ഒരു ജീവിയുടെ ആശ സാധിക്കാനായി നീലി മനസ്സില്ലാ മനസ്സോടെ പാടിത്തുടങ്ങി. അതു മുമ്പിലത്തെപ്പോലെ സഹതാപപൂർണ്ണമല്ല; വികാരഭരിതമല്ല. പുഞ്ചപ്പാടത്തു ചന്ദ്രികാചർച്ചിതമായ രാത്രിയിൽ ഒരു പ്രേതത്തെപ്പോലെ അലഞ്ഞുതിരിഞ്ഞ ആ കവി, പതിതയായ ഒരുവളെക്കുറിച്ചു കലാസുഭഗമായ സഹതാപത്തോടുകൂടി പാടിയ ആ മധുരഗാനം ഇത്ര വിരസമായിട്ടില്ല. ഇതെന്തു നിർജ്ജീവമായിരിക്കുന്നു! ഇതിൽ കവിതയില്ല! വികാരമില്ല! കൂടെക്കൂടെ നീലി വരികൾ മറന്നുപോയി.

പക്ഷേ ആ പാട്ട്, ചിരുതയുടെ ഉൾക്കളത്തിൽ കത്തിച്ച തീ അവളെ ആശ്വസിപ്പിക്കുകയാണ് ചെയ്തത്. അവൾ ആ പാപിഷ്ഠയുടെ അനുഭവങ്ങളുമായി ഐക്യം പ്രാപിച്ചു.

പാട്ടു നിർത്തിയിട്ടു നീലി ചോദിച്ചു: "അതാരാടീ?"

"ആ സായിപ്പ്."

ആരും ഒന്നും വളരെ നേരം മിണ്ടിയില്ല. അവളുടെ പ്രാണവേദനയിൽ നീലിപോലും അവളെ ആശ്വസിപ്പിക്കാൻ ശ്രമിച്ചില്ല. ആരും അവളെക്കുറിച്ചു ദണ്ഡപ്പെടുന്നില്ല. അതിനു ചിരുതയ്ക്ക് ആവശ്യമില്ല.

അപ്പോഴും അവൾ ശപിക്കുന്നു, ചീത്ത പറയുന്നു.

"അങ്ങനെ പറാതെ ചിരുതേ." ഇട്ട്യാതി അതിദുസ്സഹമായ വേദനയോടെ കരഞ്ഞുകൊണ്ടപേക്ഷിച്ചു. അവൾ ധൈര്യമായി, സ്ഫുടമായി പറഞ്ഞു: "തന്നെയല്ല കൂവാ."

ഇട്ട്യാതി നടുങ്ങി. ഒരു തീക്കനൽ കരളിൽ വീണതുപോലെ അവന്നു തോന്നി.

ആ തീണ്ടപ്പുര ഒന്നു ചലിച്ചു.

അവൾ പ്രസവിച്ചു.

"അങ്ങനെ എനിക്കു വരത്തില്ല." എന്നു ഒറോതപ്പെമ്പിള വീരവാദം പറഞ്ഞു.

നീലി ആ കുട്ടിയെ തിരിഞ്ഞുനോക്കിയതുപോലുമില്ല. കുഞ്ഞിന്റെ 'ങ്ങ്യാ' എന്ന കരച്ചിൽ ഇട്ട്യാതി കേട്ടു. അവൻ നടുങ്ങി, എഴുന്നേറ്റു തീണ്ടപ്പായിലേക്കു നടന്നു. ഓലക്കണ്ണിലൂടെ അകത്തേക്കു നോക്കി.

അസാമാന്യമായ വലിപ്പമുള്ളൊരു കുഞ്ഞ്. ചെമ്പിച്ച തലമുടി, പൂച്ചക്കണ്ണ്, വെളുത്ത ശരീരം.

ഇട്ട്യാതി ഒന്നു നടുങ്ങി . അവൻ സ്ഖലദ്വാക്യനായി ചോദിച്ചു: "ചിരുതേ!"

"ഓ!"

"എന്താടീ?"

"താനങ്ങു പോ. ഇതു തന്റെയല്ല."

ഇട്ട്യാതി ഒരക്ഷരം പറയാതെ തന്റെ കൊട്ടിലിലേക്ക് പോയി അതിന്റെ തിണ്ണയിൽ കൂനിക്കൂടിയിരിക്കുന്നു. അനന്തമായി പരന്നുപിടിക്കുന്ന ആ ജലാശയത്തിൽ മറിയുന്ന തിരകളെ നോക്കി കുത്തിയിരിക്കുന്നു. ആ കുഞ്ഞു പിന്നീട് അനങ്ങിയില്ല; അതു ചത്തു.

"അമ്മച്ചീ!" ചിരുത വിളിച്ചു. നീലി അവളെ നോക്കി.

ചിരുത വിങ്ങിവിങ്ങി കരയാൻ തുടങ്ങി.

"ഏനു ചത്താമതി."

"നീ ചാക്."

അതിശക്തിമത്തായ ഒരു വിറയലിന്റെ അവസാനം അവളുടെ മരണമായിരുന്നു.

■

ഗാന്ധിജിയുടെ അന്ത്യം

ഞങ്ങളുടെ ഗ്രാമം ഭൂമുഖത്തു നിന്നും തുടച്ചു മാറ്റപ്പെട്ടു. ആരെല്ലാം മരിച്ചു, ആരെല്ലാം രക്ഷപ്പെട്ടു, ആർക്കെല്ലാം എന്തു സംഭവിച്ചു എന്ന് അറിഞ്ഞുകൂടാ. എങ്ങനെയോ ഞാൻ രക്ഷപ്പെട്ടു. ആ വഴിയിൽ ഞാൻ മാത്രമേ ഉണ്ടായിരുന്നുള്ളു. ഒരുപക്ഷേ നശിച്ചുപോയ ആ ഗ്രാമത്തിന്റെ കഥ പറയാൻ ഞാൻ മാത്രമേ ശേഷിച്ചിട്ടുള്ളായിരിക്കാം.

ഒരു മനുഷ്യന്റെ മുഖം കാണാതെ, യാതൊരാഹാരവും കൂടാതെ ഞാൻ നടന്നു. കൊള്ളയുടേയും കൊലപാതകത്തിന്റേയും അവശിഷ്ടങ്ങൾ വഴിയിൽ കാണുവാനുണ്ടായിരുന്നു. അവയിൽ ഒരിക്കലും മറക്കാൻ വയ്യാത്ത വിധം മനസ്സിൽ പതിഞ്ഞിട്ടുള്ളത്, ഛേദിക്കപ്പെട്ട ഒരു കയ്യാണ്. അത് ഒരു യുവതിയുടേതാണെന്നു തോന്നുന്നു.

അഞ്ചാം ദിവസം ഞാൻ തളർന്നുകഴിഞ്ഞു. എന്നിട്ടും നടക്കുകയാണ്. കാലുകൾക്കു ശക്തിയുണ്ടായിട്ടല്ല. പോകുന്നുവെന്നേയുള്ളു. രക്ഷപ്പെട്ടുവെന്നോ രക്ഷപ്പെടാൻ പോകുന്നുവെന്നോ ബോധ്യമില്ല. യന്ത്രത്തെപ്പോലെ ജീവിക്കുന്നു; നടക്കുന്നു. ബുദ്ധിയും യുക്തിയും, ബോധംതന്നെയുമില്ല.

"മോനേ!"

ചൂളം വിളിപോലെ ഒരു ശബ്ദം ചെവിക്കുള്ളിൽ കയറി. ഞാൻ നടുങ്ങിനിന്നുപോയി. എനിക്കു ബോധം വീണു. ഞാൻ ഒരു മനുഷ്യനാണ്; പശ്ചിമ പഞ്ചാബിലെ ഒരു ഗ്രാമത്തിൽ ജനിച്ചു. എനിക്കൊരു വീടുണ്ടായിരുന്നു; അവിടെ എന്നെ 'മോനേ'എന്നു വിളിക്കുന്ന ഒരമ്മയുണ്ടായിരുന്നു.... ഒരു ക്ഷണം കൊണ്ടിത്രയും ഞാൻ ഓർത്തു. അടുത്ത ക്ഷണം കുനിച്ചു പിടിക്കപ്പെട്ട ആ വൃദ്ധയുടെ കഴുത്തിനു മുകളിൽ ഒരു വാൾ തിളങ്ങുന്ന കാഴ്ച കണ്ടു.

വീണ്ടും 'മോനേ' എന്നുള്ള വിളി! ഞാൻ 'എന്തോ'എന്നു വിളികേട്ടു. എന്റെ അമ്മ മരിച്ചിട്ടില്ലായിരിക്കും!

എന്റെ ഹൃദയം ദ്രുതമായി തുടിക്കാൻ തുടങ്ങി. അവരുടെ കൂടെ എന്റെ അനുജനും സഹോദരിയും എല്ലാം ഉണ്ടായിരിക്കും. എവിടെ നിന്നാണവർ വിളിക്കുന്നത്!

"അമ്മേ!"

"മോനേ!"

അങ്ങനെ ഉച്ചത്തിൽ വിളിച്ചുകൂടെന്ന് എനിക്കു തോന്നി. അപകടമേഖല കടന്നിട്ടില്ല.

ഒരു വൃദ്ധയുടെ ശുഷ്ക്കിച്ച് അസ്ഥി മാത്രമായ കൈകൾ എന്നെ കെട്ടിപ്പിടിച്ചു. എന്റെ തോളിൽ കൈവച്ചുകൊണ്ട് "മോനേ! എന്റെ മോനേ" എന്ന് ഏങ്ങലടിച്ചു കരഞ്ഞു. "എന്റെ അമ്മേ" എന്നു ഉച്ചരിക്കാൻ മാത്രം എനിക്കു കഴിഞ്ഞു.

ഉയർന്നു തിളങ്ങുന്ന വാളിനു വീഴാൻ വേണ്ട നിമിഷാർദ്ധത്തിനിടയ്ക്ക് എന്റെ അമ്മയ്ക്കു രക്ഷപ്പെടാൻ സാധിച്ചിരിക്കയില്ല.... ഞാൻ ആശ്വസിക്കുന്നു!

അങ്ങനെ ഒരമ്മയെ എനിക്കു കിട്ടി; ആ വൃദ്ധയ്ക്ക് ഒരു മകനും. അവരുടെ മകനെ ഒരു കാൽ ചവിട്ടിപ്പിടിച്ചു വലിച്ചു കീറുന്നത് അവർ കണ്ടതാണ്. എന്നാലും എന്നെപ്പോലെ അവരും ആശ്വസിച്ചു.

ഞങ്ങൾ വഴിനടന്നു. എങ്ങോട്ടാണു പോകുന്നതെന്ന് അവർ ചോദിച്ചു. അവർക്കു പോകേണ്ടത് 'ബാപ്പുജി'താമസിക്കുന്ന നാട്ടിലേക്കാണ്. അവിടെ പേടിക്കണ്ട!

അടുത്ത ദിവസം രാത്രിയിൽ ഒരു യുവതി, എന്റെ സഹോദരിയും അമ്മയുടെ മകളുമായി, ഞങ്ങളുടെ കൂടെച്ചേർന്നു. ആ സംഭവവും എനിക്കമ്മയേയും അമ്മയ്ക്ക് എന്നെയും കിട്ടിയതുപോലെ തന്നെ. വെന്തു വെണ്ണീറായ ഒരു ഗ്രാമത്തിൽനിന്നും അടുത്ത ദിവസം നാലുവയസ്സുള്ള ഒരു കൊച്ചനുജനെ ഞങ്ങൾക്കു കിട്ടി. എങ്ങനെ അവൻ രക്ഷപ്പെട്ടോ എന്തോ! ഒരുപക്ഷേ അവൻ ആ മഹാപാപികളുടെ കണ്ണിൽപ്പെടാത്ത ഒരു കരട് ആയിരുന്നിരിക്കാം!

ഏഴാം ദിവസം ഒരു ജ്യേഷ്ഠൻ ഞങ്ങളോടു ചേർന്നു. ചേർന്നു എന്നു പറയാൻ വയ്യ. തടിയനും ദീർഘകായനുമായ ഒരാളെ ഞങ്ങൾ കണ്ടുമുട്ടി. ഹിന്ദുവാണ്. ഒരു നീണ്ട വാൾ കയ്യിലുണ്ട്. ഞങ്ങളെപ്പോലെ ഒരഭയാർത്ഥി ആയിരിക്കുമെന്നുവച്ച് അമ്മ ആ മനുഷ്യനെ ഞങ്ങളുടെ ജ്യേഷ്ഠനായും അമ്മയുടെ മൂത്തമകനായും നാമകരണം ചെയ്തു.

ഒമ്പതാംദിവസം പ്രഭാതത്തിൽ ഞങ്ങൾ ഒരിടത്തെത്തി. ജ്യേഷ്ഠൻ പെട്ടെന്നു നിന്നു. ഭൂഗർഭത്തിൽ നിന്നുയരുന്നതുപോലെയുള്ള അത്യുഗ്രമായ ഒരലർച്ച.

"ഹരശങ്കര മഹാദേവ!"

ഞങ്ങൾ നടുങ്ങിപ്പോയി. ആ നീണ്ട മനുഷ്യനെ ഞാൻ നോക്കി. എനിക്ക് ആൾ എന്തെന്നു മനസ്സിലായി. അമ്മയുടെ പല്ലില്ലാത്ത വായ് ഒരു മന്ദഹാസം കൊണ്ട് അല്പം വിടർന്നു. സഹോദരി ദീർഘമായി ഒന്നു നിശ്വസിച്ചു.

അങ്ങകലെ, ഒരു കൊടി ആകാശത്തിൽ പാറിക്കളിക്കുന്നു. അതു യൂണിയൻ പതാകയാണ്.

ഞങ്ങൾ ഇൻഡ്യയിലാണ്. ഞാൻ അമ്മയോടു പറഞ്ഞു, ഞങ്ങൾ ബാപ്പുജി താമസിക്കുന്ന നാട്ടിലായെന്ന് ജ്യേഷ്ഠൻ എന്നെ ഒന്നു നോക്കി. അയാളുടെ കണ്ണുകൾ അർത്ഥവത്തായി ഉരുണ്ടു. ഞാൻ പറഞ്ഞതിനെ പ്രതിഷേധിക്കാനെന്നപോലെ, അയാൾ അലറി.

“ഹരശങ്കര മഹാദേവ!” പാക്കിസ്താനിലും ഒരലർച്ച ഞങ്ങൾ കേട്ടതാണ്. “അല്ലാഹു അക്ബർ” എന്ന്. ആ അലർച്ചയുടെ ഭയങ്കരതയും തീവ്രതയും ഉഗ്രതയും ആ അട്ടഹാസത്തിനുമുണ്ട്. ഇതും മനുഷ്യരെ പേടിപ്പിക്കും.

ഒരു അഭയാർത്ഥിക്യാമ്പിൽ എത്തിച്ചേരേണ്ടതായിരുന്നു. പ്രാണഭയത്തോടെ ജീവാവസാനംവരെ നടന്നാൽ മതിയായിരുന്നു. എങ്കിൽ കഴിഞ്ഞ കാലങ്ങളെക്കുറിച്ചുള്ള ഓർമ്മകൊണ്ടു ഹൃദയം നീറാതെ കഴിയാമായിരുന്നു. സുരക്ഷിതത്വത്തെക്കുറിച്ചുള്ള ബോധത്തിൽ സ്മരണകൾ തെളിഞ്ഞു. എന്റെ അമ്മ എവിടെ? അനുജൻ എവിടെ? അനുജത്തി എവിടെ?... എല്ലാം നശിച്ച സഹോദരിയും കരയാൻ തുടങ്ങി. ആ കൊച്ചനുജൻ അവന്റെ അമ്മ എവിടെ എന്നു ചോദ്യമായി. അമ്മ, അവരുടെ ആരും മരിച്ചു കാണുകയില്ലെന്നു ചിലപ്പോൾ പറയും. അവരെ കണ്ടുമുട്ടും; നാട്ടിൽ തിരിച്ചുപോകാം. ബാപ്പുജി ജീവിച്ചിരിക്കുന്നില്ലേ? എല്ലാവർക്കും തിരിച്ചുപോകാം. ചിലപ്പോൾ നിരാശരായി അവർ കരയും.

കഴിഞ്ഞ ജീവിതം അങ്ങു തുടച്ചുമാച്ചു കളയാൻ സാദ്ധ്യമാണോ? ഇരുപത്തി എട്ടു കൊല്ലം ഞാൻ ജീവിച്ചു. ഇത്രകാലംകൊണ്ടു പരിചിതമായ ഒരു മുഖത്തേയും ഇനി കാണണ്ട. ആ വൃദ്ധയ്ക്കാണെങ്കിൽ എഴുപത്തിരണ്ടാം വയസ്സിലാണു പുതിയ ജീവിതം തുടങ്ങേണ്ടത്.

അങ്ങനെ പുതിയ ഒരു ലോകത്തിൽ പുത്തനായ ഒരു ജീവിതം ആദ്യം മുതൽ ആരംഭിക്കണം. അമ്മ ഞങ്ങൾ മൂന്നുപേരെ അവരുടെ എല്ലു മാത്രമായ കരവലയത്തിനുള്ളിൽ വച്ചുകൊണ്ടു നിറകണ്ണുകളോടെ പറഞ്ഞു.

“നമ്മൾ ഒരു കുടുംബമാണ് മക്കളെ.” അതെ, ഞങ്ങൾക്കത് അനുഭവപ്പെട്ടു. ഞങ്ങൾ ഒരു കുടുംബമാണ്.

കൊച്ചനുജൻ അമ്മൂമ്മയുടെ ഒക്കത്തിലേക്കു ചാടിക്കയറി.

അഭയാർത്ഥിക്യാമ്പിൽ വച്ചു ഞാൻ അമ്മയോടു ചോദിച്ചു, അന്നുരാത്രിയിൽ അമ്മ എന്നെ ധൈര്യമായി വിളിച്ചതെന്താണെന്ന്! ഞാൻ ഒരു മുസ്ലീമായിരുന്നെങ്കിലോ?

അമ്മ മറുപടി പറഞ്ഞു.

“ഒറ്റയ്ക്കൊറ്റയ്ക്ക് ആർക്കും ആരോടും വൈരാഗ്യമില്ല. മോൻ ഒരു മുസ്ലീമായിരുന്നെങ്കിലും അമ്മേ ഒന്നും ചെയ്യത്തില്ല.”

അമ്മ അവരുടെ ഗ്രാമം വിട്ട് അലഞ്ഞു തിരിഞ്ഞു പത്താം ദിവസമാണ് എന്നെ കണ്ടത്. അതിനിടയിൽ രണ്ടു ദിവസം ഒരു മുസ്ലീംഭവനം അവർക്ക് അഭയം നൽകി. പക്ഷേ ആ കുടുംബംതന്നെ അക്കാരണത്താൽ അപകട ത്തിലാകുമെന്ന മട്ടായി. അപ്പോൾ അവർ അവിടെ നിന്നു പോന്നു.

അമ്മ ആ സംഭാഷണം ഇങ്ങനെ അവസാനിപ്പിച്ചു.

“ഇതൊക്കെ എങ്ങനെ വന്നൂന്നാ ഞാനോർക്കുന്നേ! തലമുറ തലമുറ യായി ഇഷ്ടമായി കഴിഞ്ഞവര് തല കൊയ്യുന്നു. ഈ വിന എങ്ങനെ വന്നു!”

ഹിന്ദുമുസ്ലീം മൈത്രിയുടെ പുളകോൽഗമകാരികളായ ചില കഥകൾ അവർ പറഞ്ഞു കേൾപ്പിച്ചു. പശ്ചിമ പഞ്ചാബിലെ വയലുകളിൽ രത്നം വിളയിപ്പിച്ച ഐക്യത്തിന്റെ നൂറ്റാണ്ടുകളായി തുടർന്നുവരുന്ന കഥകൾ!

ഞങ്ങളുടെ കുടുംബത്തിലേക്ക് അമ്മ വലിച്ചുവച്ച ജ്യേഷ്ഠനെ ആറേഴു ദിവസങ്ങളായി കാണാനില്ലായിരുന്നു. (അയാളുടെ പേർ ഗൗരീശങ്കർ എന്നായിരുന്നു) അമ്മ ഗൗരീശങ്കറിനെക്കുറിച്ച് ഉൽക്കണ്ഠാകുലയാകുവാൻ തുടങ്ങി.

അപ്പോൾ അയാൾ എവിടെയായിരിക്കുമെന്നു ഞാൻ ഊഹിച്ചു. പൂർവപഞ്ചാബിലെ നിസ്സഹായരായ മുസ്ലീങ്ങളെ കൊന്നൊടുക്കുവാൻ പോയിരിക്കുകയായിരിക്കും. അയാളുടെ വാൾ എത്ര നിരപരാധികളുടെ രക്തം കുടിച്ചതായിരിക്കും! പക്ഷേ ഞാൻ അതൊന്നും അമ്മയോടു പറഞ്ഞില്ല.

അമ്മ അടുത്ത നാൾ കരയാൻ തുടങ്ങി. ആ കുഞ്ഞെന്താണു വരാത്ത തെന്നു ഞാൻ പറയണം. എന്തെല്ലാം സംശയങ്ങളാണ്! എന്നെ കരുത്തുള്ള ഒരു കൂടപ്പിറപ്പിനെ ഏല്പിച്ചിട്ട് അവർക്കു മരിക്കണം.

അടുത്ത ദിവസം അയാൾ വന്നുചേർന്നു. വ്യാപകമായ ഒരു സംഹാര കർമ്മം നടത്തിയ ലക്ഷണമുണ്ട്. ക്രൂരമായ സംതൃപ്തി അയാളുടെ മുഖത്തു കളിയാടിയിരുന്നു. ഞങ്ങളോടു ചെയ്തതിനു പ്രതികാരം ചെയ്ത സംതൃപ്തി യാവാം.

അമ്പതു ‘മ്ലേച്ഛ’ന്മാരെ അയാൾ കൊന്നൊടുക്കി പോലും! അയാൾ എന്നോടു പറഞ്ഞു.

ഞാൻ നടുങ്ങിപ്പോയി. ഇതെന്തൊരു ക്രൂരമൃഗമാണ്! അയാളെക്കുറിച്ചു കൂടുതൽ അറിയാൻ ഞാൻ ആശിച്ചു.

ഹിന്ദുധർമ്മത്തെ രക്ഷിക്കാനുള്ള ഒരു സംഘടനയിൽ പെട്ടവനാണയാൾ. സംഘടനയുടെ രക്ഷാധികാരികളുടേയും, നേതാക്കന്മാരുടേയും പേരുകേട്ടപ്പോൾ ഞാൻ സ്തംഭിച്ചുപോയി. നാമൊക്കെ ബഹുമാനിക്കുന്ന നാമധേയങ്ങൾ! രാജ്യത്തു സമാധാനവും ഐശ്വര്യവും ഉണ്ടാക്കുമെന്നു നാം പ്രതീക്ഷിക്കുന്ന മഹാരഥന്മാർ! ഗാന്ധിജിയുടെ അന്തേവാസികളും, ഗാന്ധിജിയുടെ കാലടികളെ പിന്തുടരുന്നവരും!

ഞാൻ ചോദിച്ചു.

“അപ്പോൾ ഗാന്ധിജിയുടെ അറിവോടാണോ ഇതു ചെയ്യുന്നത്?”

“ഗാന്ധിയാണോ തടസ്സം.”

എനിക്കൊന്നും തുടർന്നു ചോദിക്കാൻ തോന്നിയില്ല. അയാൾ പറയുന്നതിനെ എങ്ങനെ വിശ്വസിക്കാനാണ്! സമുദായ സൗഹാർദ്ദത്തിനു വേണ്ടി ഗാന്ധിജി ഉപവാസമനുഷ്ഠിക്കുമ്പോൾ അദ്ദേഹം പരിക്ഷീണനാകുന്നതു കണ്ടു വ്യാകുലപ്പെടുന്ന ഗാന്ധിശിഷ്യൻ, മുസ്ലീമിനെ കൊന്നൊടുക്കാൻ ഗൗരീശങ്കറിന് ആ നീണ്ട വാൾ നൽകുന്നെന്ന്!... ശരിയായിരിക്കാം! മുതലാളിമാരല്ലേ? പുറംകൈകൊണ്ട് അതും ചെയ്തെന്നുവരാം.

അയാൾ ചോദിച്ചു.

“അനുജനെ ഇതൊന്നും പിടിച്ചില്ലെന്നുണ്ടായിരിക്കാം?”

ഞാൻ ഒരു വെറും ചിരി ചിരിച്ചു. ഞാൻ ചോദിച്ചു:

“പക്ഷേ ഇത് ആ പുണ്യാത്മാവിനെ വഞ്ചിക്കുകയല്ലേ?”

ഞാൻ അയാളുടെ മുഖത്ത് ഉറ്റുനോക്കി. അവിടെ പെട്ടെന്ന് ഒരു ഭാവവ്യത്യാസം വന്നു. വിരോധമല്ല, വൈരാഗ്യമല്ല, ബാപ്പുജി വ്യസനിക്കുന്നതിലുള്ള കുണ്ഠിതവുമല്ല. ഗൗരവമുള്ള ഒരായിരം രഹസ്യങ്ങൾ ഉള്ളിൽക്കൊണ്ടിളകുന്ന ഭാവം. രാജ്യത്തു നിലവിലുള്ള വ്യവസ്ഥിതിയുടെ ഉള്ളുകള്ളികൾ അയാൾക്കറിയാം. ബാപ്പുജിയെക്കുറിച്ചും എന്റെ ചോദ്യത്തെക്കുറിച്ചും പറയുവാനുണ്ട്. അല്പം കഴിഞ്ഞ് അയാൾ പറഞ്ഞു.

“ചുരുക്കം പറയാം. അനുജാ! ബാപ്പുജി ഒരു യോഗിയാണ്. എന്നാലും അദ്ദേഹം ഹിന്ദുമതത്തെ ഒറ്റിക്കൊടുത്തു.” എന്നിട്ടയാൾ നൗഖാലി മുതൽ ഉള്ള ചരിത്രം വിവരിച്ചു. ആ മഹത്തായ ഉപവാസയജ്ഞങ്ങളെ അയാൾ കഠിനമായി ആക്ഷേപിച്ചു. അവ ഹിന്ദുക്കളെ ആട്ടിൻകുട്ടികളാക്കാൻ ഉതകി. മുസ്ലീമിങ്ങളെ മാനസാന്തരപ്പെടുത്തിയില്ലത്രേ.

അയാൾ പറഞ്ഞതെല്ലാം ആത്മാർത്ഥമായി വിശ്വസിക്കുന്നതാണ്. യാതൊരു സംശയവുമില്ല. മുസ്ലീമിങ്ങൾക്കു ജീവിക്കാൻ അർഹതയില്ലെന്ന് അയാൾ ദൃഢമായി വിശ്വസിക്കുന്നു. ഗാന്ധിജിയും ഒരു മുസ്ലീമാണെന്നു പറയുമോ എന്നു ഞാൻ സംശയിച്ചു.

“ഇക്കണക്കിനു പാക്കിസ്ഥാനിലെ മുസ്ലീമിനെ എന്തിനു കുറ്റപ്പെടുത്തണം? ഇതിനെല്ലാമുള്ള കാരണമെവിടെയാണ്?”

എല്ലാം കേട്ടിട്ട് ഞാൻ പറഞ്ഞു.

“ഞങ്ങൾ ഇങ്ങോട്ടു വന്നത് ഇത് ഒരു ഹിന്ദുരാജ്യമാണെന്നുവച്ചല്ല. ഇവിടം സ്വർഗ്ഗമായിരിക്കുമെന്നോ ജീവിതം സുരക്ഷിതമായിരിക്കുമെന്നോ വച്ചല്ല. ഒരിക്കൽ ഇതിനേയും എന്റെ നാടെന്നു വിളിക്കാമായിരുന്നു എന്നു വച്ചുമല്ല. ബാപ്പുജി ഈ രാജ്യത്തു താമസിക്കുന്നെന്നു വച്ചാണ്.”

അയാൾ അർത്ഥവത്തായി ഒന്നു മൂളുക മാത്രം ചെയ്തു.

ബാപ്പുജിയെ കാണാനുള്ള തിടുക്കം അമ്മയ്ക്കും വർദ്ധിച്ചുവന്നു. സഹോദരിയും അമ്മയോടുകൂടി. അഭയാർത്ഥികളുടെ ഇടയിൽ എന്തെല്ലാം കഥകളാണു ബാപ്പുജിയെക്കുറിച്ചു പ്രചരിച്ചിരുന്നതെന്നോ! അപഹരിക്കപ്പെട്ട പെൺമക്കളും, പരിഞ്ഞുപോയ ബന്ധുക്കളും എല്ലാം ഏതേതു സ്ഥാനങ്ങളിലുണ്ടെന്നു ബാപ്പുജിക്കു ജ്ഞാനദൃഷ്ടിമൂലം പറയാമത്രെ! അദ്ദേഹം അവരെ കാണുന്നുണ്ടു പോലും! മരിച്ചവരുമായി അദ്ദേഹം സംഭാഷണം ചെയ്യുന്നുണ്ട്. അമ്മ ഈ കഥകൾ വിവരിച്ചിട്ടു പറഞ്ഞു.

“ഡൽഹിയിൽ ഒരു വലിയ കോടീശ്വരന്റെ ഒരു കെട്ടിടമുണ്ട്. അവിടെ അദ്ദേഹത്തെ കുടിയിരുത്തിയിരിക്കയാണ്. ഇനിയത്തെ ഉപവാസത്തിൽ അദ്ദേഹം യോഗമൃത്യു പ്രാപിക്കുമെന്നാണു പറയുന്നത്. അധികനാൾ ഭൂമിയിൽ ഇരിക്കുകയില്ല, അതുകൊണ്ടു നമുക്കു വേഗം ബാപ്പുജിയെ കാണണം.”

അവിടെയും ഗൗരീശങ്കറിന്റെ കൈ കാണാൻ കഴിഞ്ഞു.

ഡൽഹിയിലേയ്ക്കു പോകുവാനുള്ള അനുവാദം ഞങ്ങൾക്കു കിട്ടി. പട്ടാളക്കാവൽകൊണ്ടു സുരക്ഷിതമായ ഒരു ട്രെയിനിൽ ഞങ്ങൾ യാത്ര തിരിച്ചു.

ജനിച്ചു വളർന്ന നാട്ടിൽ നിന്നകലുകയാണ്. ഇനിയും ഞങ്ങളുടെ നാടാകേണ്ട രാജ്യത്തിന്റെ വിസ്തൃതിയിലേയ്ക്കു ഞാൻ നോക്കി.... ഇതും എന്റെ മാതൃരാജ്യമായിരുന്നു. ഒരു സുപ്രഭാതത്തിൽ ‘അല്ല’ എന്നു വിധിക്കപ്പെട്ടു. ഇപ്പോൾ ഞങ്ങൾ ഞങ്ങളുടെ നാട്ടിൽ തന്നെ അഭയാർത്ഥികളാണ്.

എന്റെ വയറിന്റെ വലിപ്പത്തേയും വസ്ത്രാലങ്കാരത്തിലുള്ള ഭ്രമത്തേയും ദുശ്ശാഠ്യങ്ങളേയും എല്ലാം ഈ രാജ്യത്തെ മുപ്പതു കോടികളുമാണു സഹിക്കേണ്ടത്. അതെ, എനിക്കു ചോറു തരണം; മുണ്ടു തരണം; അവസാനം ആറടി മണ്ണും തരണം.

ട്രെയിൻ വ്യവസായകേന്ദ്രങ്ങൾ കടന്നു വിശാലങ്ങളായ സമതലപ്രദേശങ്ങളിൽക്കൂടി കുതിച്ചു പാഞ്ഞുകൊണ്ടിരുന്നു. സഹോദരിയുടെ ചോദ്യം എന്നെ ചിന്തയിൽ നിന്നുണർത്തി.

"ഗോതമ്പും നെല്ലും എങ്ങനെ നന്നായി വിളയുന്നു ചേട്ടാ! നമുക്ക് ആഹാരത്തിനു മുട്ടുവരികയില്ല."

അങ്ങു ദൂരെ ആകാശത്തിൽ ഉയർന്നുകാണുന്ന പുകക്കുഴലുകളെ നോക്കിക്കൊണ്ട് അമ്മ ചോദിച്ചു:-

"അതൊക്കെ മുണ്ടു നെയ്യുന്ന സ്ഥലങ്ങളല്ല്യോ?"

സഹോദരി പറഞ്ഞു.

"അതേ."

ഞാൻ ചിന്തിച്ചു. അപ്പോൾ ഇവിടെ പട്ടിണി കിടക്കുന്നവരില്ലേ? ഞങ്ങൾ പോന്ന രാജ്യത്തിലും ഫലഭൂയിഷ്ഠങ്ങളായ പാടങ്ങളുണ്ട്. പക്ഷേ അവിടം പട്ടിണിയുടെ നാടാണ്.

ഞാൻ പറഞ്ഞു:-

"നമുക്കുണ്ണാനല്ല ഈ പാടങ്ങളിൽ നെല്ലുവിളയുന്നത്. ആ മില്ലുകളിൽ മുണ്ടു നെയ്യുന്നതു നമുക്കുടുക്കുവാനുമല്ല."

അമ്മ ചോദിച്ചു.

"പിന്നെ, ഇതു മനുഷ്യരുടെ ഉപയോഗത്തിനല്ലേ?"

"അല്ലമ്മാ! ബാപ്പുജിയെ കുടിയിരുത്തിയിരിക്കുന്ന കോടിശ്വരന്മാരില്ലേ? അവർ നിശ്ചയിക്കണം."

"അപ്പോൾ മോനെ, ഇതും നമ്മുടെ നാടു പോലാണോ? കണ്ണിൽ ചോര യില്ലാത്ത ജമീന്ദാരും മുതലാളിമാരും ആണോ ഭരിക്കുന്നെ?"

"അതെ."

"എങ്കിലും ഇവിടെ ബാപ്പുജിയുണ്ട്."

"അമ്മാ." ഞാൻ പറഞ്ഞു "ബാപ്പുജിയെ കുടിയിരുത്തിയും പണം കൊടുത്തും നോക്കി. പക്ഷേ എന്നിട്ടും ഫലമില്ല. ബാപ്പുജി ചിന്തിക്കുന്നതു പാവപ്പെട്ടവനെക്കുറിച്ചാണ്. അവർ ഇപ്പോൾ അദ്ദേഹത്തെ ഒരു തടവു കാരനാക്കിയിരിക്കുകയാണ്."

പെട്ടെന്ന് എനിക്കു തോന്നി അതു പറഞ്ഞുകൂടായിരുന്നെന്ന്. ഇൻഡ്യ യുടെ ഔദാര്യംകൊണ്ടാണു ഞങ്ങൾ ജീവിക്കേണ്ടത്. ആ നാടിന്റെ ഉടമ യ്ക്കെതിരായാണ് ഞാൻ പറഞ്ഞത്; ആരെങ്കിലും കേട്ടോ?

ബാപ്പുജി താമസിക്കുന്ന നഗരം! ട്രെയിനിലുള്ളവരെല്ലാം ആഹ്ലാദിച്ചു. ഇനിയും ജീവൻ സുരക്ഷിതമാണ്!.... പക്ഷേ ആ നഗരത്തിൽത്തന്നെ പ്രാണ ഭയത്തോടെ എത്രപേർ കഴിയുന്നുണ്ടാകും. ഗൗരീശങ്കർ നീണ്ട വാളുമായി എത്തിയിട്ടുണ്ട്.

ഡൽഹിനഗരം ഞാൻ ചുറ്റിനടന്നു കണ്ടു. എന്തെന്ത് അനുഭവങ്ങളുള്ള നഗരമാണ്! എത്ര ചക്രവർത്തിമാർ അവിടെ വാണു! എത്ര സിംഹാസനങ്ങൾ തകിടംമറിഞ്ഞു! ഗീതാകർത്താവു മുതൽ ഇപ്പോൾ ബാപ്പുജിവരെ അവിടെ അവരുടെ സാന്നിദ്ധ്യംകൊണ്ടു പരിപൂതമാക്കി.

ഒരു അപ്രസന്നതയുടെ നിഴലിൽ നഗരം ആണ്ടുകിടക്കുന്നതുപോലെ തോന്നി. പഴയ കാലങ്ങളുടെ ദീർഘനിശ്വാസം അനുഭവപ്പെട്ടു. അതെ, ആ നഗരത്തിനു പറയാനുള്ളതു നാശങ്ങളുടെ കഥയാണ്. നിങ്ങൾ നിരുന്മേഷരായിപ്പോകും. ഭാവിയെക്കുറിച്ചു നഗരം പേടിക്കുന്നു. ചരിത്രാതീതകാലം മുതലുള്ള കഥകളെ അതു സ്മരിക്കുന്നു. സിംഹപ്രഭാവന്മാരായ ചക്രവർത്തിമാർ ധൂളികളായി ആ മണ്ണിൽ ചേർന്നിട്ടുണ്ട്. എത്രയോ ആഘോഷത്തോടെ ഘോഷിക്കപ്പെട്ട കിരീടങ്ങൾ പൊടിയായി ആകാശത്തു പാറുന്നു. ആ നഗരത്തെ ആവേശിച്ചിരിക്കുന്നതു പഴമയുടെ പ്രേതങ്ങളാണ്.

ഡൽഹിയിലെ നീണ്ടു നീണ്ടുപോകുന്ന ചില തെരുവുകൾ ഭാരതത്തിനു പെരുമ ചേർത്ത മുഗൾ ചക്രവർത്തിമാരുടെ കാലത്തെ ഓർമ്മിപ്പിച്ചു. അവിടെക്കൂടി നടന്നുപോയപ്പോൾ രണ്ടു നൂറ്റാണ്ടുകളുടെ പിന്നിൽ ജീവിക്കുന്നതുപോലെ തോന്നി.

മറ്റൊരു ചിന്താഗതി എന്നെ കീഴടക്കി. ഏതൊരു മുസ്ലീമിനും ഈ തെരുവിൽക്കൂടി പോകുമ്പോൾ തോന്നും ഈ രാജ്യത്തിന്നധികാരി അവനാണെന്ന്. ഒരു വിദേശശക്തിയോടെതിർക്കേണ്ടി വന്നപ്പോൾ ആ സമരത്തിന്റെ ആവേശത്തിനു ശക്തി കൂട്ടാനായി മുസ്ലീം നേതാവ് മുസ്ലീം യുവാവിനെ, ആ തെരുവിനേയും, ടാജ്മഹാളിനേയും, കുത്തബ്മിനാറിനേയും മറ്റും ചൂണ്ടിക്കാണിച്ചുകൊണ്ട്, പ്രതാപവാന്മാരായ ആ ചക്രവർത്തിമാരെ ഓർമ്മിപ്പിച്ചു. എന്നിട്ടു പറഞ്ഞു.

'നിന്റെ പിതാമഹന്മാർ ഭരിച്ചിരുന്നു' എന്ന്. അപ്പോൾ ആ നേതാവിന്റെ കൈകോർത്തുപിടിച്ചു നിന്ന ഹിന്ദുനേതാവ് ഹൈന്ദവചക്രവർത്തിമാരെ ചൂണ്ടിക്കാണിച്ചിട്ട്, ഹൈന്ദവയുവാവിനെ ഹൈന്ദവ സംസ്കാരത്തെക്കുറിച്ച് ഓർമ്മിപ്പിച്ചു. 'ഈ നാടു നിനക്കുള്ളതാണ്' എന്നു പറഞ്ഞു. വിദേശശക്തി പോയി. മുസ്ലീംയുവാവ് അവന്റെ നേതാവിൽ നിന്നും ഹിന്ദുയുവാവ് അവന്റെ നേതാവിൽനിന്നും പഠിച്ച പാഠങ്ങളിൽനിന്നും ഉത്തേജനം സ്വീകരിച്ചു. 'ഇതെന്റേതാണ്' 'ഇതെന്റേതാണ്' എന്നു പരസ്പരം വാദിച്ചു; കത്തി എടുത്തു. പാക്കിസ്താനിലെ മുസ്ലീമിന്റെ ഹിന്ദുവിനു ജീവിക്കാൻ അവകാശമില്ലെന്നുള്ള വിശ്വാസത്തിലും, ഇൻഡ്യയിലെ ഹിന്ദുവിന്റെ, മുസ്ലീമിനു ജീവിക്കാൻ അവകാശമില്ലെന്നുള്ള വിശ്വാസത്തിലും കാണുന്ന തീവ്രതയ്ക്ക് കാരണം മറ്റെന്താണ്? എന്തോ! ചരിത്രം വിധി കല്പിക്കട്ടെ.

ബിർലാമന്ദിരം! മറ്റെടുപ്പുകളുടെ മുകളിലായി ആകാശത്തിൽ അതിന്റെ ശിരസ്സ് ഉയർന്നു നില്ക്കുന്നു! അതിന് ഒരു ആഭിജാത്യമുണ്ട്; അന്തസ്സുണ്ട്;

വൈസ്രോയി മന്ദിരത്തേക്കാൾ പ്രാധാന്യമുണ്ട്. എങ്കിലും, എങ്കിലും, അതൊരു ജയിലായാണ് എനിക്കു തോന്നിയത്.

ഗാന്ധിജിയുടെ സന്നിധിയിലേയ്ക്ക് ഞാൻ ആനയിക്കപ്പെട്ടു. എന്റെ സ്നേഹനിർഭരമായ നമസ്ക്കാരം ഞാൻ അർപ്പിച്ചു. മറ്റൊരിക്കലും ഉണ്ടായിട്ടില്ലാത്ത ഹൃദയലാഘവം എനിക്കനുഭവപ്പെട്ടു.

എന്റെ സങ്കല്പത്തിലിരുന്നതിൽ നിന്നും എന്തെന്തു വ്യത്യാസമാണ് ഞാൻ കണ്ടത്! എന്റെ സങ്കല്പത്തിലെ ഗാന്ധിജിക്കു ചുറ്റുമായി ഒരു പ്രഭാവലയമുണ്ട്. ആ മനുഷ്യന് അധികാരവും ദിവ്യശക്തിയുമുള്ള കണ്ണുകളുണ്ട്. ഗരുഡാരൂഢനായി ചക്രപാണിയായിരിക്കുന്ന പടം ഞാൻ കണ്ടിട്ടുണ്ട്. മുക്കണ്ണനായും ഞാൻ കണ്ടിട്ടുണ്ട്.

പക്ഷേ എന്റെ മുമ്പിൽ കാണുന്നത് മനുഷ്യനാണ്. ഞാൻ ചിരിക്കുമ്പോൾ എന്നോടൊപ്പം വായ് തുറന്നു നിഷ്കളങ്കമായി ചിരിക്കുകയും ഞാൻ കരയുമ്പോൾ എന്നോടൊപ്പം കരയുകയും ചെയ്യുന്ന ഒരു മനുഷ്യൻ! എനിക്ക് എന്റെ ആവശ്യങ്ങൾ പറയാം; അപരാധങ്ങൾ ഉണർത്തിക്കാം. എന്നെ സ്നേഹിക്കുന്ന ആളാണ് ബാപ്പൂജി.

എന്റെ ബാപ്പുജിയെ ഈശ്വരനാക്കിയ മഹാപാപികളുടെ തലയിൽ ഇടിത്തീ വീഴട്ടെ! ഏതെല്ലാം വിദ്യകൾ അതിനവർ ഉപയോഗിച്ചിരിക്കുന്നു! കവികളെക്കൊണ്ടു പാട്ടുണ്ടാക്കിച്ചു. ചിത്രകാരന്മാരെക്കൊണ്ടു പടംവരപ്പിച്ചു. നമ്മളോടെല്ലാം കളിച്ചും ചിരിച്ചും, നാം തെറ്റുകാരനാകുമ്പോൾ ദുഃഖത്തോടും നമുക്കു നിത്യജീവിതത്തിലെ കാര്യങ്ങളിൽ ഉപദേശം തന്നും എല്ലാം അദ്ദേഹം പറഞ്ഞ കാര്യങ്ങൾക്കു ചില ഉണക്കമനുഷ്യരെക്കൊണ്ട് ആർക്കും മനസ്സിലാകാത്ത വ്യാഖ്യാനങ്ങൾ ഉണ്ടാക്കി. എന്നിട്ട് "ഗാന്ധിയൻ തത്ത്വശാസ്ത്ര"മെന്നു പേരുമിട്ടു. ഗാന്ധിജി പറഞ്ഞതു ഭാരതത്തിലെ നാല്പതു കോടിക്കും മനസ്സിലാകുന്നതാണ്! ഒരു വ്യാഖ്യാനവും വേണ്ട. അതെല്ലാം ആ നാല്പതുകോടിയുടെയും കാര്യങ്ങളാണ്. അദ്ദേഹം പറഞ്ഞതു പാവപ്പെട്ടവനു മനസ്സിലാകരുതെന്ന് ആ വ്യാഖ്യാതാക്കളുടെ ഏമാനന്മാർക്കു നിർബന്ധമുണ്ട്.

പക്ഷേ ഇതു പുത്തരിയല്ല. ലോകം ഇതിനു മുമ്പും ഇതു കണ്ടതാണ്. രണ്ടായിരം കൊല്ലംമുമ്പ് കാൽവരിയിൽ ക്രൂശിക്കപ്പെട്ട സ്നേഹഭിക്ഷുവിനെ ദൈവപുത്രനാക്കി. അദ്ദേഹം പറഞ്ഞതിനും വ്യാഖ്യാനമുണ്ടായി. അദ്ദേഹത്തെ പരമസുന്ദരനാക്കി പടം വരച്ചു. കള്ളക്കവിതകളെഴുതി, ഫലം, ഇപ്പോൾ ആ മനുഷ്യൻ, മനുഷ്യർക്ക് അപ്രമേയനാണ്.

എന്റെ ബാപ്പുവിനെ ഈശ്വരനായി പ്രതിഷ്ഠിക്കാൻ എന്തിനിത്ര പാടുപെടുന്നു? മനുഷ്യനാക്കിക്കൂടേ? അതിനു കാര്യമുണ്ട്: ആവശ്യവുമുണ്ട്.

ഭാരതത്തിന്റെ മുക്കിലും മൂലയിലും എല്ലാമുള്ള തെണ്ടിയുടെയും ഇരപ്പാളിയുടെയും ഹൃദയത്തിനുള്ളിൽ ഉന്മേഷത്തിന്റെയും ജീവിത

സ്നേഹത്തിന്റെയും പ്രകാശം പരത്തുന്ന ഒന്നുണ്ട്. ബാപ്പുജിയെക്കുറിച്ചുള്ള സ്നേഹം. ആ സ്നേഹം സ്വാതന്ത്ര്യബോധത്തെ തട്ടിയുണർത്തുന്നുണ്ട്. അപ്പോൾ ചിലർ പേടിച്ചു. ആ സ്നേഹത്തെ രൂപാന്തരപ്പെടുത്തിയില്ലെങ്കിൽ– ആ ചിലരുടെ താത്പര്യങ്ങൾ നശിച്ചു. ഗാന്ധിജിയെ ഗരുഡവാഹനനാക്കിയപ്പോൾ, ഗാന്ധിജി പറഞ്ഞതിനെ തിരുവായ്മൊഴികളാക്കിയപ്പോൾ, ആ സ്വാതന്ത്ര്യത്തിന്റെ ദേവത, മുതലാളിയുടെയും ജന്മിയുടെയും ഉപകരണമായി തീർന്നിട്ടുള്ള ദൈവമായി മാറി. അങ്ങനെ അനേകകോടികളിലുണർന്ന സ്വാതന്ത്ര്യബോധത്തെ മരവിപ്പിച്ചു.

ഒരു മഹായന്ത്രത്തിന്റെ പ്രവർത്തനത്തെ ഞാൻ ദർശിച്ചു. ആ യന്ത്രത്തിന്റെ പ്രവർത്തനത്തിൽ ഭാരതം ഒരു ക്ഷണംകൊണ്ടു രണ്ടായി വീണ്ടുംകീറി. പക്ഷേ ജീവനാഡികളിൽ ചിലതൊന്നും പൊട്ടിയിട്ടില്ല. അവ തീവ്രവേദന ഉണ്ടാക്കിക്കൊണ്ട് വലിഞ്ഞുനില്ക്കുന്നു. ആ യന്ത്രത്തിന്റെ പ്രവർത്തനത്തിൽത്തന്നെ മഹാത്മാവ് തടവുകാരനുമായി. ആ യന്ത്രത്തിന്റെ പ്രവർത്തനംതന്നെയാണ് ഗൗരീശങ്കറിന്റെ നീണ്ട വാൾ. അഭയാർത്ഥികളുടെ അന്ധവിശ്വാസങ്ങൾ രൂപം പ്രാപിക്കുന്നതും അതുകൊണ്ടുതന്നെ.

ആ മഹാസൗധം ഞാൻ ചുറ്റിനടന്നു കണ്ടു. അതു കാണേണ്ട ഒരെടുപ്പുതന്നെയാണ്. ആ മിടുക്കന്മാർ ഗാന്ധിജിക്കുവേണ്ടി ഒരു കാരാഗൃഹം നിർമ്മിച്ചതല്ല. ഗാന്ധിജിയെ ഇരിക്കുന്നിടത്തുതന്നെ തടവുകാരനാക്കിയതാണ്. അനന്തവിസ്തൃതങ്ങളായ പാടങ്ങളുടെയും മില്ലുകളുടെയും ഉടമയുടെ സ്വാധീനശക്തി എവിടെയും പ്രവർത്തിച്ചിരുന്നു. ആ പാവം ഭംഗിക്കാളനിയോളം ഓടി. അവിടെയും അദ്ദേഹം തടവുകാരനായിരുന്നു..... ബാപ്പുജിയെ ദൈവമാക്കിക്കാണിച്ചിട്ട്, അവിടുത്തെ വത്സലശിഷ്യത്വം ഭാവിച്ചുനിന്നതെന്തിനെന്നോ?... അനേകകോടികളുടെ വായ്പൊത്താൻ. ഗാന്ധിജിയുടെ ശിഷ്യനോട് എതിർക്കാമോ? ബിർലാമന്ദിരത്തിൽ പാർക്കുന്നതുകൊണ്ട് അതിന്റെ ഉടമസ്ഥന് എത്രയായിരം പവന്റെ പ്രസിദ്ധീകരണം ലഭിച്ചു.

ഞാൻ തിരിച്ച് അഭയാർത്ഥിക്യാമ്പിൽ ചെന്നപ്പോൾ അമ്മ ഉൽക്കണ്ഠയോടെ ചോദിച്ചു.

“ബാപ്പുജിയെ കണ്ടോ?”

“കണ്ടു”

അമ്മയുടെ ഉൽക്കണ്ഠയ്ക്ക് ഒരു പ്രത്യേകത ഉണ്ടായിരുന്നു.

“എനിക്കു പെട്ടെന്നു കാണണം.”

“അമ്മ വിഷമിക്കുന്നതുപോലെ തോന്നുന്നല്ലോ”

“ഉവ്വ്. ബാപ്പുജിയുടെ ജന്മോദ്ദേശ്യം സാധിച്ചു. ബാപ്പുജിക്ക് ഇഷ്ടംപോലെ മരിക്കാം”

"ബാപ്പുജിയുടെ ജന്മോദ്ദേശ്യം സാധിച്ചെന്ന്." ഞാൻ പറഞ്ഞു:-

"ബാപ്പുജി നൂറ്റിരുപതു വയസ്സുവരെ ജീവിക്കും."

"അങ്ങനെയല്ല. അവതാരങ്ങൾ ജന്മോദ്ദേശ്യം സാധിച്ചാൽ കാരണത്തിൽ ലയിക്കും."

ആ വൃദ്ധയോട് എന്തു പറയാനാണ്!

ആ ശപിക്കപ്പെട്ട ദുർദ്ദിനം! ജനുവരി 30. ബാപ്പുജിയെ ഇനി കാണണ്ട.

അമ്മയ്ക്കു കാണാൻ സാധിച്ചില്ല. അഭയാർത്ഥിക്യാമ്പിൽ പ്രാണഭീതിയും നിസ്സഹായതയും എല്ലാ മുഖത്തും കാണായി. അവരുടെ രക്ഷാദേവത പോയി.

ഞാൻ ഞങ്ങളുടെ കൂടാരത്തിൽ ചെന്നു. അമ്മ ശ്രദ്ധാപൂർവ്വം കേട്ടു കൊണ്ടിരിക്കുന്നു. ഗൗരീശങ്കർ കാര്യമായി പറയുന്നു:

"ഭഗവാൻ പാർത്ഥസാരഥി എങ്ങനെ ആയിരുന്നു? ആ വേടന്റെ അമ്പ് ഒരു കാരണമായെന്നേ ഉള്ളു. ലോകർക്കു പറയാൻ ഒരു കാരണത്തിനുവേണ്ടി മാത്രം!"

അമ്മയ്ക്ക് അതു ബോധ്യമായി. എങ്കിലും അവർക്കതു സഹിക്കുന്നില്ല. അയാൾ മറ്റൊരു വ്യാഖ്യാനം കൊടുക്കുകയാണ്. ഗീതയിലെ 'സംഭവാമി യുഗേ യുഗേ' എന്നവസാനിക്കുന്ന പദ്യം അയാൾ ചൊല്ലി. സംഭവിക്കുക എന്നതിന്റെ വ്യാഖ്യാനമാണ്. 'ഇല്ലാതാകുക'എന്നതും ഒരു സംഭവമാണ്. ഗാന്ധിജി ധർമ്മസ്ഥാപനത്തിനു താൻ ഇല്ലാതാകുക എന്നു സംഭവിക്കുക യായിരുന്നുപോലും!

ഇനി എനിക്കു കേട്ടുനില്ക്കാൻ വയ്യായിരുന്നു. അയാൾ എന്നെ കണ്ടു. എന്റെ നോട്ടത്തെ നേരിടാൻ അയാൾക്കു ശക്തിയില്ല. ഞാൻ എന്തെങ്കിലും ചെയ്യുമെന്നു പേടിച്ചെന്നപോലെ അയാൾ എന്റെ മുഖത്തുതന്നെ നോക്കി ക്കൊണ്ട് എഴുന്നേറ്റു. എന്നിട്ട് ഒരു പട്ടിയെപ്പോലെ ഓടി.

ആ തടിയൻ ഒരു ഭീരുവാണ്. വാളും അയാളുടെ കൈവശമുണ്ട്. ആ ഭീരുത്വത്തിന്റെ അർത്ഥം എനിക്കു മനസ്സിലായില്ല.

രാജ്ഘട്ടിൽ ഇന്നു ജനങ്ങൾ കാണിക്കയിടുന്നു; അവിടെ നമസ്ക്കരിക്കുന്നു; തറയ്ക്കു ചുറ്റും നടന്നു നാമം ജപിക്കുന്നു. അവിടെ പൂജാരിയും ഉണ്ട്.

ആ വലിയ ജന്മിമാരും മുതലാളിമാരും എല്ലാം ചിലപ്പോൾ ക്യാമ്പിൽ വരാറുണ്ട്. അവരുടെ കണ്ണുകളിൽ ഒരു ഭീതി നിഴലിടുന്നുണ്ട്. ഒരപരാധ ബോധത്തിന്റെ ഭീതിയല്ല. അവർ വക്രമായ വഴിയിൽ ഏതോ ചില ഉപായങ്ങൾ ആലോചിക്കുന്നുണ്ട്.

ബാപ്പുജി ഉണർത്തിവിട്ട സ്വാതന്ത്ര്യബോധം, നാല്പതു കോടികളു ടെയും ഉള്ളിൽ ജ്വലിച്ചു വർദ്ധിക്കുന്നുണ്ട്. അവർ അറിയുന്നു; അനുഭവ പ്പെടുന്നു. അവർ ഗാന്ധിജിയെ തടവുകാരനാക്കി, അദ്ദേഹത്തിന്റെ തണലിൽ ഒളിച്ചിരിക്കുകയായിരുന്നു. ഇനിയും, നാല്പതുകോടിയുടേയും വിപ്ലവമായി പരിവർത്തിച്ചേക്കാവുന്ന സ്വാതന്ത്ര്യതൃഷ്ണയെ നിയന്ത്രിക്കാൻ ആരുണ്ട്? ആ മലവെള്ളത്തെ ഒഴിവാക്കാൻ വഴിയുണ്ടോ? ഓരോ നിമിഷവും അവർ പേടിക്കുന്നു.

ഒരുപക്ഷേ ശരിയായിരിക്കാം! ബാപ്പുജി മരിച്ചത് നാല്പതു കോടി യുടെയും ഗുണത്തിനായിരിക്കാം. ഗാന്ധിജി നമ്മെ സ്നേഹിച്ചിരുന്നു, നമ്മുടെ കഷ്ടപ്പാടുകൾ അദ്ദേഹത്തിന്റെ കരളിനെ നീറ്റിക്കൊണ്ടിരുന്നു. എന്നാൽ മുതലാളിയുടെ മാനസാന്തരത്തിനുവേണ്ടി കേണിരുന്ന ആ തടവുകാരൻ പാവപ്പെട്ടവന്റെ സ്വാഭാവികമായ വിപ്ലവാസക്തിയെ തണുപ്പിച്ചുകൊണ്ടി രുന്നു. മുതലാളിയുടെ മനസ്സു മാറുമോ? മാറിയാൽത്തന്നെയും ഈ വ്യവസ്ഥിതിക്കു വ്യത്യാസമുണ്ടാകുമോ? അങ്ങനെ ഒരു പരിവർത്തനത്തിന് അദ്ദേഹം ഒരു തടസ്സമായിരുന്നു.

എങ്കിലും നമ്മുടെ കൺമുമ്പിൽനിന്നു മറഞ്ഞതു നാമെല്ലാം സ്നേഹി ച്ചിരുന്ന ഒരു രൂപമാണ്.

∎

കുരുടന്റെ ചാരിതാർത്ഥ്യം

പപ്പുനായർ ഭാർഗ്ഗവിയെ സ്വീകരിച്ചു.
അയാൾ ജാത്യാന്ധനാണ്. അവൾക്കു നാട്ടിൽ നല്ല പേരില്ല.

ആ ചീത്തവീട്ടിൽ അയാൾ പോകുന്നതിൽ ആർക്കും ഒരു സംശയവുമുണ്ടായിരുന്നില്ല. അയാൾ കുരുടനല്ലേ. ഭാർഗ്ഗവിയുടെ അമ്മയ്ക്കു പുരാണകഥകൾ കേൾക്കാൻ വലിയ കൗതുകമാണ്. അറിയാവുന്ന കഥകളെല്ലാം പപ്പുനായർ പറഞ്ഞുകൊടുക്കും. അയാളുടെ അമ്മ രണ്ടുപ്രാവശ്യം വിലക്കിയിട്ടുണ്ട്. ഒടുവിൽ ഭാർഗ്ഗവിക്കു ഗർഭമുണ്ടായി. പപ്പുനായർ കുറ്റം ഏറ്റു.

അയാളെ വീട്ടിൽ കയറ്റുകയില്ലെന്ന് അമ്മ പറഞ്ഞു. പപ്പുനായർക്ക് ഒരു സമാധാനമുണ്ട്: "എന്നും എന്റെ അനുജൻ എന്നെ പിടിച്ചുകൊണ്ടു നടക്കുകയില്ല. എന്നെ ശുശ്രൂഷിക്കാൻ ഒരാൾ വേണം."

അയാളുടെ അമ്മ ചോദിച്ചു: "നീ എന്തെടുത്തുകൊടുക്കും?"

"ഞാൻ ഒന്നും കൊടുക്കേണ്ട. അവൾ വല്ല മുറ്റമടിച്ചോ നെല്ലു കുത്തിയോ പിഴയ്ക്കും. നീയോ?"

"അവൾ എന്നെ രക്ഷിക്കും."

"അവൾ മൂന്ന് അലസിച്ചതാണ്."

"അങ്ങനെ ഒരുത്തി ലോകത്തിലില്ല."

ആ നിരോധനാജ്ഞ അങ്ങനെ സ്ഥിരപ്പെട്ടു.

ഭാർഗ്ഗവിക്ക് ഒരു ബ്രാഹ്മണഭവനത്തിൽ അടിച്ചുതളിയുണ്ട്. ദിവസം രണ്ടു നേരം ചോറും മാസം ഒരു പറ നെല്ലും അവിടെനിന്നു കിട്ടും. കൂടാതെ ഒന്നുരണ്ടു വീടുകളിലെ സ്ഥിരം നെല്ലുകുത്തു ജോലിയുമുണ്ട്.

പപ്പുനായരെ അവൾ വേണ്ടവിധം ശുശ്രൂഷിച്ചു. വറ്റു പിഴിഞ്ഞ് അയാൾക്കു കൊടുത്തിട്ട് അവൾ വെള്ളം കുടിച്ചു മാത്രം കഴിഞ്ഞു. ഭർഗ്ഗവി വളരെ അനുസരണയുള്ളവളായിരുന്നു. അവൾ അധികം സംസാരിക്കാറില്ല. പക്ഷേ, ദുരിതാനുഭവങ്ങൾ അവളുടെ മുഖത്തുനിന്നു പ്രസന്നതയെ എന്നെന്നേക്കും മാറ്റിക്കളഞ്ഞതുപോലെ തോന്നി. കണ്ണുകൾ കുഴിഞ്ഞ്, കവിളുകൾ ഒട്ടി, തലമുടി കൊഴിഞ്ഞ്, ഇരുപതുവയസ്സുമാത്രം പ്രായമുള്ള അവൾക്കു മുപ്പതു

വയസ്സു തോന്നിക്കും. എപ്പോഴും അവളുടെ മുഖം മ്ലാനമാണ്. ഒരിക്കലും അവൾ ഉള്ളഴിഞ്ഞു ചിരിക്കാറില്ല. പരിഹാസപരമായ പുഞ്ചിരി ചില അവസരത്തിൽ അവളുടെ കരിവാളിച്ച ചുണ്ടുകളിൽ പ്രത്യക്ഷമാകാറുണ്ട്- നല്ല നിലയിലിരിക്കുന്ന അവളുടെ കൂട്ടുകാരികളെ കാണുമ്പോൾ.

മിക്കവാറും അവൾ ഒറ്റ തോർത്തുമാത്രം ഉടുത്താണ് കഴിയുന്നത്. മറ്റൊരു വസ്ത്രക്കഷണം മാറുവാൻ അവൾക്കില്ല. അവൾ ആ അർദ്ധനഗ്നതയിൽ ലജ്ജിച്ചു ഒളിക്കാറുമില്ല.

ആ ഉത്സാഹശൂന്യവും മങ്ങിയതുമായ അന്തരീക്ഷത്തിൽ നാവിനു വിശ്രമം കൊടുക്കാതെ ലഘുചിത്തനായി ചിലച്ചുകൊണ്ടിരിക്കുന്ന പപ്പുനായർ ആവിർഭവിച്ചു. അവൾ അധികമൊന്നും അയാളോടും സംസാരിക്കാറില്ല.

പപ്പുനായർ പറയും: "ഭാർഗ്ഗവിയുടെ വയറ്റിൽ കിടക്കുന്നത് ആൺകുഞ്ഞാണ്. അവൻ വളർന്നുവന്ന് രാമായണം വായിച്ചു കേൾപ്പിക്കും."

അതിന്നുമാത്രം അവൾ മറുപടി പറയും: "പെൺകുഞ്ഞു മതി."

ഭാർഗ്ഗവി ഒരു ആൺകുട്ടിയെ പ്രസവിച്ചു. നായരുടെ സന്തോഷത്തിന് അതിരില്ലായിരുന്നു. അയാൾ മുറിയിൽനിന്നു പുറത്തിറങ്ങുകയില്ല. അവിടെ വരുന്ന സ്ത്രീകളോടെല്ലാം അയാൾ പറയും: "എന്റെ ആഗ്രഹംപോലെ സാധിച്ചു. ഭർഗ്ഗവിക്ക് ഒരു പെൺകുഞ്ഞു വേണമെന്നായിരുന്നു."

അയാൾക്ക് ആ കുഞ്ഞിനെ അയാളുടെ മടിയിൽ കിടത്തണം. അയാൾ അതിനോടു ചോദിക്കും: "എടാ നീ വളർന്ന് അച്ഛനു രാമായണം വായിച്ചു തരുമോടാ?"

ആ അന്ധന്റെ മുഖം ആനന്ദംകൊണ്ടു സുപ്രസന്നമായിരുന്നു. അയാൾ കൂടെക്കൂടെ പറയും: "ഭർഗ്ഗവി നീ അവന് ഒരുമ്മ കൊടുക്കാറില്ല്യോ?"

ഭാർഗ്ഗവി പറയും: "ഒരു നിമിഷം വായിൽ നാക്ക് അനങ്ങാതെ കിടക്കത്തില്ല."

"എടീ, നമുക്കു ഭാഗ്യകാലം വന്നു. എനിക്കിനി എന്തു വേണം? അവൻ എന്നെ കാശിക്കും രാമേശ്വരത്തിനും കൊണ്ടുപോകും - ഇല്ല്യോ മോനെ!"

പപ്പുനായർ കുഞ്ഞിനെ തടവി ഉമ്മവച്ചു. 'അശ്വതി മകം മൂലം കേതുവിന്നേഴ്' എന്നിങ്ങനെ അയാൾ കുഞ്ഞിന്റെ ദശാസന്ധികൾ ഗണിച്ചു.

"യൗവനത്തിലെ ശുക്രനാ. അവൻ ഭാഗ്യവാനാണ് ഭാർഗ്ഗവി! അവന്നു 'ഗോപികാരമണൻ' എന്നു പേരിടണം."

'ഓമനത്തിങ്കൾക്കിടാവോ' എന്ന താരാട്ടു ഭാർഗ്ഗവി പഠിക്കണമെന്ന് അയാൾ പറഞ്ഞു.

രാമനെന്ന് അവന്ന് അവൾ പേരിട്ടു. അയാൾ ചോദിച്ചു: "നീ എന്താ ഗോപികാരമണനെന്നു പേരിടാഞ്ഞത്?"

അവൾ പറഞ്ഞു: "ഓ! തെണ്ടാൻ പെറന്ന കൊച്ചിന്-"
"അതു പറയാതെടീ, അവന്നു കേസരിയോഗമുണ്ട്."
അവൾ ആ താരാട്ടു പഠിച്ചുമില്ല.

ആ കുഞ്ഞ് അയാളുടെ മടിയിൽ കിടന്നു പുളഞ്ഞു കരയും. അയാൾ അമ്പരന്നു ഭാർഗ്ഗവിയെ വിളിക്കും. അവൾ പല്ലുകടിച്ചുകൊണ്ടലറും: "ഇതിന്നു കിലോ ഒള്ളോ?"

ഭാർഗ്ഗവി അതിനെ അടിച്ചു. പപ്പുനായർ നടുങ്ങി. അവൾ ജോലിക്കു പോയാൽ വയ്യിട്ടേ വരികയുള്ളു. കുഞ്ഞിന്റെ തൊണ്ട വരളുന്നു എന്ന് അയാൾ അസ്വസ്ഥനായി പിറുപിറുത്തുകൊണ്ടിരിക്കും.

ഈ വാത്സല്യവായ്പു കരളലിയിക്കുന്നതായിരുന്നു.

"എന്റെ മോൻ ബഹു ഭാഗ്യവാനാ. അവന്റെ വലതുവശത്തു മുലയ്ക്കു താഴെ ഒരു മറുകൊണ്ട്, താമരപോലെ. ഭഗവാന്റെ ശ്രീവത്സമാ."

അയൽപക്കത്തുള്ള സ്ത്രീകളോടയാൾ ചോദിക്കും: "അവൻ എന്നെപ്പോലെ യായിരിക്കുന്നേ?"

സ്ത്രീകളുടെ കണ്ണിൽ കണ്ണീർ പൊടിച്ചു. ആ അന്ധകാരത്തിൽ അയാൾ മറുകു കാണുന്നു! അവൻ അയാളെപ്പോലെയാണിരിക്കുന്നതെന്ന് അറിയുന്നു. ഒരു സ്ത്രീ ഒരിക്കൽ ചോദിച്ചു: "തനിക്കു കണ്ണു കാണാമോ?"

"എന്റെ മോനെ എനിക്കു കാണാം."

അയാൾ അവനെ കണ്ടുകൊണ്ടുമിരുന്നു. കുഞ്ഞിനെ ഉമ്മവയ്ക്കുമ്പോൾ അയാൾ പറയും: "അമ്പട കള്ളാ, നിന്റെ ചിരി!"

നിശ്ശബ്ദമായ ആ ചിരികൂടി അയാൾ കണ്ടു.

നാട്ടിലെ സ്ത്രീകൾ ഇങ്ങനെ പറഞ്ഞുപോന്നു: "അമ്പെ അവൾ മഹാ പാപിയാണ്. ആ കുഞ്ഞ് അയാളെപ്പോലെയാണോ ഇരിക്കുന്നത്!"

രാമന്നു ചോറുകൊടുക്കാൻ കാലമായി. പപ്പുനായർക്ക് ആ കർമ്മം തന്റെ കൈകൊണ്ടു നിർവഹിക്കണമെന്നായിരുന്നു ആഗ്രഹം. പക്ഷേ, ഭാർഗ്ഗവി അതിന്നനുവദിച്ചില്ല. അയാൾക്കു വയറു കുറച്ചു കൂടുതലാണെന്ന് അവൾ അമ്മയോടു പറഞ്ഞു: "അതേ, എങ്കിൽ മറ്റുവല്ലവരെയും കൊണ്ട് കൊടുപ്പിക്കാം. അവനു വയറു വലുതാകാൻ പാടില്ല. എനിക്കറിയാമോ ഞാൻ ഒരുപാടു ചോറുണ്ണുമെന്ന്?"

എന്നിട്ടു പപ്പുനായർ ആ നേരമ്പോക്കിൽ ആത്മാർത്ഥമായി ചിരിച്ചു.

കുഞ്ഞു വളർന്നുവന്നു. ആ കുടുംബത്തിലെ സ്ഥിതി പരിതാപകരമായി ത്തീർന്നു. എന്തോ മോഷ്ടിച്ചുവെന്ന കാരണത്താൽ മഠത്തിൽനിന്ന് അവളെ പിരിച്ചുവിട്ടു.

"കുഞ്ഞിനെ ഉണക്കരുത്; എന്റെ ഒരു നേരത്തെ ചോറ് അവന്നു കൊടുക്കണം." പപ്പു നായർ ഭാർഗ്ഗവിയോടു പറഞ്ഞു.

പഞ്ഞംപിടിച്ച കർക്കട മാസക്കാലമായിരുന്നു. മൂന്നു ദിവസമായി അവിടെ കഞ്ഞി വച്ചിട്ട്. പയറ്റില വേവിച്ചുതിന്ന് ഒരു ദിവസം കഴിഞ്ഞു; തവിടുകൊണ്ട് ഒരു ദിവസം; മൂന്നാം ദിവസം തെക്കേതിലെ കേശവൻനായർ അവൾക്കു രണ്ടര ചക്രം കൊടുത്തു. അരി വാങ്ങി കഞ്ഞി വച്ച് അമ്മയും മകളും മകനും കൂടി കുടിച്ചു. പപ്പുനായർ കിഴക്കേതിലെ രാഘവനെക്കൊണ്ടു രാമായണം വായിപ്പിച്ചു കേൾക്കയാണ്. അടുക്കളയിലെ ബഹളമൊന്നും അയാൾ അറിഞ്ഞില്ല.

അയാൾ ലഘുചിത്തനായി കുചേലവൃത്തം പാടിക്കൊണ്ടിരുന്നു. ജാഠര വഹ്നിയുടെ കൊടിയ ചൂടിൽ അർദ്ധരാത്രി കഴിഞ്ഞിട്ടും അയാൾക്ക് ഉറക്കം വന്നില്ല. താളം പിടിച്ചുകൊണ്ടുള്ള ആ പാട്ട് അയൽക്കാർ കേട്ടു. ഭാർഗ്ഗവി ദേഷ്യപ്പെട്ട്, "ഇതെന്തു നാശമാ"

"ഭഗവൽകഥ പാടുകയല്ല്യോ!" അയാൾ നിശ്ശബ്ദം നാമം ജപിച്ചു.

ഭാർഗ്ഗവിക്കു വീണ്ടും ഗർഭമുണ്ടായി. ഇനി നീ പെറുന്നതു പെണ്ണായിരിക്കും എന്നു പപ്പുനായർ ഭാർഗ്ഗവിയോടു പറയും.

മൂത്തകുട്ടി കുറേശ്ശെ സംസാരിച്ചു തുടങ്ങി. അവൻ അമ്മേ എന്നു വിളിക്കും, അമ്മൂമ്മേ എന്നു വിളിക്കും, പക്ഷേ അച്ഛാ എന്ന പദത്തിന്റെ മൗലിക ശബ്ദം പോലും അവന്റെ നാവിൽനിന്ന് ഉതിരാറില്ല.

"നീ എന്താടാ അച്ഛനെ വിളിക്കാത്തെ? പക്ഷേ, അത് ഉച്ചരിക്കാൻ വിഷമമുള്ളതാണ്."

ഭാർഗ്ഗവിക്ക് ഈ ഗർഭകാലത്തു പല സുഖക്കേടുകളുമുണ്ടായി.

ഈ കഷ്ടതയെല്ലാം തീരും എന്നു പപ്പുനായർ പറഞ്ഞുകൊണ്ടിരുന്നു. രാമൻ അവന്റെ അമ്മയുടെ അടുത്തുനിന്നു മാറുകയില്ല. പപ്പുനായരുടെ അടുത്തെങ്ങും അവൻ പോകാറുമില്ല. അമ്മയുടെ വയറ്റിൽ ഒരു കൊച്ചനുജത്തിയുണ്ട് എന്നും, ആ വയറ്റിൽ ഉമ്മവയ്ക്കു എന്നും അയാൾ അവനോടു പറയും.

ഭാർഗ്ഗവി പ്രസവിച്ചു. ഒരു പെൺകുഞ്ഞായിരുന്നു. മുമ്പിലത്തെപ്പോലെ അയാൾ ദശാസന്ധികൾ ഗണിച്ചു. പതിനാലാമത്തെ വയസ്സിൽ ആ കുഞ്ഞിന്നു ഭർത്തൃയോഗമുണ്ടെന്നും പറഞ്ഞു.

"എന്റെ മോൾ തള്ളച്ഛായയാ, അല്ല്യോ കുട്ടിച്ചേച്ചി?" പപ്പുനായർ അയൽപക്കത്തെ സ്ത്രീയോടു ചോദിച്ചു. അവർ മനസ്സാ ചിരിച്ചു. ആ ചിരി മുഖത്തു നിഴലിച്ചു.

"ങ്ങാ, എന്നാ തോന്നുന്നെ." അവർ മറുപടി പറഞ്ഞു.

ആ കുട്ടിയുടെ പിതൃത്വവും സൂക്ഷ്മമായി സ്ത്രീകൾ നിർണ്ണയിച്ചു.

കുട്ടികൾ രണ്ടായി. അവിടുത്തെ ദാരിദ്ര്യം വളരെ വർദ്ധിച്ചു. ഭാർഗ്ഗവിയുടെ ആരോഗ്യം നശിച്ചു ജോലിക്കു പോകാൻ കൂടി അവൾക്കു വയ്യാതായി.

നമ്മുടെ ദാരിദ്ര്യം തീരും എന്നു പപ്പുനായർ ഭാർഗ്ഗവിയെ സാന്ത്വന പ്പെടുത്തി. അവൾ ആ പെരിയ ദുരിതത്തിൽനിന്ന് ആത്മഹത്യചെയ്തു രക്ഷ നേടുവാൻ ആഗ്രഹിച്ചു. കുട്ടികൾക്ക് ഉടയവരില്ലാതാകുമെന്നും, ആത്മഹത്യ മൗഢ്യമാണെന്നും അയാൾ വാദിച്ചു. ഭാർഗ്ഗവിയുടെ കണ്ണിൽനിന്ന് ഒരു തുള്ളി കണ്ണുനീർ പൊഴിഞ്ഞിട്ടില്ല. അവൾ ദുസ്സഹമായ സന്ദർഭങ്ങളിൽ പല്ലുകടിക്കും. കുഴിഞ്ഞുതാണ കണ്ണുകൾ അമാനുഷമായ ഒരു ദ്യുതിയാൽ ഒന്നു കറങ്ങി പ്രകാശിക്കും. വീണ്ടും പരിക്ഷീണയായി ഭാർഗ്ഗവി അടങ്ങും. ഒരിക്കൽ അവൾ ചോദിച്ചു: "തനിക്കു തെണ്ടരുതോ?"

"എടീ, അതൊള്ളതാ. നല്ല ബുദ്ധി. പക്ഷേ നാടുവിട്ടു പോകണം. ഈ കൊച്ചങ്ങളെ പിരിഞ്ഞെങ്ങനയാ എന്നേയുള്ളു."

ഭാർഗ്ഗവി ഗർഭിണിയായി. അപ്രാവശ്യം തീരുമാനം കിടപ്പിലായിപ്പോയി. വളരെ ദിവസങ്ങൾ അവിടെ അടുപ്പിൽ തീ പോലും കത്തിക്കാതെ കഴിഞ്ഞു. പപ്പുനായർ രാമനെ എന്നും ഉച്ചയ്ക്ക് അടുത്തുള്ള ബ്രാഹ്മണവസതിയിൽ പറഞ്ഞയയ്ക്കും. അവർ കൊടുക്കുന്ന കഞ്ഞി തള്ളയും കുട്ടികളും കഴിക്കും. മിച്ചമുണ്ടെങ്കിൽമാത്രം പപ്പുനായർ അതിൽ പങ്കുകൊള്ളും. അയാൾ പറയും: "എനിക്കു രാമായണം കേട്ടാൽ കഞ്ഞീം വെള്ളോം ഒന്നും വേണ്ട."

അങ്ങനെ പകൽ മുഴുവൻ അയാൾ രാമായണം വായിപ്പിച്ചു കേൾക്കും. രാത്രിയിൽ, കേട്ടുപഠിച്ച വരികൾ ഉരുവിടും.

കുട്ടികൾ വിശന്നുകിടന്നു കരയും. അവൾ മിണ്ടുകയില്ല. പപ്പുനായർ പറയും: "ഈ ദുഃഖമെല്ലാം തീരും."

കുട്ടികൾ അനാഥരായി. രാമനെ പകലെങ്ങും കാണുകയില്ല. അവൻ വീടുകൾതോറും കയറിയിറങ്ങി തെണ്ടിനടക്കുകയാണ്. ആ പെൺ കുഞ്ഞിനു ദീനം പിടിച്ചു. അയൽപക്കത്തുനിന്നു അരിവാങ്ങി അതിന്ന് അയാൾ കഞ്ഞിവയ്പിച്ചു കൊടുക്കും. രാമൻ സന്ധ്യയ്ക്കു വീട്ടിൽ മടങ്ങിയെത്തും. അവനോടു നാമം ജപിക്കാൻ പറയും. അവൻ അതു ഗൗനി ക്കുകയില്ല. പപ്പുനായർ അവനെ വിളിച്ച് അടുത്തിരുത്തി പുരാണകഥകൾ പറയാൻ തുടങ്ങും. അവൻ പൊയ്ക്കളയും. നായർ കഥ തുടർന്നുകൊണ്ടു മിരിക്കും. അടുക്കളയിൽ അവന്റെ ശബ്ദം കേൾക്കുമ്പോഴാണ് അവൻ പോയെന്ന് അയാൾ അറിയുക.

ഭാർഗ്ഗവി പ്രസവിച്ച കുട്ടി ആണായിരുന്നു. അതു നാലുദിവസം കഴിഞ്ഞു മരിച്ചുപോയി.

അത് ഒരുകണക്കിൽ നന്നായി. എങ്ങനെ വളർത്തും? എന്ന് പപ്പുനായർ സമാധാനപ്പെട്ടു. അയാൾ ഭാർഗ്ഗവിയോടു പറഞ്ഞു: "എന്റെ കടമ കൂടിയാണ്

കുട്ടികളെ വളർത്തേണ്ടത്. നമുക്കിപ്പോൾ രണ്ടു കുട്ടികളുണ്ട് അവർ എങ്ങനെയും കഴിയും. ഇനിയും കുട്ടികൾ വേണ്ട.”

രാമന്ന് ആറുവയസ്സു പ്രായമായി. അവനെ എഴുത്തു പഠിപ്പിക്കുവാൻ അയയ്ക്കണമെന്നു പപ്പുനായർ നിശ്ചയിച്ചു. അടുത്ത ഇടവത്തിൽ അവനെ പള്ളിക്കൂടത്തിൽ ചേർത്തു.

ബ്രാഹ്മണഗൃഹത്തിലെ നഷ്ടപ്പെട്ട ജോലി വീണ്ടും ഭാർഗ്ഗവിക്കു കിട്ടി. മരിച്ച കുഞ്ഞിന്റെ ഭാഗ്യംകൊണ്ടാണ് അവൾക്കു വീണ്ടും പണി കിട്ടിയതെന്നു നായർ പറഞ്ഞു. അങ്ങനെ അവിടെ ഒരു നേരത്തേക്കുള്ള ആഹാരത്തിനും വഴിയുണ്ടായി. എന്നാൽ, നായർക്ക് അതുകൊണ്ട് ഒരു ആശ്വാസവും ഉണ്ടായില്ല. അയാൾ പട്ടിണിയായിത്തന്നെ കഴിഞ്ഞു. ഉച്ചയ്ക്കും വയ്യിട്ടും മഠത്തിൽനിന്നു ചോറു കൊണ്ടുവന്ന് അമ്മയും മക്കളും കൂടി ഉണ്ണും. നായർ രാമായണം വായിച്ചുകൊണ്ടും, നാമം ജപിച്ചുകൊണ്ടും തിണ്ണയിലിരിക്കും. ചിലപ്പോൾ വല്ലതും കൊടുത്തെന്നും വരാം. ഒരിക്കലും അയാൾ ആഹാരം ചോദിച്ചിട്ടില്ല.

രാമൻ പള്ളിക്കൂടത്തിൽ പോകാറില്ല. പോകേണ്ടെന്ന് അവന്റെ അമ്മ പറഞ്ഞു. ആ ചെലവുകൂടി നടത്താൻ അവർക്കു ശക്തിയില്ല. നായർ അതു ശരിയാണെന്നു സമ്മതിച്ചു.

പക്ഷേ, കൊച്ചുങ്ങളെ എഴുത്തു പഠിപ്പിക്കണം. അവന്ന് ആറു വയസ്സല്ലേ ആയുള്ളു. അടുത്ത കൊല്ലം ആകട്ടെ എന്നയാൾ പറഞ്ഞു.

ആ കുട്ടികളോ? അവർ ഇതുവരെ അയാളെ അച്ഛാ എന്നു വിളിച്ചിട്ടില്ല. അയാളുടെ തപ്പൽ കണ്ട് അവർ ചിരിക്കും.

മോളേ, ഇങ്ങു വാ, എന്നു പറഞ്ഞ് അയാൾ കൈകൾ നീട്ടും; ആ പെണ്ണ് അടുത്തു ചെല്ലുകയില്ല. അകന്നുനിന്ന് അവൾ അയാളെ കൊഞ്ഞനം കാണിക്കും. ഒരിക്കൽ അയാൾ രാമനോടു പറഞ്ഞു: “ഒന്നു മുറുക്കാൻ എടുക്കൂ മോനേ!”

രാമൻ വെറ്റിലയിൽ ചുണ്ണാമ്പു തേച്ചു കൊടുത്തു. പാക്കിന്നുപകരം ആ വിളഞ്ഞ കൊച്ചൻ ഒരു കൽക്കഷണമാണ് കൊടുത്തത്. പപ്പുനായരുടെ വായ് പൊള്ളി. അവൻ കൈകൊട്ടിച്ചിരിച്ചു. അയാളും ആ നേരംപോക്കിൽ പൊട്ടിച്ചിരിച്ചു. ഒരു ദിവസം അയാൾ വടികുത്തിപ്പിടിച്ചുകൊണ്ട് തപ്പിത്തടഞ്ഞു തിണ്ണയിൽ നിന്നും മുറ്റത്തേയ്ക്കിറങ്ങി. അമ്മയോടു കലഹിച്ച് അടുക്കളയിൽ നിന്നു ദേഷ്യപ്പെട്ടു പുറത്തിറങ്ങിയ രാമൻ അയാളുടെ വടിയിൽ ഒരു തട്ടുതട്ടി. സാധു നായർ മൂക്കുകുത്തി നിലത്തു വീണു. വരുന്നവരോടും പോകുന്നവരോടുമെല്ലാം ആ മിടുക്കനെക്കുറിച്ച് ഈ സംഭവങ്ങൾ ഉദാഹരിച്ച് അയാൾ സ്തുതിച്ചു.

അങ്ങനെ രണ്ടു സംവത്സരം കഴിഞ്ഞു. രാമനെ പള്ളിക്കൂടത്തിൽ അയച്ചിട്ടില്ല. പലപ്പോഴും പപ്പുനായർ ഭാർഗ്ഗവിയോടു ഈ കാര്യത്തെക്കുറിച്ചു സംസാരിക്കും. അവൾ പറയും: “തന്റെ നാക്കു വായിൽ കിടക്കുവല്യോ കൂവാ”

“അല്ല, ഞാൻ പറയുന്നതു കാര്യമല്യോ”

അവൾ ഒന്നും മറുപടി പറകയില്ല; അലക്ഷ്യമായി അവളുടെ പാട്ടിനു പോകും. രാമൻ ചില ചില്ലറ മോഷണങ്ങൾ ചെയ്തതായി ഒരു കേസ്സുണ്ടായി. അവനോടു നായർ ചോദിച്ചു: “അതു ശരിയാണോടാ?”

ഞാൻ ആലോചിച്ചോളാം എന്ന് അവൻ മറുപടി പറഞ്ഞു.

പിള്ളാരല്യോ? പ്രായമാകുമ്പം നന്നാകും എന്നു പപ്പുനായർ സമാധാനപ്പെട്ടു.

ഭാർഗ്ഗവി വീണ്ടും ഗർഭിണിയായി. അതു പപ്പുനായരെ അല്പം അത്ഭുതപ്പെടുത്തി. അയാൾ ഭാർഗ്ഗവിയോടു ചോദിച്ചു: “ഭാർഗ്ഗവി, ഇതെന്താ?”

അവൾ ഒന്നും മിണ്ടിയില്ല. ഇക്കാലത്തു രാമനെ ആരുടെകൂടെയോ താമസിക്കുവാൻ ഭാർഗ്ഗവി പറഞ്ഞയച്ചു. അയൽപക്കത്തെ കുട്ടിയമ്മയോടു നായർ പരാതി പറഞ്ഞു: “അവനെ അങ്ങനെ പറഞ്ഞയച്ചതു ശരിയായോ? അവന് എഴുത്തു പഠിക്കണ്ടയോ?”

“എടോ അതേ,” കുട്ടിയമ്മ അർദ്ധോക്തിയിൽ വിരമിച്ചു. കുട്ടിയമ്മ ഭാർഗ്ഗവിയുടെ ദുരാചാരങ്ങൾക്കു പലതിനും സാക്ഷിയാണ്. അയാളോട് അവൾ ചെയ്തിട്ടുള്ള തെറ്റുകൾ കണ്ട് അവരുടെ കരൾ നൊന്തിട്ടുണ്ട്. അരിയും കറിയും വച്ച് അവൾ ഊണുകഴിക്കുമ്പോൾ, ആ അന്ധൻ വെറും പട്ടിണി കിടക്കുന്നത് അവർ കണ്ടിട്ടുണ്ട്; കരഞ്ഞിട്ടുണ്ട്. കൂടാതെ അയാളുടെ അമ്മയുടെ ദൗത്യംകൂടി വഹിച്ചുകൊണ്ടാണ് കുട്ടിയമ്മ വന്നിരിക്കുന്നത്. ലോകം ഈ ദയനീയ ചരിത്രം പരക്കെപ്പറഞ്ഞുകൊണ്ടിരുന്നു. എന്നാൽ അനുകമ്പയാൽ ആരും അയാളുടെ ചെവിക്കു വിട്ടുകൊടുത്തില്ല. ആ നിത്യമായ അന്ധകാരത്തിൽ, ലോകത്തിന്റെ ഭയങ്കരവശങ്ങൾ അങ്ങനെ മറഞ്ഞുമിരുന്നു. അയാൾക്ക് ആ നാരകീയമായ സംഭവങ്ങൾ താങ്ങാൻതക്ക കെല്പില്ല എന്നു ലോകം ഭയപ്പെട്ടു. അയാളുടെ നിരുപമമായ വാത്സല്യത്തിൽ ലോകം കോൾമയിർ കൊണ്ടു; കുലുങ്ങാത്ത ശുഭാപ്തിവിശ്വാസത്തിൽ ലോകം അത്ഭുതം തേടി; ആരാദ്ധ്യവും ആത്മാർത്ഥവുമായ ത്യാഗത്തിന്നു ലോകം കൈവണങ്ങി. ഭാർഗ്ഗവിയോടു കറുത്തൊരു അക്ഷരം അയാൾ പറഞ്ഞിട്ടില്ല. അയാൾ എങ്ങനെ ഈ നിഷ്ഠുരയാഥാർത്ഥ്യത്തെ അഭിമുഖീകരിക്കും?

കുട്ടിയമ്മയ്ക്ക് അതു പറയാൻ വയ്യ. പപ്പുനായർ പറഞ്ഞു: “എന്റെ കുഞ്ഞു മിടുക്കനാ. അവൻ വലിയ ഒരു ഉദ്യോഗസ്ഥന്റെ കൂടെയാ. അവൻ എഴുത്തു പഠിച്ചോളും”

''പപ്പുനായരേ, അതു തന്റെ കുഞ്ഞല്ല."

"അല്ല, അത് ഈശ്വരന്റെ കുഞ്ഞാ. അദ്യത്തിന്റെ മായമല്ല്യോ ഈ ലോകം."

കുട്ടിയമ്മ ഒന്നും പിന്നീട് പറഞ്ഞില്ല. അതിനവർക്കു ശക്തിയില്ലായിരുന്നു.

ഭാർഗ്ഗവി ഒരു ആൺകുട്ടിയെ പ്രസവിച്ചു. നായർ ആ സന്താനലാഭത്തിൽ വളരെ സന്തോഷിച്ചു.

ഇവൻ എനിക്ക് ഒരു കൂട്ടായിരിക്കും എന്നയാൾ പറഞ്ഞു. വീണ്ടും ഒരു ദിവസം കുട്ടിയമ്മ അവിടെ വന്നു. അവർ പറഞ്ഞു:- "തനിക്കു കണ്ണു കാണാൻ പാടില്ലാത്തതു ഭാഗ്യമാണ്. ഈ ലോകത്തിലെ ദുരിതമൊന്നും കാണണ്ടല്ലോ.'

"ലോകത്തിൽ ഒരു ദുരിതവുമില്ല. പിന്നെ, ദാരിദ്ര്യം- അതു തീരും. ദുഃഖ മുണ്ടെങ്കിൽ സുഖവുമുണ്ട്, കുട്ടിച്ചേച്ചി"

"അതല്ലടോ?പിന്നെ-"

"എനിക്ക് ഒരു ദുഃഖവുമില്ല. എന്റെ ഭഗവാൻ എനിക്ക് ഒരു ദുഃഖവും വരുത്തിയിട്ടില്ല. പിന്നെ എന്റെ കുഞ്ഞുങ്ങളെക്കുറിച്ച് മനസ്സിന്നൊരു വിഷമ മുണ്ട്. രാമൻ ഒരു എഴുത്തുപോലും അയച്ചില്ല."

"ആ കുഞ്ഞുങ്ങളെക്കണ്ടാൽ തനിക്ക് ഇതൊന്നും തോന്നുകയില്ല."

"എന്റെ കുഞ്ഞുങ്ങളെ ഞാൻ കാണുന്നുണ്ട്."

"എന്നിട്ട്, അവരുടെ അച്ഛൻ താനാണോ?"

കുട്ടിയമ്മയുടെ ഹൃദയം ദ്രുതതരം തുടിച്ചു. അവർ അറിയാതെയാണ് ഇതു പറഞ്ഞുപോയത്. പപ്പുനായർ ഉത്തരം പറയാതെ ഒന്നു പരുങ്ങി. അയാൾ അടുത്ത ക്ഷണം പറഞ്ഞു: "അവർ കുഞ്ഞുങ്ങളാ."

"താൻ എന്തറിഞ്ഞു പപ്പുനായരേ."

"അതൊള്ളതായിരിക്കും കുട്ടിച്ചേച്ചി. ഇപ്പോഴത്തെ കുഞ്ഞ്-അത്- ഞാൻ മടയനല്ല കുട്ടിച്ചേച്ചി. കണ്ണില്ലാത്തവർക്ക് വലിയ ബുദ്ധിയായിരിക്കും. ഞാൻ ചിലതെല്ലാം അറിഞ്ഞു. ഒരു ദിവസം രാത്രി പെരയ്ക്കകത്തു ചക്രം കിലുങ്ങി."

"താൻ ഈ തിണ്ണയിലിരിക്കും. അവൾ രാക്ഷസിയാണ്."

പപ്പുനായർ ഒന്നും മിണ്ടിയില്ല.

"എന്നാലെന്താ? തന്തയില്ലാത്ത കുഞ്ഞുങ്ങളാണെന്നു ലോകം അവരെ പറയുകയില്ലല്ലോ."

"അവർ തന്നെ അച്ഛാന്നു വിളിക്കുന്നോ?"

"അല്ല. ഞാൻ അവരെ സ്നേഹിച്ചു. തേ! എന്റെ രാമനും എന്റെ ദേവകിയും എന്റെ മുൻവശത്തു നില്ക്കുന്നു. അവരെന്തോമനകളാ! തങ്കക്കൊടങ്ങള്! അവർ എന്റെ കുഞ്ഞുങ്ങളാ. അവർക്കുവേണ്ടി എന്തെങ്കിലും ചെയ്യണ്ടയോ?"

"അവൾ തന്നെ പറ്റിക്കുകയായിരുന്നു."

"അവൾ പാവമാ. എന്തു പട്ടിണി കിടന്നു! അവൾ തെറ്റു ചെയ്താ യിരിക്കും. ഇതായിരിക്കും അവളുടെ ഉപജീവനമാർഗ്ഗം. നേരേ നില്ക്കാൻ ഒരാളു വേണം. അങ്ങനെ അവൾക്ക് ഒരുപകാരം ചെയ്യാനെങ്കിലും എനിക്കു സാധിച്ചല്ലോ."

കുട്ടിയമ്മയ്ക്ക് ഒന്നും മറുപടി പറയാനുണ്ടായിരുന്നില്ല. ആ ഹൃദയം ഏറ്റവും വിപുലമായിരുന്നു. അയാൾ ഇരുട്ടിൽക്കിടന്നു തപ്പിത്തടയുകയല്ലാ, നിത്യമായ ചിൽപ്രകാശംകൊണ്ട് അയാളുടെ ഉൾക്കളം പ്രകാശമാനമാണ്. അനേകം ബ്രഹ്മാണ്ഡങ്ങൾ അണുക്കൾപോലെ ആ പ്രകാശപ്രസരത്തിൽ തത്തിക്കളിക്കുന്നു!

കുട്ടിയമ്മ ഒന്നും മിണ്ടാതെ പോയി. അന്നു രാത്രിയിലും അയാൾ കുചേലവൃത്തം പാടുന്നത് അയൽക്കാർ കേട്ടു.

■

ഹാന്റ് ബാഗ്

മുത്തശ്ശിയും കൊച്ചനുജനും പത്തുമണി മുതലേ പടിക്കൽ കാത്തു നില്ക്കുകയാണ്. ഉച്ചയ്ക്കു വരുമെന്നാണ് അവളുടെ എഴുത്ത്. തലേന്നാൾ കാളേജ് പൂട്ടി.

'ഇല്ലേ വരുന്നു' എന്നാർത്തുകൊണ്ടു കൊച്ചനുജൻ പടിക്കു പുറത്തു ചാടി ഓടി. അങ്ങു ദൂരെനിന്നും പൗത്രി വരുന്നതു മുത്തശ്ശി കണ്ടു. കൊച്ചനുജൻ ഓടിച്ചെന്ന് അവളുടെ കയ്യിൽ ഞാന്നു.

മുത്തശ്ശിക്കു നയനസാഫല്യം വന്നു. അവരുടെ പൗത്രി സാരിയുമുടുത്ത് ഒരുങ്ങിവരുന്നു. അവൾ കാളേജിൽ പഠിക്കുകയാണ്. ബി.ഏ.യുടെ താഴത്തെ ക്ലാസ്സിൽ!

വൃദ്ധയുടെ നീട്ടപ്പെട്ട കൈക്കുള്ളിൽക്കൂടി അവരുടെ വക്ഷസ്സിലേയ്ക്കു വിലാസിനി ചേർന്നു. വദനങ്ങൾചേർന്ന് അങ്ങനെ അവർ ഒരു നിമിഷം നിന്നുപോയി. വൃദ്ധയുടെ നയനങ്ങളിൽ ആനന്ദബാഷ്പം നിറഞ്ഞു. അവൾ ഒരു കൊച്ചുകുഞ്ഞായി; കളിക്കുഞ്ഞ്.

ഈ തക്കംനോക്കി കൊച്ചനുജൻ അവളുടെ കയ്യിലിരുന്ന ഹാന്റ് ബാഗ് തട്ടി കൈക്കലാക്കി. അവൻ ചോദിച്ചു:

'ഇതെനിക്കു തരാൻ കൊണ്ടുവന്നിരിക്കയാണോ ചേച്ചീ' എന്നിട്ട് അതു തുറക്കുവാൻ ശ്രമിച്ചുതുടങ്ങി. വിലാസിനി അതു തിരിച്ചുവാങ്ങിയിട്ടു പറഞ്ഞു:

'ചേച്ചി തുറന്നു തരാം. അതു പറിച്ചുകീറി കളയരുത്!'

മുത്തശ്ശി ചോദിച്ചു: 'അതിലെന്തോന്നാ മോളേ?'

വിലാസിനി മറുപടി പറഞ്ഞു:

'അതിൽ പണമിടാം. പേന വയ്ക്കാം. അതിനൊക്കെയാണ് മുത്തശ്ശി. ഞങ്ങളുടെ കാളേജിൽ എല്ലാവർക്കുമുണ്ട്.'

'എനിക്കു തരാനാണോ?'

'അതു ചേച്ചി ഇനിയും വരുമ്പോൾ ഒരെണ്ണം കൊണ്ടുവരാം.'

മുത്തശ്ശി പറഞ്ഞു:

'പണ്ടത്തെ പാളപ്പൊതിപോലെയാ.'

എല്ലാവരും ചിരിച്ചു. വിലാസിനി ബാഗ് തുറന്നു കാണിച്ചു. അതിൽ അവളുടെ പേനയും രണ്ടുമൂന്നു കടലാസും രണ്ടു രൂപായും കുറെ തുണിക്കഷ്ണങ്ങളുമുണ്ടായിരുന്നു. അതു സൗകര്യമായ ഒരുപകരണമാണെന്നു മുത്തശ്ശിയും സമ്മതിച്ചു.

മുത്തശ്ശി വിലാസിനിയെ പ്രത്യംഗം നോക്കി. മൂന്നുമാസം കൊണ്ട് അവൾക്കു വലിയ മാറ്റങ്ങൾ സംഭവിച്ചിരുന്നു. അവൾ ഒരു കൊച്ചുകുഞ്ഞായിരുന്നു. കളി മാറാത്ത ബാലിക! അവൾ ചുമ്മാ പൊട്ടിച്ചിരിക്കുമായിരുന്നു. ഒച്ചയെടുക്കുമായിരുന്നു. കുഞ്ഞുങ്ങളെപ്പോലെ വാതുറന്നു ചിരിക്കുകയും കരയുകയും ചെയ്യുമായിരുന്നു. അവളുടെ ചാപല്യങ്ങൾക്ക് അവളെ മുത്തശ്ശി കുറ്റപ്പെടുത്തിയിട്ടുണ്ട്. എന്നാണ്, എങ്ങനെയാണ് അവൾക്ക് ഒരു പിടിപ്പു വരുന്നതെന്ന് അവർ വ്യാകുലപ്പെട്ടിട്ടുണ്ട്. അവൾക്കു നേരാംവണ്ണം മുണ്ടുടുക്കാൻ കൂടി അറിഞ്ഞുകൂടായിരുന്നു. ഇന്ന് അവൾ സാരി ഉടുത്തിരിക്കുന്നു. അവൾ വളർന്നു. അവൾക്കു കാര്യങ്ങളറിയാം. അവൾ ഒരു സ്ത്രീയായി: ഒരു സ്ത്രീയാണ് താൻ എന്ന ബോധവും അവൾക്കുണ്ടായി. മുത്തശ്ശി അവളുടെ വിശാലമായ നയനങ്ങളിൽ നോക്കിയിരിക്കും. ഇനി അങ്ങനെ അവൾ പൊട്ടിച്ചിരിക്കുമോ? അനുജനുമായി വഴക്കുകൂടുമോ? പിണങ്ങി മുഖം വീർപ്പിച്ചു പിറുപിറുക്കുമോ? ഇല്ല. അങ്ങനെയാണ് വളരുന്നത്!

അവൾ സാരിയോ മറ്റെന്തെല്ലാമോ ഒക്കെ വാരിവലിച്ചുടുത്തേ ഇരിക്കുകയുള്ളു. കുളത്തിൽ കുളിക്കുകയില്ല. അവൾ കുളിക്കുമ്പോൾ മുത്തശ്ശിക്കും കൂടി മറപ്പുരയ്ക്കകത്തു ചെന്നുകൂടാ.

ഒരു ദിവസം മുത്തശ്ശി അവളുടെ അമ്മയോടു പറഞ്ഞു:

'വിലാസിനി ഇപ്പം കൊച്ചുകുഞ്ഞും മറ്റുമല്ല.'

ആ സ്ത്രീ ചോദിച്ചു: 'ഉം? എന്താ അമ്മേ?'

'അല്ലേ, അവൾക്കു പ്രായമായില്യോ?'

'അതിന്?'

'അല്ല, ഞാൻ പറയുവാരുന്നു. ഒരു പ്രായമുണ്ട്. അപ്പം അതു നടക്കണം.'

ആ സമയം വിലാസിനി അവിടെ വന്നു. അവളുടെ മാതാവു പറഞ്ഞു:

'ഓ! അതൊന്നും ഇപ്പോൾ ആലോചിക്കേണ്ട. അവൾ പഠിക്കുകയല്ലേ?'

വിലാസിനി പെട്ടെന്ന് അവിടെനിന്നും പോയി.

മുത്തശ്ശി തുടർന്നു: 'പഠിക്കുന്നതിനെന്താ? കല്യാണം കഴിഞ്ഞാലും പഠിക്കരുതോ?'

'പിന്നെ പഠിത്തം ഒക്കുകയില്ലമ്മേ.'

വൃദ്ധ ഒട്ടുനേരം കഴിഞ്ഞിട്ടു പറഞ്ഞു: 'കല്യാണം കഴിക്കാതിരുന്നാലാ പഠിത്തം ഒക്കാത്തത്.'

'അവൾക്ക് ഒരു നല്ല ജോലി കിട്ടിയാൽ പോരേ അമ്മേ?'

'ജോലി കിട്ടിയാൽ കല്യാണത്തിന്റെ കാര്യമാകുമോ?'

അങ്ങനെ അവളെക്കുറിച്ചു മുത്തശ്ശി കൂടെക്കൂടെ പറഞ്ഞുകൊണ്ടിരുന്നു. അവൾ വളർന്നു എന്നതു മറ്റാരും ഗൗനിച്ചില്ല. മുത്തശ്ശിയുടെ നോട്ടം വിലാസിനിക്കു താങ്ങാൻ കഴിവില്ലായിരുന്നു. മുത്തശ്ശി അവളെയല്ല അവളുടെ യൗവനത്തെയാണ് ഉറ്റുനോക്കാറുള്ളത്. ആ ദൃഷ്ടിനിപാതത്തിൽ അവൾ ഒന്നു ചുളിയും. മുത്തശ്ശിയുമായി സംസാരിക്കുമ്പോൾ അവൾ ലജ്ജാവതി യാകും. മുത്തശ്ശി എല്ലാം മനസ്സിലാക്കി. എങ്കിലും അവൾ മുത്തശ്ശിയോടു കൂടുതൽ അടുത്തു. എന്തുകൊണ്ടോ എന്തോ! അവൾക്കു വേണ്ടത് അറിഞ്ഞതുകൊണ്ടാവാം.

അവൾ തനിച്ചിരിക്കുമ്പോൾ എന്തോ ചിന്തിച്ചുകൊണ്ടിരിക്കും. ഉയർന്നു വരുന്ന വക്ഷസ്സിലേയ്ക്കു കൂടെക്കൂടെ നോക്കിപ്പോകും. പുരുഷന്മാർ ആരെ യെങ്കിലും കണ്ടാൽ ഓടി ഒളിക്കും. മുണ്ടുടുക്കാതെ നടക്കുന്ന കൊച്ചനുജനെ അവൾ ശാസിച്ചു. അങ്ങനെ അവളുടെ ലജ്ജ ക്രമേണ പരിണാമം പ്രാപിച്ചു കൊണ്ടിരുന്നു.

കാളേജു തുറക്കാറായി. അവൾക്കു പോകേണ്ട ദിവസം വന്നു. അന്ന് അവൾ ഒരുങ്ങിനില്ക്കുമ്പോൾ മുത്തശ്ശി മുറിക്കുള്ളിൽ കയറിച്ചെന്നു. അവർക്ക് എന്തോ പറയാനുണ്ടായിരുന്നു. ആ വൃദ്ധയുടെ മന്ദഹാസം അർത്ഥവത്തായിരുന്നു. വിലാസിനി മന്ദഹസിച്ചുകൊണ്ടു ചോദിച്ചു: 'എന്താ മുത്തശ്ശി?'

മുത്തശ്ശി മകളുടെ കണ്ണുകളിൽ ദൃഷ്ടി ഉറപ്പിച്ചു. അവൾ വേഷം നോക്കാനെന്നമട്ടിൽ മുഖം കുനിച്ചു. മുത്തശ്ശി ചോദിച്ചു.

'നിങ്ങളു താമസിക്കുന്നിടത്ത് എത്ര പേരൊണ്ടു മോളേ?'

'പത്തറുപതു പേരൊണ്ടു മുത്തശ്ശി.'

'അവിടത്തെ വേലക്കാരും പെണ്ണുങ്ങളാണോ?'

മുത്തശ്ശിയുടെ ചിന്താഗതി വിലാസിനിക്കു മനസ്സിലായി. അവൾ അകാരണ മായി പരിഭ്രമിച്ചു. 'അതെ' എന്നു യാന്ത്രികമായി ഉച്ചരിച്ചു. പെട്ടെന്ന് അവൾ മുറിക്കു പുറത്തിറങ്ങി. മുത്തശ്ശി പതുക്കെ പറഞ്ഞു:

'നിന്റെ തടി നീ സൂക്ഷിച്ചോണേ മോളേ!'

ഒന്നും ഉത്തരം പറയാതെ വിലാസിനി നടന്നു. വൃദ്ധ തന്റെ ചിത്ത വൃത്തികൾ എല്ലാം വായിച്ചറിഞ്ഞു എന്നു വിലാസിനി നിശ്ചയിച്ചു.

മുത്തശ്ശി കൂടെക്കൂടെ പെണ്ണിനു പ്രായമായി എന്നു വിലാസിനിയുടെ അമ്മയുടെ അടുത്തു പറഞ്ഞുകൊണ്ടിരുന്നു.

ആ സ്ത്രീ ചോദിച്ചു: 'അതിനെന്താ അമ്മേ?'

മുത്തശ്ശി പറഞ്ഞു: 'അവർക്കു പ്രായമായെന്ന വിചാരമൊണ്ട്. ഒരു പ്രായത്തില് മനസ്സു പിടിവിട്ടുപോകും. അപ്പം സൂക്ഷിക്കണം. അവളു തനിച്ചല്യോ താമസിക്കുന്നെ?'

'അവൾക്കു നമ്മളെക്കാളും വിവരമുണ്ട്."

മുത്തശ്ശി ബോദ്ധ്യമാകാതെ വചിച്ചു:-

'വിവരമുണ്ടെങ്കിലും പെണ്ണെന്നും പെണ്ണാ.'

അങ്ങനെ മുത്തശ്ശിയെ സംബന്ധിച്ചിടത്തോളം ഉൽകണ്ഠാകുലമായി നാളുകൾ കഴിഞ്ഞു.

അടുത്ത വെക്കേഷനു വിലാസിനി വന്നു. അന്നും മുത്തശ്ശിയും അനുജനും കൂടി അവളെ പടിക്കൽച്ചെന്നു സ്വീകരിച്ചു. ആറുമാസംകൊണ്ട് അവളിൽ സംഭവിച്ച മാറ്റം ഒരു ക്ഷണംകൊണ്ടു മുത്തശ്ശി നോക്കിക്കണ്ടു. അവൾ ഒന്നുകൂടി തടിച്ചിട്ടുണ്ട്. വളരെ തുണിവാരി ചുറ്റിയിട്ടും വക്ഷസ്സ് ഉയർന്നുതന്നെ ഇരിക്കുന്നു. രക്തം തുള്ളിത്തുളുമ്പുന്ന മുഖത്തു ധാരാളം മുഖക്കുരുക്കൾ കൂമ്പിയിട്ടുണ്ട്. ശബ്ദം കുറച്ചുകൂടി ഘനപ്പെട്ടു. അവൾ ഒരു യുവതിയല്ല, സ്ത്രീയാണ്. അവളുടെ നയനങ്ങൾ അങ്ങനെ ചഞ്ചലങ്ങളല്ല. അവ ഒന്നിൽ ച്ചെന്നു തറച്ചതുപോലെ തോന്നുന്നു. ആകെക്കൂടി നോക്കിയപ്പോൾ അവസരം കടന്നുപോയ ഒരു ലക്ഷണവുമുണ്ട്. വികാസത്തിന്റെ പൂർണ്ണത... അവിടെയല്ലേ പുഷ്പത്തിന്റെ വാട്ടം ആരംഭിക്കുന്നത്.

ഒരു പെണ്ണ് അറിയാൻ ആഗ്രഹിക്കുന്നതിനെക്കുറിച്ചുള്ള ബോധത്തിന്റെ, കൗതുകത്തിന്റെ ഘട്ടം കഴിഞ്ഞോ? അവൾ അനുഭവിച്ചോ? മുത്തശ്ശിക്കതായിരുന്നു സംശയം.

കൊച്ചനുജൻ അവളുടെ ഹാന്റ് ബാഗിൽ കടന്നുപിടിച്ചു. അവൾ അതു കൊടുത്തില്ല. അവനെ അവൾ ശാസിച്ചു. ആ ബാഗിനു പൂട്ടുണ്ട് എന്നു മുത്തശ്ശി കണ്ടു.

വിലാസിനി ഏകാന്തതയെ ഇഷ്ടപ്പെട്ടു. ഒരു പുസ്തകം മുന്നിൽ തുറന്നു വച്ചുകൊണ്ട് അവൾ ഇരിക്കും. അപ്പോൾ കൊച്ചനുജൻ വിളിച്ചുപറയും: 'ചേച്ചി ഒന്നും വായിക്കുന്നില്ല. പുസ്തകം തുറന്നുവച്ചുകൊണ്ടു വെറുതെ ഇരിക്കുവാ.'

വികാരവിവശമായ ഒരു പ്രേമഗാനത്തിന്റെ ചില ഭാഗങ്ങൾ അവൾ മൂളാറുണ്ട്. അതിന്റെ ശോകാത്മകമായ ചലനങ്ങളിൽ വിലാസിനിയുടെ ആത്മാവു വിലയം പ്രാപിക്കും. അങ്ങനെ കണ്ണുകളടഞ്ഞ് ഇരിക്കുമ്പോൾ

ഒരു ദീർഘനിശ്വാസം അവളെ ലോകത്തിലേയ്ക്കു കൊണ്ടുവരും. അവളുടെ നയനങ്ങൾ സ്വപ്നം കാണാറുണ്ട്. ആ ഹാന്റ് ബാഗു തുറന്ന് അതിനുള്ളിൽ നിന്നും ചില ലേഖനങ്ങളെടുത്ത് അവൾ വായിക്കും. മാറോടു ചേർക്കും. ആ സ്വപ്നാനുഭൂതികൾക്കിടയിൽ ഒരു ചുംബനം സ്വീകരിക്കുവാനായി അവളുടെ വദനം നീളും.

മുത്തശ്ശി കൂടുതൽ ശക്തിയായ ഭാഷയിൽ അവളുടെ അമ്മയെ അലട്ടിത്തുടങ്ങി.

'എനിക്ക് അവളു പെറ്റ് ഒരു കൊച്ചിനെ കണ്ടോണ്ടു ചാകണമെന്നുണ്ട്.' അവളുടെ അമ്മ പറയും:

'അവളു പഠിക്കുകയല്യോ.'

പഠിച്ചുപഠിച്ചു മൂക്കിൽ പല്ലുവരും. പിന്നാരും തിരിഞ്ഞു നോക്കുകയില്ല.' മുത്തശ്ശി അവരുടെ ആഗ്രഹവുംകൊണ്ടു വിലാസിനിയുടെ അടുത്തെത്തും; അവൾ പറയും:

'എനിക്ക് ആരേയും ആരും അന്വേഷിക്കേണ്ട.'

ഒരു ദിവസം അവൾ ഒരു കത്തെഴുതി അനുജന്റെ കൈവശം അഞ്ചലിൽ ഇടാൻ കൊടുത്തയച്ചു. സഞ്ചിക്കകത്തു സൂക്ഷിച്ചിരുന്ന ആ കവറിനു നല്ല സൗരഭ്യമായിരുന്നു. അവൻ അതു വഴിനീളെ മണത്തു. തിരിച്ചുവന്നപ്പോൾ അവൻ ചേച്ചിയോടു ചോദിച്ചു:

'ആരാ ചേച്ചി ഈ വിജയനെന്ന ആള്? എന്തു പേരാ!'

വിലാസിനി അവന്റെ വായ് പൊത്തിപ്പിടിച്ചു.

അങ്ങനെ ആ വെക്കേഷൻ കഴിഞ്ഞു. അവൾ പോകാൻ നേരത്തു കൊച്ചനുജൻ പറഞ്ഞു:

'ആ സഞ്ചി എനിക്ക് ഇനി വരുമ്പം തരണേ ചേച്ചീ.'

ആ കൊല്ലം മുതൽ അവൾ വിദേശത്താണ് പഠിക്കുന്നത്.

വിലാസിനി പഠിത്തത്തിൽ വളരെ മിടുക്കിയായിരുന്നു. ഒരു ക്ലാസ്സിലും തോറ്റിട്ടില്ല. വലിയ സമ്മാനങ്ങളും കരസ്ഥമാക്കി.

ഒരു പ്രാവശ്യം അവളുടെ എഴുത്തിന്റെകൂടെ ഒരു ഫോട്ടോകൂടി ഉണ്ടായിരുന്നു. നിറഞ്ഞ കൗതുകത്തോടെ മുത്തശ്ശി ആ പടം നോക്കി. അവൾ ചടച്ചിട്ടുണ്ട്. വളരെ ഒതുങ്ങിയിട്ടുണ്ടെങ്കിലും അവൾക്ക് ആ പഴയ ചൈതന്യമില്ല. കണ്ണുകളിൽ ഒരു ക്ഷീണം കാണുന്നു. അടുത്തു നില്ക്കുന്ന മറ്റൊരു പെൺകിടാവ് ഏതാണെന്നു മുത്തശ്ശി ചോദിച്ചു. അവളുടെ അമ്മ അതിനു മറുപടി പറഞ്ഞു:

'അത് അവളുടെ ഒരു വലിയ കൂട്ടുകാരിയാണ്. എല്ലാ എഴുത്തിലും അവളെക്കുറിച്ചു വിലാസിനി പറയാറുണ്ടല്ലോ. അമ്മ ഓർക്കുന്നില്ലേ? അവർ ഒരു മുറിയിലാണ് കഴിയുന്നത്.'

മുത്തശ്ശി അവളുടെ മുഖത്തു സൂക്ഷിച്ചുനോക്കി. വിലാസിനിയെപ്പോലെ തന്നെ ക്ഷീണിച്ചിരിക്കുന്നു. മുത്തശ്ശി പറഞ്ഞു:

'ആണുങ്ങൾ ഇങ്ങനെ തോളിൽ കയ്യിട്ട് ഇരിക്കുകേം നടക്കുകേം ചെയ്യും. പെണ്ണുങ്ങളും അങ്ങനെ ചെയ്യുമോ? അതെന്തു സ്നേഹമാ?'

വിലാസിനിയുടെ അമ്മ അതിനു മറുപടി പറഞ്ഞു:

'അങ്ങനെയാണ് ഇപ്പോഴത്തെ പരിഷ്കാരം.'

'നല്ല പരിഷ്കാരമാ. ഭാര്യയും ഭർത്താവും പോലാ നിക്കുന്നെ.'

'അതിനെന്താ അമ്മേ?'

"അല്ല ചോദിക്കുവാരുന്നു." മുത്തശ്ശി ഒന്നുകൂടെ സൂക്ഷിച്ചു നോക്കിയിട്ടു പറഞ്ഞു:

'രണ്ടിന്റേയും കണ്ണു താണാ ഇരിക്കുന്നെ.'

'പഠിത്തമല്ലേ? ക്ഷീണിക്കും.'

'അല്ല രണ്ടുപേരുടേം കയ്യിൽ സഞ്ചിയൊണ്ടല്ലോ. വീർത്തിരിക്കുന്നു.'

'അതു പഠിക്കുന്ന എല്ലാ പെണ്ണുങ്ങളുടേം കയ്യിലൊണ്ട്.' അതിനുശേഷം മുത്തശ്ശി അവരുടെ ചോദ്യം എപ്പോഴും ചോദിച്ചുകൊണ്ടിരുന്നു.

'പെണ്ണിനെ എന്നും പഠിപ്പിച്ചാൽ മതിയോ?'

'അവൾക്കു ജോലി കിട്ടും'

മുത്തശ്ശി അർത്ഥവത്തായി ചിരിച്ചു. അവർ ചോദിച്ചു: 'പെണ്ണിനു വല്ല അബദ്ധോം വന്നാലോ?'

അതുണ്ടാകുകയില്ലെന്ന് അവളുടെ മാതാവു തീർത്തുപറഞ്ഞു.

വിലാസിനിയുടെ കത്തുകൾ മുത്തശ്ശി ശ്രദ്ധാപൂർവ്വം വായിച്ചുകേൾക്കും. അതൊന്നും മുത്തശ്ശിക്കത്ര പിടിക്കാറില്ല. അങ്ങനെയൊന്നുമല്ല അവൾ എഴുതേണ്ടിയിരുന്നത്. മുത്തശ്ശിയെക്കുറിച്ചും മറ്റും വിലാസിനി അന്വേഷിക്കാറുണ്ട്. പക്ഷേ അതൊന്നുംകൊണ്ടു മതിയായില്ല. മുത്തശ്ശി പരാതി പറയും:

'അവൾക്കു സുഖമാ. നമ്മെക്കുറിച്ച് അത്ര സ്നേഹമില്ല.' അവർക്കു വീണ്ടും പറയുവാനുണ്ട്:

'എന്റെ മോളെ വല്ലോരും കൊണ്ടുപോയി കൊച്ചുങ്ങളുമായി കഴിച്ചാൽ മതിയായിരുന്നു. കൊച്ചുങ്ങളുണ്ടായാലേ പെണ്ണുങ്ങൾക്കു സ്നേഹിക്കാനൊക്കത്തുള്ളൂ. അവൾക്കു സ്നേഹം അവളുടെ മുറിയിൽ പാർക്കുന്ന കൂട്ടുകാരിയെയാ. ആ നില്പു കണ്ടാലറിയാം.'

അങ്ങനെ നാലു സംവത്സരങ്ങൾ കഴിഞ്ഞു. ആ വെക്കേഷന് അവൾ വരും. എഴുത്തുണ്ട്. മുത്തശ്ശി സോൽക്കണ്ഠം കാത്തിരുന്നു. അവളുടെ വരവിനുവേണ്ടിയുള്ള എല്ലാ ഒരുക്കങ്ങളിലും അവർ പങ്കുകൊണ്ടു. വീടെല്ലാം വൃത്തിയാക്കി. അവളുടെ നിർദ്ദേശാനുസരണം ഒരു മുറി തയ്യാറാക്കിയപ്പോൾ മുത്തശ്ശി ചോദിച്ചു:

'ഇതെന്തിനാ? ഇന്നാളത്തെപ്പോലെ അവൾക്ക് എന്റെ മുറിയിൽ കിടക്കരുതോ? എന്തിനാ പ്രത്യേകം മുറി?'

ആ ചോദ്യത്തിന് എങ്ങനെ ഉത്തരം നല്കും?

അങ്ങനെ ആ തീയതിയും വന്നുചേർന്നു. രാവിലെ മുതൽ മുത്തശ്ശി കാത്തുനിന്നു. കൃത്യമായി, വരുമെന്നറിയിച്ച സമയത്ത് ഒരു വണ്ടി പടിക്കൽ വന്നുനിന്നു. വണ്ടിക്കുള്ളിൽനിന്നും ഇറങ്ങിവന്ന ആളിനെ ഒരു ക്ഷണം മുത്തശ്ശി തിരിച്ചറിഞ്ഞില്ല.

'എന്തൊക്കെയാണ് മുത്തശ്ശീ? സുഖംതന്നെയോ?' ആഗത ചോദിച്ചു. മുത്തശ്ശി സ്തബ്ധയായി നിന്നുപോയി. ഉത്തരത്തിനു നില്ക്കാതെ വിലാസിനി അവളുടെ മുറിയിലേയ്ക്കു നടന്നു. മുത്തശ്ശിയും അനുഗമിച്ചു.

മുത്തശ്ശി അത്ഭുതപ്പെട്ടുപോയി. അവൾ ഉപ്പുറ്റി ഉയർന്ന ചെരിപ്പിട്ടിരിക്കുന്നു. വേഷം അവർക്ക് അപരിചിതമായിരുന്നു. കഴുത്തോളമേ തലമുടിയുള്ളൂ; അവൾ എണ്ണ തേയ്ക്കാറില്ലേ? മുഖം വിളറി വെളുത്തിരിക്കുന്നു; അല്ല! അവിടെ കുമ്മായം പുരണ്ടിരിക്കുന്നോ? കണ്ണുകൾക്കു ജീവനില്ല; അവ കുഴിഞ്ഞുതാണുപോയി. മുത്തശ്ശിയുടെ ദൃഷ്ടികൾ അവളുടെ മാർവ്വിടത്തിലുറച്ചു. അവിടം മുഴച്ചിട്ടുകൂടിയില്ല. മുത്തശ്ശിയുടെ കണ്ണുകൾ നിറഞ്ഞു. അതു തന്റെ പൗത്രിയുടെ പ്രേതമാണ്! അവർ സഗദ്ഗദം ചോദിച്ചു:

'നിനക്കെന്തുപറ്റി മകളേ?'

'ഉം? എന്ത് മുത്തശ്ശീ?'

'നീ എന്താ ഇങ്ങനെ ഉണങ്ങിപ്പോയത്?'

'മുത്തശ്ശി അങ്ങുപോയി ഇരിക്കൂ. ഞാൻ വരാം. എല്ലാം പറയാം.'

മുത്തശ്ശി പൊട്ടിക്കരഞ്ഞുപോയി അവർക്കതു സഹിക്കാമായിരുന്നില്ല. അങ്ങുപോയി ഇരിക്കാൻ! വിറച്ചുവിറച്ച് ആ വൃദ്ധ പോയി.

ചേച്ചി വന്നുവെന്നറിഞ്ഞ് കൊച്ചനുജൻ എവിടന്നോ ഓടിവന്നു. ആ മുറിക്കുള്ളിൽ അപരിചിതമായ ഒരു രൂപത്തെക്കണ്ട് അവനും വാതില്ക്കൽ മിഴിച്ചുനിന്നുപോയി. അവൾ അടുത്തുചെന്ന് രണ്ടു വിരൽകൊണ്ട് അവന്റെ താടിക്കു പിടിച്ചു ചോദിച്ചു:

'എന്തടാ അഴുക്കുപിടിച്ചുനില്ക്കുന്നത്?'

അവൻ ഒന്നും മിണ്ടിയില്ല. പലതും ഓർത്തുകൊണ്ടാണ് അവൻ വന്നത്. ചേച്ചിയെ കെട്ടിപ്പിടിക്കും; ഉമ്മവയ്ക്കും; സഞ്ചി പിടിച്ചുപറിക്കും. ഇങ്ങനെ പലതുമവനുണ്ടായിരുന്നു. അതിശീതളമായ ഏതിനേയോ സ്പർശിച്ച് അവൻ മരവിച്ചുപോയി.

വിലാസിനി പറഞ്ഞു: 'പോയി മേൽ കഴുകിവാ.'

അവനും നിശ്ശബ്ദനായി ഇറങ്ങിപ്പോയി. മുത്തശ്ശിയുടെ മടിയിൽചെന്നു വീണ് അവൻ വിങ്ങിവിങ്ങിക്കരയാൻ തുടങ്ങി. ഉത്സാഹവതിയായി അവന്റെ കൂടെ ചിത്രശലഭത്തിനു പിന്നാലെ ഓടിയും, വെട്ടും കുത്തും കളിച്ചും കഴിഞ്ഞു കൂടിയ ആ സ്നേഹസ്വരൂപിണിയായ ചേച്ചി അവനു നഷ്ടപ്പെട്ടു. അവന്റെ തിളച്ചുപൊന്തിയ ഹൃദയം തണുത്തുറഞ്ഞുപോയി.

അവളുടെ അമ്മ ചെന്നപ്പോഴേയ്ക്കും ആ മുറിയുടെ കതക് അവൾ അടച്ചുപൂട്ടിക്കഴിഞ്ഞു.

പുറത്തുനിന്ന് അവൾ വിളിച്ചു:

'മകളേ! കതകു തുറന്നേ! നിന്നെ ഒന്നു കാണട്ടേ.'

'വരുന്നമ്മാ! അല്പം ക്ഷമിക്കണം.'

ആ മാതാവും മുത്തശ്ശിയുടെ കൂടെ ചേർന്നു. മുത്തശ്ശിയുടെ പരാതികൾക്കു മാതാവു മറുപടി പറഞ്ഞു:

'അവൾ പഠിത്തമുള്ളവളല്ലേ? കുറ്റപ്പെടുത്തരുത്.'

ഒരു മണിക്കൂറിനുശേഷം ഉടുത്തൊരുങ്ങി അവൾ പുറത്തിറങ്ങി. അവൾ ഒരു മന്ദഹാസം അണിഞ്ഞിരുന്നു. അവളുടെ വേഷഭൂഷാദികളെപ്പോലെ അതും കൃത്രിമമായിരുന്നു.

അവൾ സ്ത്രീത്വത്തിന്റെ പ്രേതമായി കാണപ്പെട്ടു. ഒരു സ്ത്രീയുടെ ഹൃദയത്തിന്റെ ലാളിത്യമോ മൃദുലതയോ കാണ്മാനില്ല. അവൾ ഒരു മാതാവാ യാൽ- ഇല്ല, അവൾ ഒരു മാതാവാകുകയില്ല- അതൊരു അസൗകര്യമാണ്. അങ്ങനെ ഒന്നു സംഭവിച്ചാൽത്തന്നെയും ആ കുഞ്ഞിനെ വളർത്താൻ മറ്റാരെയെങ്കിലും അവൾ ഏല്പിക്കും. അതിനെ വല്ലപ്പോഴും ഒന്നെടുക്കു മ്പോൾ അതു മൂത്രവിസർജ്ജനം ചെയ്താൽ അതിനെ അവൾ താഴത്തിടും. ഒരു പുരുഷനു നല്കുവാൻ അവൾക്കു വിശുദ്ധമായ ഒന്നുംതന്നെയില്ല. ആ ബന്ധം ഒരു ഇടപാടായിരിക്കും. പതിനഞ്ചു സംവത്സരക്കാലത്തെ ജീവിത ത്തിനുശേഷം ഒരു സുപ്രഭാതത്തിൽ അവൾ അയാളെ പിരിഞ്ഞേയ്ക്കും. പക്ഷേ ചായം പുരണ്ട ആ ചുണ്ടുകൾക്കു ചിരിക്കാനറിയാം.

അവൾക്ക് എല്ലാറ്റിനും ഒരു ചിട്ടയും ചടങ്ങുമുണ്ട്. എല്ലാറ്റിനും സമയം നോക്കണം. അങ്ങനെ ദിവസങ്ങൾ കഴിഞ്ഞു. അവിടത്തെ ജീവിതം തന്നെ അവൾക്കു പിടിക്കുന്നില്ല.

ഒരു ദിവസം മുത്തശ്ശി വിലാസിനിയുടെ അമ്മയോടു പറഞ്ഞു: 'ഈ പെണ്ണെന്താടീ ഇങ്ങനെ ഒണങ്ങിയിരിക്കുന്നെ?'

'അതാണ് ഞാനും വിചാരിക്കുന്നത്.'

മുത്തശ്ശി അല്പം ചിന്തിച്ചിട്ടു പറഞ്ഞു: 'പിള്ളയഴിച്ച പെണ്ണുങ്ങളെ പ്പോലിരിക്കുന്നു.'

'ശ്! മിണ്ടാതമ്മെ! കുറച്ചില്.'

'അല്ല, ഞാൻ പറഞ്ഞന്നേയുള്ളൂ.'

അവളുടെ മുറിക്കു ചുറ്റമായി വട്ടമിട്ടുനടന്ന കൊച്ചനുജൻ ഓടിക്കയറി വന്നു. അവൻ കിതച്ചുകൊണ്ടു പറഞ്ഞു:

'അമ്മേ! ചേച്ചി സിഗററ്റു വലിക്കുന്നു. ആ സഞ്ചിയിൽ നിന്നും ഒരെണ്ണ മെടുത്തു കത്തിച്ചു.'

മുത്തശ്ശി ദീർഘമായൊന്നു നിശ്വസിച്ചു.

വയ്യിട്ട് അവൾ പുറത്തിറങ്ങിപ്പോയാൽ രാത്രി ഒൻപതുമണിയായേ വരിക യുള്ളൂ. അതു ശരിയാണോ എന്ന് ഒരു ദിവസം മുത്തശ്ശി ചോദിച്ചു. അരിവയ്പു കാരനുമായി അവൾ ദീർഘമായി സംസാരിക്കുന്നത് എന്തിനെക്കുറിച്ചാണ്! അതെല്ലാം പിശകാണ്, പക്ഷേ സാധുവൃദ്ധയ്ക്ക് എന്തു ചെയ്യാൻ കഴിയും? അവർ അവളുടെ നടപടികളെല്ലാം സസൂക്ഷ്മം നിരീക്ഷിച്ചു.

അങ്ങനെ ഒരാഴ്ചയ്ക്കുശേഷം അവൾ തിരുവനന്തപുരത്തിനു പോയി. ഇവിടത്തെ ജീവിതം അവൾക്ക് അത്ര പിടിക്കുന്നില്ല.

ഒരാഴ്ചകൂടികഴിഞ്ഞു.

ഒരു ദിവസം വയ്യിട്ടു കൊച്ചനുജൻ ഒരു ഹാന്റ്ബാഗുമായി ഓടിക്കയറി വന്നു. സ്കൂളിൽനിന്നു വരുമ്പോൾ അതു റോഡരുകിൽ കിടക്കുന്നതു കണ്ടു. ആരോ വണ്ടിയിൽനിന്നും കളഞ്ഞുപോയതാണ്. അങ്ങനെ ചിരകാലമായി ആഗ്രഹിച്ചുവന്നത് അവനു ലഭിച്ചു. അതു തുറന്നുകിട്ടുവാൻ അവൻ അമ്മ യുടെ കൈവശം കൊടുത്തു.

ആ സ്ത്രീക്ക് അതു തുറക്കുവാൻ വലിയ വൈമനസ്യമായിരുന്നു. എന്നാൽ പരിഷ്കാരികളായ പെണ്ണുങ്ങളുടെ ഒരു ആഭരണമായി വർത്തിക്കുന്ന അതിലെ ഉള്ളടക്കങ്ങൾ എന്തെല്ലാമെന്നറിയാൻ അവർ വളരെക്കാലമായി ആഗ്രഹിക്കുന്നതാണ്. ആ കൗതുകം അനിയന്ത്രിതമായി വളർന്നു. അങ്ങനെ ഒരു സഞ്ചി അവരുടെ മകളുടെ പക്കലുണ്ട്. മുത്തശ്ശിയും കൗതുക ഭരിത യായിരുന്നു.

അങ്ങനെ ആ ഹാന്റ്ബാഗ് അവർ പൊട്ടിച്ചു.

മുത്തശ്ശിക്ക് അതൊരു പുതുമയേറിയ അറിവായിരുന്നു. ഒരു പുതിയ ലോകം തുറക്കപ്പെട്ടതുപോലെ തോന്നി. ഇതാണ് ഈ പരിഷ്കാരിപ്പെണ്ണുങ്ങൾ! ഇങ്ങനെ ഒരു സഞ്ചി തന്റെ മകളുടെ കൈവശമുണ്ട്! അവർ വിലാസിനിയുടെ അമ്മയോടു ചോദിച്ചു:

'വിലാസിനി ഇങ്ങനെ എത്ര ആണുങ്ങൾക്ക് എഴുതിക്കാണും.'

'എന്തോ!'

നിറഞ്ഞ വെറുപ്പോടെ മുത്തശ്ശി പറഞ്ഞു:

'അരിവെയ്പുകാരനോടല്ല, ആരോട്, എത്ര ആണുങ്ങളോട് വേണമെങ്കിലും ശൃംഗരിക്കരുതോ, പേടിക്കണോ.'

മറ്റേ സ്ത്രീ ഒന്നും മിണ്ടിയില്ല.

മുത്തശ്ശി തുടർന്നു:

'വെറുതെയല്ല ഇങ്ങനെ ചോരേം നീരും വറ്റിയുണങ്ങിയിരിക്കുന്നത്. എല്ലാത്തിന്റേം മനസ്സിനു പേ പിടിക്കും.'

ഒട്ടുനേരം ആരും മിണ്ടിയില്ല. വിലാസിനിയുടെ അമ്മ ചിന്തിച്ചു കൊണ്ടിരുന്നു. കൊച്ചനുജനു സഞ്ചി കിട്ടാൻ വൈകി. മുത്തശ്ശി തുടർന്നു:

'ആ പുതിയതരം കാലുള്ള കുടയും ഇവളുമാർക്കു പറ്റിയതാ. ഞാൻ എന്നുമുതലേ പറയുന്നു കാലമായാൽ ഒരുത്തനോടു ചേർക്കണമെന്ന്.

■

www.ingramcontent.com/pod-product-compliance
Lightning Source LLC
LaVergne TN
LVHW010329070526
838199LV00065B/5697
* 9 7 9 8 1 8 4 2 3 0 5 8 0 *